శూద్రుల చరిత్ర

(శూద్రులు ఎవరు?)

డా.భీంరావు అంబేద్కర్

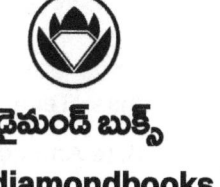

డైమండ్ బుక్స్

www.diamondbooks.in

© ప్రచురణలో ఉంది

ప్రచురణకర్త	:	డైమండ్ పాకెట్ బుక్స్ (P) Ltd.
		X-30 ఓఖ్లా ఇండస్ట్రియల్ ఏరియా, ఫేజ్-II
		న్యూఢిల్లీ 110 020
ఫోన్	:	011-40712200
ఈ-మెయిల్	:	wecare@diamondbooks.in
వెబ్‌సైట్	:	www.diamondbooks.in
వెర్షన్	:	2024
ప్రింటర్	:	రెప్రో (భారతదేశం)

శూద్రుల చరిత్ర (Shudron Ka Itihas - Telugu)

రచన: డా. బి.ఆర్. అంబేద్కర్ (Dr. B. R. Ambedkar)

ముందుమాట

ఈ అంశంపై అందుబాటులో ఉన్న ప్రస్తుత సాహిత్యంలో శూద్రులకు సంబంధించి అనవసరమైన రచనలు లేవు.పరిగణించవచ్చు. ఇది ఒక సాధారణ సమస్య యొక్క వివరణ మాత్రమే అని కూడా చెప్పలేము. అది

భారతీయ ఆర్యుల సామాజిక సంస్థ చాతుర్వర్ణ్య సూత్రంపై ఆధారపడి ఉందని సాధారణ నమ్మకం.మరియు చాతుర్వర్ణ్య అంటే నాలుగు తరగతులు - బ్రాహ్మణ (పురోహితులు), క్షత్రియ (సైనికులు), వైశ్య (వ్యాపారవేత్తలు).

మరియు సమాజాన్ని శూద్ర (బానిసలు)గా విభజించారు. ఇది శూద్రుల సమస్య యొక్క వాస్తవ పరిస్థితిని ప్రతిబింబించదుదాని తీవ్రత గురించి కూడా ఎలాంటి ఆలోచన లేదు. సమాజంలో నాలుగు తరగతులు మాత్రమే ఉంటే

దాని ఉద్దేశ్యం విభజించడం అయితే, చాతుర్వర్ణ్యం చాలా సరళమైన సూత్రం. దురదృష్టవశాత్తు ఇంతకంటే చాతుర్వర్ణ్య సిద్ధాంతం ఇంకేం ఉంది. సమాజాన్ని నాలుగు భాగాలుగా విభజించడం దీనితో పాటు, ఈ సిద్ధాంతం గ్రేడెడ్ అసమానత యొక్క ఆలోచనను నాలుగు తరగతులుగా విస్తరించింది.

తిరిగి వర్గీకరించబడిన అసమానత వ్యవస్థ ఉమ్మడి జీవితాన్ని నిర్ణయించడానికి ఆధారమైంది ఇది కేవలం సైద్ధాంతికమైనది కాదు. ఇది శాస్త్రీయమైనది మరియు శిక్షార్హమైనది. చాతుర్వర్ణ్య వ్యవస్థలో శూద్ర వర్గీకరణ

ప్రపంచంలోనే అత్యల్ప స్థానంలో ఉంచడమే కాకుండా అసంఖ్యాకమైన అసహ్యం, అసమర్థతలకు పాల్పడ్డారని ఆరోపించారు. నిర్దేశించిన నిబంధనల కంటే తల ఎత్తలేని విధంగా లొంగదీసుకున్నాడు. నిజానికి ఎప్పడు అంటరానివారిలో ఐదవ వర్ణం అప్పటి వరకు ఉనికిలోకి రాలేదు, హిందువుల దృష్టిలో శూద్రులు అత్యల్పంగా ఉన్నారు. ఉన్నారు. ఇది శూద్రుల సమస్య అని పిలవబడే పరిస్థితి యొక్క అభిప్రాయాన్ని ఇస్తుంది. ప్రజలు ఉంటే ఈ సమస్య తీవ్రత గురించి ప్రజలకు తెలియకపోతే అది శూద్రుల జనాభాలో భాగమే. గురించి అజ్ఞానంగా ఉన్నారు. దురదృష్టవశాత్తు, వారి జనాభా జనాభా గణనలో ప్రత్యేకంగా చూపబడలేదు. కానీ అంటరానివారిని మినహాయిస్తే, హిందువులు జనాభాలో 75 నుండి 80 శాతం ఉన్నారు అనడంలో సందేహం లేదు. శూద్రుడు. ఇంత భారీ

జనాభాపై ఈ పరిశోధన పుస్తకంలో ఉపరితల సమస్య ఉంది. దానిని వర్ణించడం సరికాదు.

ఈ పుస్తకంలో భారతీయ ఆర్య సమాజంలో శూద్రుల స్థానం చూపబడింది. నేటి కాలంలో ఈ పరిస్థితి లేదన్న అభిప్రాయం కూడా వ్యక్తమవుతోంది తన గ్రంథంలో 'మిస్టర్ షెరింగ్' వంటి పండితుడు కూడా ఇది 'హిందూ ట్రైమ్స్ అండ్ కాస్ట్స్'లో వ్రాయబడింది: శూద్రులు ఆర్యులా లేదా భారతదేశంలోని అసలు కులమా లేదా ఇతర కులాల మిశ్రమం అనే ప్రశ్న ఈ రోజుల్లో ప్రత్యేకంగా ఆచరణాత్మకమైనది కాదు. పురాతన కాలంలో, వారు వారి స్వంత తరగతిని కలిగి ఉన్నారు మరియు సమాజంలో నాల్గవ లేదా చివరి వర్గంలో ఉంచబడ్డారు, అయినప్పటికీ వారు మూడు ఉన్నత కులాలకు దూరంగా ఉన్నారు. వారు ప్రారంభంలో ఆర్యులు కాదని భావించినప్పటికీ, వారు మూడు ఆర్య కులాలతో విస్తృతమైన కులాంతర వివాహాల కారణంగా ఆర్యన్ సంఘంలో విలీనమయ్యారు. కొన్ని సందర్భాల్లో, పైన వివరించిన విధంగా, వారు కోల్పోయిన దానికంటే ఎక్కువ పొందారు మరియు ఇప్పుడు శూద్రులు అని పిలువబడే అనేక తెగలు వాస్తవానికి బ్రాహ్మణులు మరియు క్షత్రియులకు దగ్గరగా లేవు. సంక్షిప్తంగా, ఇంగ్లండ్‌లోని సెల్టిక్ తెగలు ఆంగ్లో-సాక్సన్ జాతిలో విలీనమైనట్లే, వారు ఇతర జాతులతో చాలా మిశ్రమంగా మారారు మరియు వారికి ఉన్న ఏ ప్రత్యేక గుర్తింపు అయినా పూర్తిగా కనుమరుగైంది.

ఈ ఊహలో రెండు లోపాలు ఉన్నాయి. మొదటిది, నేటి శూద్రులు భారతీయ ఆర్యన్ సమాజంలోని అసలు శూద్రుల నుండి జాతి ప్రాతిపదికన భిన్నమైన భిన్నమైన తరగతుల సమూహం. శూద్రుల గురించి రెండవ వాస్తవం ఏమిటంటే, మన ఆలోచన కేవలం శూద్రుల గురించి మాత్రమే కాదు, వారి న్యాయపరమైన బాధలు మరియు వారు బాధితులైన హింసల గురించి కూడా. నిస్సందేహంగా, ప్రారంభంలో, బ్రాహ్మణులు భారతీయ ఆర్య సమాజంలోని శూద్రుల పట్ల హింస మరియు హింస చట్టాలను సృష్టించారు, శూద్రులు ప్రత్యేక మరియు గుర్తించదగిన సంఘంగా తమ ఉనికిని కోల్పోయారు. కానీ వారి కోసం నిర్దేశించిన నియమాలు మరియు నిబంధనలు ఇప్పటికీ ప్రబలంగా ఉన్నాయి మరియు అసలు శూద్రులతో ఎటువంటి సంబంధం లేని అట్టడుగు కులాల వారికి ఇప్పటికీ వర్తింపజేయడం ఆశ్చర్యం కలిగిస్తుంది. ఇదంతా ఎలా జరిగిందనే ఆసక్తి అందరిలోనూ నెలకొంది.

నా వివరణ ఏమిటంటే, భారతీయ ఆర్య సమాజంలోని శూద్రులు బ్రాహ్మణ వ్యవస్థల యొక్క కఠినత్వం వల్ల చాలా తక్కువ స్థాయికి చేరుకున్నారు, సమాజంలో

వారి స్థానం వాస్తవానికి తక్కువగా మారింది. ఇది రెండు పరిణామాలను కలిగి ఉంది, ఒక ఫలితం శూద్ర అనే పదానికి అర్థం మారిపోయింది. శూద్ర అనే పదానికి ప్రత్యేక తరగతి అనే అసలు అర్థం మారిపోయి, నాగరికత, సంస్కృతి, గౌరవం, హోదా లేని అట్టడుగు కులాలకు సాధారణ పేరుగా మారింది. రెండో ఫలితం శూద్ర పదం పరిధి పెరిగిన కొద్దీ చట్టపరమైన నిబంధనల పరిధి కూడా పెరిగింది. శూద్ర పదానికి అసలు నిర్వచనంలోకి రానప్పటికీ నేటి శూద్రులు అని పిలవబడే వారు ఈ వ్యవస్థకు బాధితులుగా మారడానికి ఇదే కారణం. వాస్తవం ఏమైనప్పటికీ, నేరస్థుల కోసం రూపొందించిన చట్టాలు అమాయకులపై కూడా విధించబడ్డాయి. హిందూ న్యాయనిపుణులకు తగినంత చారిత్రక జ్ఞానం ఉండి, నేటి శూద్రులకు పూర్తి భిన్నమైన అసలు శూద్ర పదాన్ని అర్థం చేసుకుంటే, ఈ విషాదం - ఈ మాసాల ఊచకోత - నివారించబడి ఉండేది. చట్టాల సేకరణలో అదే పటిష్టతను ఆధునికంగా ఉపయోగించకపోవడం చాలా దురదృష్టకరం

అసలు శూద్రులతో ఒకప్పుడు ఎలా ప్రవర్తించారో అదే విధంగా శూద్రులతోనూ వ్యవహరిస్తారు. నేటి శూద్రులకు, ఈ నియమాలు మరియు నిబంధనలు ఎలా ఉనికిలోకి వచ్చాయో పురాతన కాలం గురించి కేవలం ఉత్సుకత మాత్రమే కాదు.శూద్రుల మూలాన్ని అధ్యయనం చేయడం ఆమోదయోగ్యమైనది మరియు స్వాగతించదగినది, అయితే ఈ విషయంపై నాకు ఎంత అధికారం ఉందని ఎవరైనా ప్రశ్నించవచ్చు.నాకు భారతీయ రాజకీయాలు, మతం మరియు భారతీయ మతం పట్ల ఆసక్తి లేదని ఇదివరకే హెచ్చరించాను.

నేను చరిత్రపై ఏదైనా మాట్లాడగలను కానీ ఈ విషయంలో నాకు సామర్థ్యం లేదు, ఇది నాకు అర్థం కాలేదు.

నా విమర్శకులు నాకు ఈ హెచ్చరిక ఎలా ఇవ్వగలరని నేను ఆశ్చర్యపోతున్నాను. ఆలోచనాపరుడు మరియు రచయిత అయితేరూపంలో నా అపూర్వమైన దావాలకు ఇది ఏదైనా ప్రతిఘటన అయితే అది అనవసరం. అప్పుడు నేను కూడా భారత రాజకీయాలపై ఏమీ మాట్లాడే హక్కు నాకు లేదని నేను అంగీకరిస్తున్నాను. ఇది ఉంటే సంస్కృత భాషలో ప్రావీణ్యం లేకుంటే నా బలహీనత చూపిస్తాననే ఉద్దేశ్యంతో వార్నింగ్ ఇచ్చారు. నేను అంగీకరిస్తున్నాను. కానీ నేను ఈ సమస్యను ఎందుకు చర్చించాలో అర్థం కావడం లేదు. మాట్లాడటానికి అనర్హుడని ఎలా పరిగణించవచ్చు? ఇంగ్లీషులో లేని సంస్కృత సాహిత్యం ఏమిటి? భాషలో అందుబాటులో లేదు. అప్పుడు సంస్కృత భాషపై అవగాహన లేకపోవడంతో ఈ విషయం గురించి చర్చించకుండా నన్ను అడ్డుకుంది.

ఎలా ఆపగలరు? నేను దానిని ఆంగ్ల అనువాదంగా చెప్పడానికి సాహసిస్తాను

అందుబాటులో ఉన్న సంబంధిత సాహిత్యాన్ని పదిహేనేళ్లపాటు అధ్యయనం చేయడం వల్ల నాలాంటి వ్యక్తిని ఉత్తమంగా సామాన్యులుగా మార్చవచ్చు. ఏ పనినైనా పూర్తి చేయగల జ్ఞానాన్ని పొందగలడు. ఈ కాబట్టి, ఈ విషయంపై నా నమ్మకం ఏమిటంటే, నా ప్రయత్నం ఈ సబ్జెక్టుకు సంబంధించినది ముట్టుకుంటే దేవదూతలు కూడా భయపడతారు, నేను దాని గురించి ఏదైనా వ్రాయాలి. అని భావించి సంతృప్తి చెందాను దేవదూతలు నిద్రించినప్పుడు లేదా హక్కును ప్రకటించకుండా తప్పించుకోవడం కూడా సూపరింటెండెంట్ యొక్క అత్యున్నత కర్తవ్యం. ప్రయత్నిస్తూ ఉండండి. ఈ నిషేధిత ప్రాంతంలోకి నా ప్రవేశానికి ఇదే సమర్థన.

ఈ పుస్తకంలో కూడా అదే విషయం గమనించదగినదేనా? నిస్సందేహంగా, నేను చేరుకున్న ముగింపు నా ఉత్సుకత మరియు పరిశోధన యొక్క ఫలితం. ఈ పుస్తకంలో రెండు ప్రశ్నలకు సమాధానం చెప్పే ప్రయత్నం చేశారు. (1) శూద్రులు ఎవరు? మరియు (2) వారు భారతీయ ఆర్యన్ సంఘం యొక్క నాల్గవ వర్ణం ఎలా చేశారు? సంక్షిప్తంగా నా సమాధానం క్రింది విధంగా ఉంది:

1. శూద్రులు ఆర్యుల సూర్యవంశీ వర్గానికి చెందినవారు.
2. ఆర్య సమాజం బ్రాహ్మణ, క్షత్రియ మరియు వైశ్య అనే మూడు తరగతులను మాత్రమే గుర్తించిన కాలం ఉంది.
3. శూద్రులకు ప్రత్యేక కులం లేదు, వారు భారతీయ ఆర్యన్ కమ్యూనిటీ యొక్క క్షత్రియ కులానికి చెందినవారు ఉన్నారు.
4. శూద్ర రాజులు మరియు బ్రాహ్మణుల మధ్య నిరంతర సంఘర్షణలు జరిగాయి మరియు బ్రాహ్మణులు శూద్రుల చేతిలో అనేక కష్టాలు మరియు అవమానాలను అనుభవించవలసి వచ్చింది
5. శూద్రుల వల్ల కలిగే అణచివేత మరియు బాధలతో విసిగి, బ్రాహ్మణులు శూద్రుల ఉపనయన కార్యక్రమాన్ని నిర్వహించడం మానేశారు.
6. ఉపనయన సంస్కారం లేకుండా చేయడం వల్ల క్షత్రియులైన శూద్రుల సామాజిక స్థితి పడిపోయింది. వారి స్థితి వైశ్యుల కంటే తక్కువగా మారింది మరియు వారు నాల్గవ వర్ణంలో లెక్కించబడ్డారు.

ఈ పరిశోధనల ఆధారంగా, పండితుల ప్రతిస్పందన కోసం నేను ఎదురు చూస్తున్నాను. ఈ పరిశోధనలు అసలైనవి మాత్రమే కాదు, నేడు ఉన్న నమ్మకాలకు

తీవ్రమైన వ్యతిరేకత కూడా. ఈ పరిశోధనలు ఆమోదించబడతాయా లేదా అనేది సమస్యపై అధికారం క్లెయిమ్ చేసే వారి వైఖరిపై ఆధారపడి ఉంటుంది. నిజానికి, ఎవరైనా ఫలానా కాన్సెప్ట్‌తో ముడిపడి ఉంటే, అతను నా ఆలోచనను తిరస్కరిస్తాడు. నేను వారి ప్రతిచర్యలను పట్టించుకోను ఎందుకంటే వారు ఖచ్చితంగా నిరసన తెలుపుతారు, ఎవరి నుండి నిరసన తప్ప ఆశ లేదు. కానీ ఆ నిజాయితీ గల విమర్శకులు, వారు ఎంత దూకుడుగా ఉన్నప్పటికీ, వారు సంప్రదాయవాదులు అయినప్పటికీ, వారి ఉద్దేశాలు స్వచ్ఛమైనవి మరియు వారు సత్యాన్ని కోల్పోకూడదనుకుంటే, మరియు వారు కూడా నా అభిప్రాయంతో ఏకీభవించకపోతే, నేను అది నిరాశ చెందదు. నా ఈ ఆకాంక్ష కూడా నిరాశ కలిగించవచ్చు, కానీ ఈ పుస్తకంలో చాలా కొత్తదనం ఉందని మరియు ఇది కొత్త దిశను అందించిందని నా విమర్శకులు అంగీకరించవలసి ఉంటుందని నేను ఖచ్చితంగా అనుకుంటున్నాను.

పండితులతో పాటు హిందూ సమాజం స్పందన కూడా ఆసక్తికరంగా ఉంది. నేటి హిందూ సమాజం ఐదు నిర్దిష్ట తరగతులుగా విభజించబడింది. హిందూ సమాజ వ్యవస్థలో ఏదో ఒక రుగ్మత ఉందని అంగీకరించని, సంప్రదాయవాదపు ఊబిలో కూరుకుపోయిన హిందువుల్లో ఒక వర్గం ఉంది. వారి దృష్టిలో సంస్కరణల గురించి మాట్లాడటం కూడా దేవుడిని దూషించడమే. ఆర్యసమాజ్ అని పిలువబడే హిందువులలో మరొక తరగతి ఉంది. అతని దృష్టిలో వేదాలు మాత్రమే అత్యంత సరైనవి. వేదాలలో లేని ప్రతిదాన్ని తిరస్కరించడంలో వారు సనాతన ధర్మానికి భిన్నంగా ఉంటారు. అతని మూల మంత్రం వేదాల పునఃస్థాపన.

హిందూ సమాజం మొత్తం తప్పుడు వ్యవస్థపై ఆధారపడి ఉందని భావించే మూడవ తరగతి ఉంది, కానీ దానిపై దాడి చేయవలసిన అవసరం లేదని వారు భావిస్తున్నారు. దీనికి చట్టబద్ధమైన గుర్తింపు లేదని, నేడు ఈ వ్యవస్థను నాశనం చేయకపోతే తుది శ్వాస విడిచినట్టేనని వారి వాదన. నాల్గవ తరగతి హిందువులు రాజకీయ మనస్తత్వంలో ఉన్నారు. ఇలాంటి ప్రశ్నలకు దూరంగా ఉంటారు. ఆయన దృష్టిలో సామాజిక సంస్కరణ కంటే స్వరాజ్యానికే ఎక్కువ ప్రాధాన్యత ఉంది. హిందువుల్లో ఐదవ తరగతి మేధావులను కలిగి ఉంటుంది మరియు వీరి దృష్టిలో స్వరాజ్యం కంటే కూడా సామాజిక సంస్కరణకు అత్యున్నత స్థానం ఉంది.రెండవ వర్గంలో లెక్కించబడిన హిందువులకు, బహుశా అలాంటి కూర్పు అనవసరం, దానితో నేను ఏకీభవించను. ఒక విధంగా బ్రిటీష్ వాళ్ళు అన్నది నిజమే

భారతదేశంలో అమలులో ఉన్న చట్టం హిందూ సమాజంలో ఉన్న వ్యవస్థను అంగీకరించదు. సివిల్ ప్రొసీజర్ కోడ్ సెక్షన్ 11 ప్రకారం, హిందువు ఒక నిర్దిష్ట కులానికి చెందినవాడని ఏ కోర్టు నుండి అయినా ఆర్డర్ పొందడం సాధ్యం కాదు. బ్రిటీష్ ఇండియాలోని న్యాయస్థానాలలో, ఒక వ్యక్తి యొక్క వర్ణాన్ని పరిగణనలోకి తీసుకుంటే, అది వివాహం, వారసత్వం మరియు దత్తత విషయాలకు పరిమితం చేయబడింది, ఆ పార్టీ చెందిన వర్ణాన్ని బట్టి నియమాలు మారుతూ ఉంటాయి. బ్రిటీష్ ఇండియా చట్టం హిందువుల నాలుగు వర్ణాలను గుర్తించదనేది నిజం, అయితే దాని అర్థాన్ని అర్థం చేసుకోవడంలో జాగ్రత్త వహించాలి మరియు ఈ విషయంలో ఎటువంటి అపోహలు ఉండకూడదు. సారాంశంలో మనం ఇలా చెప్పవచ్చు:

(1) కుల వ్యవస్థను అనుసరించడం నేరమని దీని అర్థం కాదు.

(2) దీని అర్థం కుల వ్యవస్థ అంతరించిపోయిందని కాదు.

3) ఒకరి వ్యక్తిగత హక్కులు అవసరం అనే ప్రశ్న వచ్చినప్పుడు అని దీని అర్థం కాదు (వాళ్లు లేచి నిలబడ్డా కులవ్యవస్థ అడ్డు రాలేదు.

(4) దీని అర్థం వర్ణ వ్యవస్థ పట్ల సాధారణ పరిమితులు ముగిశాయని మాత్రమే. ఇతర సామాజిక సంస్థలను సంతృప్తిపరిచే ఏకైక విశ్వాసం చట్టం కాదు. చేయగలిగింది.

సంస్థలు ఇతర విశ్వాసాల ద్వారా కూడా అనుసరిస్తాయి. వీటిలో మత విశ్వాసం మరియు సామాజిక విశ్వాసం చాలా ముఖ్యమైనవి. వర్ణ వ్యవస్థ మతపరమైన అంగీకారాన్ని పొందింది మరియు మతపరమైన గుర్తింపు పొందింది కాబట్టి, వర్ణ వ్యవస్థకు హిందూ సమాజం యొక్క పూర్తి సామాజిక గుర్తింపు కూడా ఉంది. దీనిపై ఎలాంటి చట్టపరమైన పరిమితి లేదు. కుల వ్యవస్థ ఆధిపత్యాన్ని కొనసాగించడానికి ఈ మత విశ్వాసం సరిపోతుంది. ఏ చట్టం అమలు చేయనప్పటికీ కుల వ్యవస్థ సజీవంగా ఉంది. హిందూ సమాజంలో అంటరానివారు, శూద్రుల హోదా ఇప్పటికీ ఉందనే వాస్తవం ఇది రుజువు. అందువల్ల, ఈ రకమైన అధ్యయనం అర్థరహితమని చెప్పలేము. రాజకీయంగా ఆలోచించే హిందువుకి సంబంధించినంతవరకు, అతన్ని సీరియస్‌గా తీసుకోకూడదు.

అవసరం సాధారణంగా అతని దృష్టి తక్షణ విజయాలపై ఉంటుంది మరియు దీర్ఘకాలిక ఆలోచనపై కాదు. అతను కనీసం ప్రతిఘటన యొక్క దృక్కోణం కలిగి

ఉంటాడు మరియు ఏ విషయాన్ని అయినా, ఎంత అత్యవసరమైనా, అది అతనికి అప్రతిష్ట కలిగిస్తే దానిని వాయిదా వేయడానికి సిద్ధంగా ఉంటాడు. రాజకీయంగా ఆలోచించే హిందువులు ఈ పుస్తకాన్ని అర్థరహితంగా భావించడం సహజం.

ఈ పరిశోధన పుస్తకంలో, ఆర్యసమాజిస్టులు కూడా తల నుండి కాలి వరకు క్షుణ్ణంగా కవర్ చేశారు. నా నిర్ణయాలు రెండు ముఖ్యమైన అంశాలలో అతని భావజాలానికి పూర్తి విరుద్ధంగా ఉన్నాయి. భారతీయ ఆర్య సమాజానికి చెందిన నాలుగు వర్ణాలు పురాతన కాలం నుండి ప్రబలంగా ఉన్నాయని ఆర్యసమాజిస్టులు విశ్వసిస్తున్నారు. భారతీయ ఆర్య సమాజంలో మూడు వర్ణాలు మాత్రమే ఉండేవని ఈ పుస్తకం పేర్కొంది. ఆర్యసమాజీలు నమ్మతారువేదాలు శాశ్వతమైనవి మరియు అత్యంత పవిత్రమైనవి. వేదాలలోని కొన్ని భాగాలు, ముఖ్యంగా ఆర్యసమాజికుల ప్రధాన ఆధారమైన పురుషసూక్తం కేవలం బ్రాహ్మణుల స్వార్థానికి ఉపయోగపడే ఊహ మాత్రమేనని ఈ పుస్తకంలో చెప్పబడింది. ఈ రెండు తీర్మానాలు ఆర్యసమాజిస్టుల ఆలోచనలకు అణుబాంబులుగా పనిచేస్తాయి.

ఆర్యసమాజిస్టులతో ఈ తరహా గొడవల పట్ల నాకు ఎలాంటి పశ్చాత్తాపం లేదు. వేదాలను అనాదిగా, అనాదిగా, అనంతంగా, సందేహాస్పదంగా ప్రచారం చేస్తూ, ఆర్యసమాజిస్టులు హిందూ సమాజాన్ని స్తబ్దుగా మార్చడం ద్వారా హిందూ సమాజానికి తీవ్ర హాని కలిగించారు మరియు వేదాలపై ఆధారపడిన హిందువుల సామాజిక సంస్థలను కూడా అనాదిగా, ప్రారంభం కాని, అనంతం మరియు సందేహాస్పదమైనది, కాబట్టి దానిలో ఎటువంటి మార్పు చేయడం అనవసరం. సమాజంలో ఈ రకమైన విశ్వాసం వ్యాప్తి చెందడం చాలా చెడ్డ విషయం. ఆర్యసమాజిస్టుల ఈ భావజాలం పూర్తిగా నిర్మూలించబడే వరకు, హిందూ సమాజం తనను తాను సంస్కరించుకోవాల్సిన అవసరం లేదని నేను నమ్ముతున్నాను మరియు మరేమీ కాకపోయినా, ఈ పుస్తకం ఖచ్చితంగా ఈ ప్రయోజనానికి ఉపయోగపడుతుంది.

ఈ పుస్తకం పట్ల సనాతన హిందువుల స్పందన ఎలా ఉంటుందో నేను ఊహించగలను. ఎందుకంటే నేను వారితో చాలా కాలంగా పోరాడుతున్నాను. ఎవరైనా తమ పవిత్ర గ్రంధాల సత్యాన్ని వెలికితీసినప్పుడు వినయపూర్వకంగా మరియు అహింసాత్మకంగా కనిపించే హిందువు ఎంత హింసాత్మకంగా మారతాడో చూడడానికి నాకు సమయం దొరకడం లేదు. నాకు ఈ చేదు అనుభవం మొదటిసారిగా గతేడాది మాత్రమే ఎదురైంది. నేను మద్రాసులో ఈ

విషయంపై చిరునామా ఇచ్చినప్పుడు, సంప్రదాయవాద కోపంతో ఉన్న హిందువుల నుండి నాకు ఉత్తరాల వరద వచ్చింది, ఇది హిందువుల మానసిక సమతుల్యత ఎంతగా చెదిరిపోయిందో చూపిస్తుంది. ఆ లేఖలలో నన్ను చంపేస్తానని బెదిరింపులతో సహా ప్రస్తావించలేని లేదా ప్రచురించలేని దుష్ప్రచారాల ధ్వనులు ఉన్నాయి. చివరిసారిగా నన్ను తన పెద్ద శత్రువు అంటూ బెదిరించి చల్లబడ్డాడు. ఈసారి ఏం చేస్తారో తెలియదు. ఎందుకంటే ఈ పుస్తకంలోని నాల్గవ అధ్యాయం మరియు దాని కొటేషన్‌లను చూసినప్పుడు, వారి రాజకీయ మోసం, వారి పనిలో పక్షపాతం మరియు వారి లక్ష్యంలో మోసం బయటపడినప్పుడు, వారి పాచికలు స్వర్గానికి వెళతాయి. వారి ఖండనలకు, బెదిరింపులకు నేను బలి కాను. ఎందుకంటే నాశనానికి మూలం తమ మతాన్ని రక్షించమని పిలుపునిచ్చే వారు మరియు మతాన్ని సంపాదన వ్యాపారంగా మార్చుకున్నవారే అని నాకు తెలుసు. పూర్తి స్థాయిలో స్వార్థపరులై తమ కుటిలత్వాన్ని బజారులో తమ వర్గ స్వార్థ ప్రయోజనాల కోసం పెట్టుబడిగా పెడుతున్నారు.

హిందువుల పవిత్ర గ్రంథాలు అని పిలవబడే వాటిని కూల్చివేసేందుకు గొంతు పెంచిన వ్యక్తిపై సనాతన ధర్మం గురించి పిచ్చిగా ఉన్న వ్యక్తులు దాడి చేయడంలో ఆశ్చర్యం లేదు. ఎత్తైన సీట్లలో కూర్చుని ఉన్నత విద్యావంతులుగా నటిస్తున్న హిందువులు కళ్లు మూసుకుంటారు, వారి దృఢ సంకల్పం చలించిపోయి తాము తటస్థులమని నిరూపించుకుంటారు. అప్పడ

మద్దతుగా కూడా నిలుస్తారు. హైకోర్టుల హిందూ న్యాయమూర్తులు మరియు సంస్థానాధీశుల హిందూ ప్రధానులు కూడా ఆయనకు మద్దతు ఇవ్వడానికి వెనుకాడరు. వారు మరింత ముందుకు వెళతారు. కేవలం ఎరను వెంబడించే బదులు, వారు తమను తాము వేటాడేందుకు సిద్ధంగా ఉంటారు. అత్యంత సిగ్గులేని విషయం ఏమిటంటే, తమ సామాజిక స్థితి సనాతనధర్మానికి వ్యతిరేకంగా ఉన్నవారిలో భయాన్ని కలిగిస్తుందని వారికి తెలుసు కాబట్టి వారు ఇలా చేయడం. ఆ పెద్దమనుషులు తమ శాపనార్థాలతో నా దృష్టి మరల్చలేరు అని నేను వారికి చెప్పాలనుకుంటున్నాను. కష్టాలను ఎదుర్కొన్నప్పుడు డాక్టర్ జాన్సన్ యొక్క లోతైన మరియు ఆదర్శప్రాయమైన పదాలు వారికి తెలియకపోవచ్చు. దుండగులను పట్టుకుంటామని గూండాల బెదిరింపులకు భయపడబోనని ఆ సమయంలో చెప్పాడు. ఉన్నత స్థానాల్లో ఉన్న విమర్శకుల పట్ల కఠినంగా వ్యవహరించడం ఇష్టం లేదు కానీ, మోసగాడు తప్పించుకునేలా వారి పాత్ర గూండాలా ఉంటుందని

చెప్పాలనుకుంటున్నాను. నేను వారికి రెండు విషయాలు చెప్పాలనుకుంటున్నాను. ముందుగా, ఈ మత గ్రంథాలలో ఉన్న సూత్రాలు దేశం మరియు సమాజం పతనానికి కారణమని హిందువులు తెలుసుకునేలా మత గ్రంథాల గురించిన ఈ చారిత్రక సత్యాన్ని వెల్లడించడంలో డాక్టర్ జాన్సన్ యొక్క దృఢ నిశ్చయాన్ని నేను అనుసరించాలనుకుంటున్నాను. రెండవది, ఈ తరంలోని హిందువులు నేను చెప్పిన మాటలను పట్టించుకోకపోతే, భవిష్యత్తు తరం ఖచ్చితంగా దానిని దృష్టిలో ఉంచుతుంది. సక్సెస్ విషయంలో నాకు అస్సలు నిరాశ లేదు. ఎందుకంటే కాలం అనంతం, భూమి చాలా విశాలమైనది, నా మాటను మెచ్చుకునే వాడు ఏదో ఒకరోజు పుడతాడు అని కవి భవభూతి చెప్పిన మాట వల్ల నాకు ఓదార్పు లభించింది. ఏది ఏమైనా, ఈ పుస్తకం సంప్రదాయవాదుల కోసమే.

కోసం ఒక సవాలు.ఈ పుస్తకాన్ని హిందువులలో ఒక వర్గం మాత్రమే స్వాగతించవచ్చు. వీరు సంఘ సంస్కరణ యొక్క ఆవశ్యకతను మరియు ప్రాముఖ్యతను అనుభవిస్తున్న వ్యక్తులు. అతని దృష్టిలో, ఇది పరిష్కరించడానికి చాలా సమయం పట్టే సమస్య. చాలా మంది భవిష్యత్ తరాలు దీనితో పోరాడవలసి ఉంటుంది, కానీ ఈ సమస్య యొక్క అధ్యయనాన్ని సడలించడం కకోసం ఇది ఎటువంటి సమర్థన కాదు. హిందువుల సామాజిక సంస్థ వారసత్వంగా సంక్రమించిన మతతత్వ విషం నుండి మరియు ఎవరి తరపున హిందూ రాజకీయ నాయకులు ఉష్ట్రపక్షిలా ఇసుకలో తమ మెడలు తగిలించుకున్నారో, అతను నిజాయితీపరుడైనట్లయితే, అతను నిజాయితీపరుడైన హిందూ రాజకీయ నాయకుడు కూడా ఈ సమస్యలను అంగీకరిస్తాడు. ఆమె ప్రతి మలుపులో ఈ రాజకీయ నాయకులను కార్నర్ చేస్తుంది. ఈ సమస్యలు క్షణికావేశం కాదు, మనకు శాశ్వత సమస్య అని కాకుండా అడుగడుగునా మనల్ని వెంటాడుతూనే ఉంటాయని చెప్పవచ్చు. హిందువులలో అలాంటి తరగతి ఉన్నందుకు నేను సంతోషిస్తున్నాను, అయినప్పటికీ వారు దానిని గ్రహించేవారు. అదే నా ప్రధాన లక్ష్యం మరియు నా వాదనలు వారి కోసమే.

హిందువుల పవిత్ర గ్రంథాలకు నేను ఇవ్వాల్సిన గౌరవం మరియు గౌరవం ఇవ్వనని ఎవరైనా అనవచ్చు. ఈ ఆరోపణ నిజమైతే, మీరు ఈ ప్రవర్తనకు మద్దతుగా రెండు కారణాలను ఇచ్చారు. నేను పరిస్థితులను ప్రస్తావించాలనుకుంటున్నాను. మొదటి విషయం ఏమిటంటే నా పరిశోధనలో నేను సాహిత్యమంతా అశ్లీలంగా భావించే వారి ఉత్తమ సంప్రదాయాలను అనుసరించాను - నేను ఈ పదాన్ని ఉపయోగిస్తాను

నేను జనాదరణ పొందిన భాషలో ప్రాథమిక ఆలోచనను ఉపయోగిస్తున్నాను, ఆమోదించబడిన నియమాలు మరియు సాక్ష్యాల ఆధారంగా అర్థం చేసుకోవచ్చు. కఠినతరం చేయాలి, దీని కోసం నేను పవిత్రమైన మరియు అపవిత్రమైన వాటి మధ్య తేడాను గుర్తించలేదు అదొక్కటే ప్రయోజనం. ఈ సంప్రదాయాన్ని అనుసరించడం ద్వారా నాకు పవిత్రమైనదని తెలిసింది

మత గ్రంథాల పట్ల గౌరవం లేకపోతే రచయితగా నా సమాధానం ఇతర పవిత్రమైనది గ్రంథాల పట్ల భక్తి బలవంతంగా ప్రేరేపించబడదు. అవి సామాజిక కారకాల నుండి ఉత్పన్నమవుతాయిదాని కారణంగా ఇటువంటి భావాలు స్వయంచాలకంగా ఉత్పన్నమవుతాయి మరియు ఇతర ప్రయత్నాలు కృత్రిమమైనవి. లో

బ్రాహ్మణ రచయితలకు పవిత్ర గ్రంథాల పట్ల అపారమైన విశ్వాసం మరియు గౌరవం ఉండటం సహజం. కానీ బ్రాహ్మణేతరుల హృదయంలో అటువంటి భావన ఉద్భవించడం ఈ భిన్నమైన వైఖరి యొక్క భేదంపై ఆధారపడి ఉంటుంది. ఇది సాధారణ వివరణ. ఏ బ్రాహ్మణ రచయిత అయినా ఈ పవిత్ర సాహిత్యాన్ని సులభంగా తీసుకుంటాడు మరియు అతను దాని వైపు కూడా నమస్కరిస్తాడు మరియు నిర్లిప్త వైఖరితో మాత్రమే ఉన్న వ్యక్తిపై వర్షం కురుస్తాడు. అతన్ని హేతువాద పండితుడిగా చర్చిస్తుంది. అతనికి పవిత్ర సాహిత్యం ఏమిటి?

ఉంది. ఇది కేవలం బ్రాహ్మణులచే రచించబడిన సాహిత్యం. రెండవ విషయం ఏమిటంటే, దాని లక్ష్యం కూడా బ్రాహ్మణేతరుల పాలనను స్థాపించడానికి. ఈ సాహిత్యంలోని ఔన్నత్యాన్ని బ్రాహ్మణులు ఎందుకు కప్పిపుచ్చాలి?మీరు ఆడలేదా? అదే కారణంతో బ్రాహ్మణులు దానిని ధృవీకరిస్తారు మరియు బ్రాహ్మణేతరులు దానిని తిరస్కరిస్తారు. ఈ పవిత్ర సాహిత్యం అని పిలవబడేది దురాశతో నిండిన సామాజిక తాత్వికత అనే వాస్తవాన్ని గుర్తించడం ద్వారా.

ఇది పేదరికం యొక్క చెరువు, దాని నుండి సామాజిక అణచివేత ఉద్భవించింది, కాబట్టి బ్రాహ్మణేతరులు దీనిని బ్రాహ్మణుల మాదిరిగానే వ్యతిరేకిస్తారు.ఒక వైఖరి తీసుకుంటారు. ఆ సమయంలో ఇది మనసులో ఉంచుకుంటే ఎవరికీ వింతగా అనిపించదు నేను బ్రాహ్మణేతరుడిని మాత్రమే కాదు, అంటరానివాడిని కూడా అని, అప్పుడు నాకు ఈ పవిత్ర సాహిత్యం పట్ల గౌరవం మరియు గౌరవం ఉన్నాయి. అది ఎక్కడ నుండి వస్తుంది? ఈ పవిత్ర సాహిత్యం పట్ల నాకున్న విరక్తి ఏ బ్రాహ్మణేతరులకూ కలగకపోవడం సహజం.

కంటే తక్కువ ఉండకూడదు. ప్రొఫెసర్ థోర్న్డైక్ చెప్పినట్లుగా- ఆలోచించడం మన జీవసంబంధమైన స్వభావం. కానీ మనం ఆలోచించే విధానం మన సామాజిక స్వభావం ద్వారా ప్రభావితమవుతుంది. మత గ్రంథాల పట్ల బ్రాహ్మణ, బ్రాహ్మణేతర పండితుల వైఖరిలో తేడా ఉందని నాకు తెలుసు. హిందువుల సామాజిక చరిత్ర సమస్యల అధ్యయనానికి ఇది ప్రధాన ఆధారం. మొదటి తరగతి వారు గుడ్డి భక్తితో స్తుతిస్తారు మరియు రెండవ తరగతి వారు ప్రతి అంశాన్ని ధిక్కరిస్తారు. ఇది చారిత్రక పరిశోధనలకు హానికరం.

చరిత్రతో బ్రాహ్మణ రచయితలు చేసిన అల్లరి, కుట్ర సహజం. ఈ సాహిత్యం యొక్క స్వచ్ఛతను కాపాడుకోవడంలో అతనికి ద్వంద్వ వ్యూహం ఉంది. అన్నింటిలో మొదటిది, వారి పూర్వీకులు వ్రాసిన వాటిని సమర్థించడం వారి పుత్ర కర్తవ్యం, దాని కోసం వారు సత్యాన్ని గొంతు నొక్కడానికి తాడును గట్టిగా పట్టుకున్నారు. రెండవ విషయం ఏమిటంటే ఇది బ్రాహ్మణులకు హాని చేస్తుంది

ఆధిక్యతను కాపాడుకోవడం వారి పరమ కర్తవ్యం. సింహాసనం కదలకపోవచ్చు. అతను హల్వా మందా పొందడం కొనసాగించడానికి ఆ వ్యవస్థను కొనసాగించాలనుకుంటున్నాడు. ఈ సంప్రదాయం యొక్క మూలకర్త తన పూర్వీకులను కూడా సమర్థించాలనుకుంటాడు, అందుకే అతను నిశ్శబ్దంగా వారిని నిర్దోషులుగా నిరూపించడానికి ప్రయత్నిస్తున్నాడు. ఈ విషయం బ్రాహ్మణుల మనసులో బాగా పాతుకుపోయింది. ఇది అతనికి సత్యాన్ని కనుగొనకుండా మరియు ఆ సత్యాన్ని ప్రచారం చేయకుండా నిరోధిస్తుంది. అందువల్ల తేదీలను నిర్ణయించడం మరియు కుటుంబ వృక్షాలను సిద్ధం చేయడం మినహా చారిత్రక పరిశోధనలో బ్రాహ్మణులు చాలా తక్కువ కృషి చేశారని కనుగొనబడింది. బ్రాహ్మణేతర పండితుల ముందు అలాంటి పరిమితి లేదు, అందుకే వారు సరైన పరిశోధన చేయడానికి తమ వంతు ప్రయత్నం చేస్తున్నారు. రెండు వర్గాల పండితుల మధ్య ఈ వ్యత్యాసం ఊహించని విషయం కాదు ఈ పుస్తకంలో శూద్రులపై జరిగిన కుట్రలోని నిజస్వరూపం బయటపడింది. ఏ బ్రాహ్మణ పండితుడు దానిని ప్రదర్శించే ధైర్యం చేయలేదు.

బ్రాహ్మణేతర పండితులు బ్రాహ్మణ పండితులకు భిన్నమైన మనస్తత్వం కలిగి ఉన్నారనేది కూడా నిజం, వారు మొత్తం సాహిత్యాన్ని పౌరాణిక మరియు ఊహాత్మకం అని పిలిచే స్థాయికి వెళ్లి, దానిలో సీరియస్‌నెస్ లేదని, అందుకే దానిని చెత్తబుట్టలో వేయాలి. చరిత్రకారుడికి అలాంటి భావాలు ఉండకూడదు. ఒక

ప్రకటన ఉంది - చరిత్రకారుడు ఖచ్చితమైనవాడు, నిజాయితీపరుడు, నిష్పక్షపాతం, ద్వేషం లేనివాడు, ఆసక్తి, భయం, కోపం మరియు పక్షపాతం లేనివాడు, సత్యవంతుడు, ఇది చరిత్రకు మూలం, అతను ఆ గొప్ప సంఘటనలకు సంరక్షకుడు, శత్రువు. నిర్లక్ష్యం, గతం యొక్క సాక్షి మరియు ఒకరు దూరదృష్టితో ఉండాలి. సంక్షిప్తంగా, అతను ఓపెన్ మైండెడ్, కానీ ఖాళీ మనస్సు కలిగి ఉండకూడదు మరియు ప్రతి సాక్ష్యం మిశ్రమంగా ఉన్నప్పటికీ జాగ్రత్తగా పరిశీలించాలి. బ్రాహ్మణేతర చరిత్రకారులకు ఈ పాత్రను పోషించడం కష్టంగా అనిపించవచ్చు. వారు సత్యాన్వేషణలో బ్రాహ్మణేతర రాజకీయాలను చేర్చగలరు లేదా ప్రాచీన సాహిత్యాన్ని భ్రమగా మార్చగలరు. ఇది న్యాయం కాదు. ఈ పరిశోధనలో పక్షపాతం లేకుండా నన్ను నేను కాపాడుకున్నానని ఖచ్చితంగా చెప్పగలను. శూద్రుల గురించి రాస్తున్నప్పుడు శూద్ర చరిత్ర తప్ప మరేమీ పట్టించుకోలేదు. శూద్రుల రాజకీయ ఉద్యమం కూడా ఈ దేశంలో బ్రాహ్మణేతర ఉద్యమం నడుస్తోందని నాకు బాగా తెలుసు. దానితో నా అనుబంధం కూడా అందరికీ తెలిసిందే, అయితే ఈ పుస్తకానికి నేను బ్రాహ్మణేతర రాజకీయాల రూపం ఇవ్వలేదని పాఠకులకు తెలుస్తుందన్న నమ్మకం ఉంది.

ఈ అంశం యొక్క ప్రదర్శనలో నేను చాలా తప్పులు చేసి ఉండవచ్చని నేను భయపడుతున్నాను. పుస్తకం చాలా కొటేషన్లతో నిండి ఉంది, వాటిలో చాలా పొడవుగా ఉన్నాయి. ఈ పుస్తకం కళాఖండం కాదు. చదివేటప్పుడు పాఠకులు విసుగు చెందే అవకాశం ఉంది. అయితే ఈ తప్పు నా ఒక్కడిది కాదు. ఇది నా చేతిలో ఉంటే, వాటిని క్రమబద్ధీకరించడానికి నేను చాలా పని చేస్తాను, కానీ ఈ పుస్తకం సాధారణ మరియు అమాయక శూద్రుల కోసం వ్రాయబడింది, వారు ఈ స్థితికి ఎలా వచ్చారు మరియు వారు ఎవరు? ఈ పుస్తకం ఎంత నీట్‌గా రాశారో వారికి తెలియదా? ఈ కష్టానికి పూర్తి ఫలాలు అందుతాయని వారి నుంచి నిరీక్షణ

పెంచండి- ఎంత సాధ్యమైతే అంత మంచిది. నేను మాన్యుస్క్రిప్ట్‌ని చూపించిన ప్రతి ఒక్కరూ కొటేషన్‌లను ఉంచడానికి అనుకూలంగా ఉన్నారు. వాస్తవానికి, అతని అంచనాలు చాలా ఎక్కువగా ఉన్నాయి, అతను పుస్తకంలోని కొటేషన్ల యొక్క ఆంగ్ల అనువాదాలను అలాగే అనుబంధంలోని అసలు సంస్కృత కొటేషన్లను కోరాడు. ఈ మెటీరియల్ ప్రస్తుతం అందుబాటులో లేనందున నేను అతని అభ్యర్థనను మరచిపోవలసి వచ్చింది. ఈ అపఖ్యాతి పాలైన చాతుర్వర్ణ్యాన్ని శూద్రుల భుజాలపై తుపాకీ పెట్టడం ద్వారా మాత్రమే సజీవంగా ఉంచగలమని

గుర్తుంచుకోవాలి, ఇది వారి అణచివేతకు ఆధారమైనప్పటికీ, దానిని నాశనం చేయగలది శూద్రులదే. అందువల్ల శూద్రులకు అవగాహన కల్పించి, ఈ పవిత్ర కార్యం బాధ్యతను వారికి అప్పగించడం అవసరమని నేను భావించినట్లు సులభంగా అర్థం చేసుకోవచ్చు. అందువల్ల, ఉల్లేఖనాల సమృద్ధిని వదిలించుకోవటం లేదా వాటిని తగ్గించడం సరైనదని నేను భావించలేదు.

నేను ముగ్గురు వ్యక్తులకు నా కృతజ్ఞతలు తెలియజేయాలనుకుంటున్నాను. అన్నింటిలో మొదటిది, మహాభారతంలోని శాంతి పర్వంలో అరవై ఆరవ అధ్యాయం రచయితలు, అది వ్యాసుడు, వైశంపాయనుడు, సూత, లోమహర్షన్ లేదా భృగువు కావచ్చు. అయితే ఎవరేమనుకున్నా పైజావాన్ గురించి పూర్తి వివరణ ఇచ్చి గొప్ప సేవ చేసాడు. పైజవాన్ శూద్రుడు అని అతను చెప్పకపోతే శూద్ర వంశాన్ని కనుగొనడం పూర్తిగా అసాధ్యం. భవిష్యత్ తరాలకు ఇంత ముఖ్యమైన సమాచారాన్ని భద్రపరిచినందుకు రచయితకు నా కృతజ్ఞతలు తెలియజేస్తున్నాను. ఇది జరగకపోతే, ఈ పుస్తకం వ్రాయబడి ఉండేది కాదు. బొంబాయిలోని ఇస్మాయిల్ కాలేజ్ ప్రొఫెసర్ కాంగ్లేకి మరలా నేను కృతజ్ఞుడను. పుస్తకంలో పేర్కొన్న సంస్కృత శ్లోకాల అనువాదాన్ని పరిశీలించి నాకు ఉపకారం చేశారు. నేను సంస్కృత విద్యార్థిని కానందున, నేను సంస్కృత విషయాలతో డర్టీ స్కామ్ చేయలేదని నాకు నమ్మకం ఉంది. కానీ నా విమర్శకులు కనుగొన్న తప్పులకు నేను వారిని నిందిస్తానని దీని అర్థం కాదు. ఇండెక్స్‌ను తయారు చేసిన బొంబాయిలోని సిద్ధార్థ కళాశాల ప్రొఫెసర్ మనోహర్ చిట్నీస్‌కి కూడా ధన్యవాదాలు.

ఈ పుస్తకంలోని అనుబంధాలు 2, 3 మరియు 4లో ఉన్న మిస్టర్ మాడిసన్ గ్రాంట్ యొక్క 'పాసింగ్ ఆఫ్ ది గ్రేట్ రేస్'లో మూడింటిని పునర్ముద్రించడానికి అనుమతించినందుకు, న్యూయార్క్‌కు చెందిన నా ప్రచురణకర్తలు, మెసర్స్. చార్లెస్ స్క్రైబ్నర్స్ సన్స్ పబ్లిషర్స్‌కి కూడా నేను రుణపడి ఉన్నాను. .

అక్టోబర్ 10, 1946

రాజ్‌గృహ దాదర్, బొంబాయి - 14

బి. ఆర్. అంబేద్కర్

విషయ జాబితా

1.

శూద్రుల రహస్య సమస్య

భారతీయ ఆర్య సమాజంలో శూద్రుడు నాల్గవ వర్ణం అని అందరికీ తెలుసు, అయితే శూద్రులు ఎవరో మరియు వారు నాల్గవ వర్ణం ఎలా అయ్యారో తెలుసుకోవడానికి కొంతమంది మాత్రమే ప్రయత్నించారు. అటువంటి కీలకమైన ఉత్సుకత అపరిమితంగా ఉంటుంది. కాబట్టి, శూద్రుడు నాల్గవ వర్ణంలోకి ఎలా వచ్చాడో తెలుసుకోవడం చాలా ముఖ్యం? ఇది సమాజం క్రమంగా అభివృద్ధి చెందడం వల్ల జరిగిందా లేక భ్రమణం వల్ల నాలుగో వర్ణంలోకి వచ్చారా?

శూద్రులు ఎవరు మరియు వారు నాల్గవ వర్ణంలోకి ఎలా వచ్చారో తెలుసుకోవాలంటే, మనం మొదట భారతీయ ఆర్య సమాజం యొక్క చాతుర్వర్ణ్య వ్యవస్థ యొక్క మూలాన్ని తెలుసుకోవాలి. ఋగ్వేదంలోని 10వ మండలం పురుష అని పిలువబడే 19వ మంత్రం నుండి చాతుర్వర్ణ్య వ్యవస్థ అధ్యయనం ప్రారంభం కావాలి. ఈ మంత్రంలో ఇలా చెప్పబడింది:-

ముందుగా వేదాల ఆలోచనలను చూద్దాం:-

1) మనిషికి వేయి తలలు, వేయి కళ్ళు, వేయి పాదాలు ఉంటాయి. అతను ప్రతిచోటా పరిపూర్ణుడు. అతను విస్తృత మరియు పది వేళ్ల వ్యాసార్థంలో మొత్తం విశ్వాన్ని చుట్టుముట్టాడు. ఫిర్యాదు యొక్క
2) పురుషుడే మొత్తం (విశ్వం) వర్తమానం మరియు భవిష్యత్తు రెండూ. అది అమరత్వం. ఇది విత్తనాలు (ధాన్యాలు) నుండి విస్తరిస్తుంది.
3) అతని గొప్పతనం అలాంటిది మరియు మనిషి దీని కంటే మెరుగైనవాడు. మొత్తం సృష్టి దానిలో నాల్గవ వంతు మరియు దాని నశించని భాగం యొక్క మూడు వంతులు అంతరిక్షంలో ఉన్నాయి.
4) మనిషి తన సారాంశంలో మూడు వంతులతో పైకి లేచాడు మరియు అతని సారాంశంలో నాల్గవ వంతు ఇక్కడ తిరిగి ఉద్భవించాడు, ఆపై అతను ప్రతిచోటా కలిసిపోయాడు - ఆ తినదగిన మరియు తినదగిన అన్ని విషయాలలో

5) అతని నుండి విరాజ్ వచ్చింది మరియు విరాజ్ నుండి ఒక మనిషి జన్మించిన వెంటనే, అతను ముందు మరియు వెనుక ఉన్న మొత్తం భూమిని కప్పాడు.
6) దేవతలు నరబలితో యాగం చేసినప్పుడు వసంతకాలం నెయ్యిగా, వేసవికాలం ఇంధనంగా, శరదృతువు సమిధగా మారింది.
7) వారు మొదట పుట్టిన మగవాడిని బలి అర్పించారు. దేవతలు, ఋషులు, ఋషులు ఆయనకు యాగం చేశారు.
8) ఆ సార్వత్రిక త్యాగం నుండి పెరుగు మరియు నెయ్యి అందుబాటులో ఉన్నాయి. దీని నుండి పక్షులు మరియు జంతువులు, అడవి మరియు పెంపుడు జంతువులు జన్మించాయి.
9) ఆ ప్రపంచవ్యాప్త యాగం నుండి ఋగ్వేదం మరియు సామవేదం యొక్క శ్లోకాలు ఉద్భవించాయి మరియు యజుర్వేద మంత్రాలు ఉద్భవించాయి.
10) అతని నుండి గుర్రాలు వచ్చాయి మరియు అతని నుండి రెండు దవడలు ఉన్న జంతువులన్నీ వచ్చాయి, అతని నుండి ఆవులు వచ్చాయి మరియు అతని నుండి గొర్రెలు మరియు మేకలు కూడా వచ్చాయి.
11) దేవతలు మనిషిని ఎన్ని భాగాలుగా విభజించారు? అతని ముఖం ఏమిటి, అతని చేతులు ఏమిటి, అతని తొడలు ఏమిటి మరియు అతని పాదాలు ఏమిటి?
12) అతని నోటి నుండి బ్రాహ్మణులు, అతని బాహువుల నుండి రాజన్యులు, అతని తొడల నుండి వైశ్యులు మరియు అతని పాదాల నుండి శూద్రులు జన్మించారు.
13) అతని ఆత్మ (మనస్సు నుండి చంద్రుడు), అతని కళ్ళ నుండి సూర్యుడు, అతని నోటి నుండి ఇంద్రుడు మరియు అగ్ని మరియు అతని శ్వాస నుండి గాలి జన్మించారు.
14) అతని నాభి నుండి గాలి, అతని తల నుండి ఆకాశం, అతని పాదాల నుండి భూమి మరియు అతని చెవుల నుండి నాలుగు దిక్కులు వెలువడ్డాయి. ఈ విధంగా దేవతలు ఈ విశ్వాన్ని సృష్టించారు.
15) దేవతలు, ఒక యాగం చేస్తున్నప్పుడు, యాగానికి బలిగా ఒక మనిషిని కట్టివేసినప్పుడు, బలిపీఠం చుట్టూ ఏడు కర్రలు కట్టి, ఏడు కర్రల అగ్నిని మూడుసార్లు వెలిగించారు.
16) ఈ విధంగా దేవతలు యాగంలో అర్పించారు. ఇది మొదటి కర్మ. ఈ శక్తులు ఆకాశాన్ని అడిగాయి, ముందుగా సద్య దేవ్ ఎక్కడ?

పురుష సూక్తం అనేది ప్రపంచం యొక్క ఆవిర్భావానికి సంబంధించిన ఆగమ సిద్ధాంతం. మరో మాటలో చెప్పాలంటే ఇది ప్రపంచం యొక్క మూలం యొక్క గ్రంథం. ఏదైనా అభివృద్ధి చెందిన నాగరిక దేశంలో, ప్రపంచం యొక్క మూలాన్ని ఏదో ఒక విధంగా వర్ణించవచ్చు.ఖచ్చితంగా పొందండి. ప్రపంచం ఆవిర్భావం గురించిన ఈజిప్టు గ్రంథాలు దాదాపు పురుష సూక్తాన్ని పోలి ఉంటాయి.అతని ప్రకారం, కుమ్మరి తన చక్రంపై కుండను తిప్పినట్లుగా దేవుడు సృష్టికర్త ఖనుము ప్రపంచాన్ని సృష్టించాడు.

చేస్తుంది. ప్రపంచాన్ని మరియు ఉనికిలో ఉన్న ప్రతిదాన్ని సృష్టించింది. అతను తండ్రులకు తండ్రి మరియు తల్లులకు తల్లి. అతను మానవులను మరియు దేవతలను సృష్టించాడు. అతను స్వర్గం, భూమి, పాతాళం, నీరు, పర్వతాల సృష్టికర్త

అతను అన్ని పక్షులు, చేపలు, అడవి జంతువులు మరియు ఇతర కీటకాలను మగ మరియు ఆడ రూపంలో సృష్టించాడు.ప్రపంచ సృష్టికి సంబంధించిన దాదాపు ఇదే సిద్ధాంతం బైబిల్ మొదటి అధ్యాయంలో ప్రస్తావించబడింది.

ప్రపంచం యొక్క ఆవిర్భావం యొక్క విషయం కేవలం విద్యా ఆసక్తి నేపథ్యంలో విద్యార్థుల ఉత్సుకతను సంతృప్తిపరచడం మరియు పిల్లలకు వినోద సాధనంగా మారడం కంటే మరేమీ కాదు. ఇది పురుష సూక్తానికి వర్తించదు కానీ దానిలోని కొన్ని భాగాలకు ఖచ్చితంగా వర్తిస్తుంది. అందుకే పురుష సూక్త మంత్రాలన్నీ సమానంగా ముఖ్యమైనవి కావు లేదా వాటికి సమానమైన ప్రాముఖ్యత లేదు. మంత్రాలు 11 మరియు 12 ఒకే వర్గానికి చెందినవి మరియు మిగిలిన మంత్రాలు మరొక వర్గానికి చెందినవి. మంత్రాలు 11 మరియు 12 తప్ప, మిగిలిన మంత్రాలు శాస్త్రీయ ప్రాముఖ్యత కలిగినవిగా పరిగణించబడతాయి. ఆయనను ఎవరూ నమ్మరు, హిందువులు గుర్తుపెట్టుకోరు. కానీ మంత్రాలు 11 మరియు 12 విషయంలో ఇది కాదు. ఈ మంత్రాలు చాతుర్వర్ణ్యుడు అంటే బ్రాహ్మణుడు లేదా పూజారి, క్షత్రియుడు లేదా సైనికుడు, వైశ్యుడు లేదా వ్యాపారి మరియు శూద్రుడు లేదా నీచుడు సృష్టికర్త యొక్క శరీరం నుండి ఎలా ఉద్భవించాడో తప్ప మరేమీ చెప్పలేదు విశ్వం నాకే అర్థం కాలేదు. వాటిని భారతీయ సమాజం కేవలం సృజనాత్మక వ్యక్తి యొక్క సహజమైన కవిత్వ కల్పనగా పరిగణించిందని అంగీకరించడం ఘోరమైన తప్పు. పురుష సూక్తంలో వివరించబడిన చాతుర్వర్ణ్య వ్యవస్థను సామాజిక నిర్మాణంగా పరిగణించాలని సృష్టికర్త నుండి వచ్చిన సూచనలుగా అవి పరిగణించబడతాయి. ఇది మనిషి యొక్క ప్రకటన. ఈ మంత్రాల

భాష సరికాదు. కానీ సంప్రదాయం ప్రకారం మంత్రాలను ఇలా అన్వయించడం నిజం. ఇప్పటికీ, సాంప్రదాయ మంత్ర కూర్పు పురుష సూక్త సృష్టికర్త యొక్క ఉద్దేశ్యానికి అనుగుణంగా లేదని చెప్పడం కష్టం. పురుష సూక్త మంత్రాలు 11 మరియు 12 కేవలం ప్రపంచం యొక్క ఆవిర్భావానికి సంబంధించిన వివరణ మాత్రమే కాదు. అవి సమాజంలోని ప్రత్యేక రాజ్యాంగం (చాతుర్వర్ణ్య వ్యవస్థ) యొక్క దైవిక క్రమం.

పురుష సూక్తం నిర్దేశించిన సమాజ నిర్మాణాన్ని చాతుర్వర్ణ్య వ్యవస్థ అంటారు. ఒక దైవిక ఆజ్ఞగా, అది భారతీయ ఆర్య సమాజానికి ఆదర్శంగా మారింది. చాతుర్వర్ణ్య వ్యవస్థ యొక్క ఈ ఆదర్శం భారతీయ ఆర్యన్ సంఘం యొక్క ప్రారంభ సమాజం యొక్క అచ్చులో రూపొందించబడింది, దీనిలో భారతీయ ఆర్యన్ సంఘం యొక్క ప్రత్యేకమైన మరియు ప్రత్యేక రూపం ఏర్పడింది.

భారతీయ ఆర్యసమాజం నెలకొల్పిన శిరోధార్య చాతుర్వర్ణ్య ఆదర్శ వ్యవస్థ వారికి నిస్సందేహంగా ఉండటమే కాకుండా వర్ణనాతీతం కూడా. ఇది భారతీయ ఆర్య సమాజంపై లోతైన మరియు తిరుగులేని ప్రభావాన్ని చూపింది. పురుష సూక్తం ప్రతిపాదించిన సామాజిక వ్యవస్థపై బుద్ధుడు తప్ప మరెవరూ ప్రశ్నలు కూడా లేవనెత్తలేదు. మార్గం ద్వారా, బుద్ధ భగవానుడు కూడా ఆ వ్యవస్థను కదిలించలేకపోయాడు ఎందుకంటే బుద్ధుని కాలంలో మరియు బౌద్ధమతం క్షీణించిన తరువాత, చాలా మంది స్మృతి రచయితలు పురుష సూక్త సూత్రాలను రక్షించడమే కాకుండా దానిని స్థాపించారు.

టాక్స్ పబ్లిసిటీ కూడా చేసింది.

పురుష సూక్తానికి మద్దతుగా ఈ రకమైన ఉదాహరణ ఆపస్తంబ ధర్మ సూత్రం మరియు వశిష్ఠ ధర్మ సూత్రంలో కనుగొనబడింది. ఇది ఆపస్తంబ ధర్మ సూత్రంలో చెప్పబడింది

నాలుగు కులాలు ఉన్నాయి-

బ్రాహ్మణ, క్షత్రియ, వైశ్య మరియు శూద్ర.

ఈ నలుగురిలో, ప్రతి మొదటి కులం వరుసగా మిగతా అన్ని కులాల కంటే గొప్పది.

శూద్రులు మరియు నీచ ఉద్యోగాలు చేసేవారు తప్ప అందరూ (1) ఉపనయనం (2) వేదాలను అధ్యయనం చేయాలి.మరియు (3) యజ్ఞం (త్యాగం) చేసే హక్కు లేదా పవిత్రమైన థ్రెడ్ యజ్ఞోపవీత (జానేయు) ధరించడం.

22

వశిష్ఠ ధర్మ సూత్రంలో దీనిని పునరుద్ఘాటిస్తూ ఇలా చెప్పబడింది:-

బ్రాహ్మణ, క్షత్రియ, వైశ్య మరియు శూద్ర అనే నాలుగు కులాలు (వర్ణాలు). బ్రాహ్మణ, క్షత్రియ మరియు వైశ్య, ఈ మూడు కులాలు ద్విజ అంటే రెండుసార్లు జన్మించారు. అతని మొదటి జన్మ తల్లి యోని నుండి జరుగుతుంది మరియు రెండవది ఉపనయనం అంటే యాగ్యోపవిత్ ధరించడం ద్వారా జరుగుతుంది. ఈ రెండవ జన్మలో సావిత్రిని తల్లిగా, గురువును తండ్రిగా భావిస్తారు.

గురువు (గురువు) వేదాలను బోధిస్తారు, అందుకే ఆయనను తండ్రి అంటారు. నాలుగు కులాలు పుట్టుకతో మరియు సంస్కృతి ద్వారా భిన్నంగా ఉంటాయి.

వేదంలో ఒక వాక్యం కూడా ఉంది: - "బ్రాహ్మణులు నోటి నుండి, క్షత్రియులు చేతుల నుండి, వైశ్యులు తొడల నుండి మరియు శూద్రులు పాదాల నుండి జన్మించారు." ఈ వాక్యంలో "శూద్రుడు యజ్ఞోపవీత సంస్కార హక్కులు పొందడు" అని ప్రకటించబడింది. అనేక ఇతర గ్రంధాల రచయితలు పురుష సూక్తాన్ని పఠించడం కొనసాగించారు మరియు చాతుర్వర్ణ్య వ్యవస్థను వ్యతిరేకించిన పండితులు మనువు ద్వారా శాశ్వతంగా అణచివేయబడ్డారు, అతను మొదటగా దైవిక ఆజ్ఞ రూపంలో పురుష సూక్తాన్ని ప్రతిపాదించాడు ప్రపంచ శ్రేయస్సు, భగవంతుడు బ్రాహ్మణుడికి తన నోటి ద్వారా, క్షత్రియుడికి అతని తొడల ద్వారా శక్తిని ఇచ్చాడు మరియు ఈ విధంగా బ్రాహ్మణుడు, క్షత్రియుడు మరియు వైశ్యుడు ద్విజ వర్ణాలు అంటే రెండుసార్లు జన్మించాడు మరియు శూద్రుడు జన్మించాడు. ఒక్కసారి మాత్రమే.ఈ విధంగా మను తన పూర్వీకుల రచయితలను అనుసరించాడు. ఇది మాత్రమే కాదు, అతను మరొక ఏర్పాటును ఇచ్చాడు మరియు ఇలా అన్నాడు: - వేదాలు మాత్రమే మతానికి ఆధారం.

పురుష సూక్తం వేదంలో ఒక భాగమని గుర్తుంచుకోండి, మనువు పురుషసూక్తంలో ప్రతిపాదించిన చాతుర్వర్ణ్య సామాజిక ఆదర్శాన్ని గతంలో లేని దైవిక క్రమం మరియు చట్టం మరియు అస్పష్టతలో చేర్చాడని గ్రహించడం కష్టం కాదు

II

పురుష సూక్తం యొక్క విమర్శనాత్మక విశ్లేషణ చాలా ముఖ్యమైనది. హిందువులందరూ పురుష సూక్తం విశిష్టమైనదని నమ్ముతారు. నిస్సందేహంగా ఈ దావా చాలా అతిశయోక్తి చేయబడింది. మానవ మెదడు అభివృద్ధి యొక్క ఆదిమ

దశలో ఉన్న సమయంలో మరియు ఆధునిక యుగంలో వలె పరిణామాలను పరిగణించే సామర్థ్యం లేని సమయంలో ఇది ఇక్కడ జరిగి ఉండవచ్చు. కానీ పురుష సూక్తాన్ని ఎందుకు ప్రత్యేకంగా పిలుస్తారో అర్థం చేసుకుంటే ఈ వాదనను సులభంగా ఆమోదించవచ్చు.

పురుష సూక్తాన్ని విశిష్టంగా పరిగణించడానికి ప్రధాన ఆధారం సామాజిక సంస్థ యొక్క ఆదర్శం అంటే చాతుర్వర్ణ్య ఆదర్శం సాటిలేనిది. పురుష సూక్తాన్ని విశిష్టమైనదిగా పరిగణించేందుకు ఇది సరిపోతుందా? వర్గ రహిత సమాజాన్ని సృష్టించే చట్టం ఉన్నట్లయితే, ఖచ్చితంగా పురుష సూక్తం విశిష్టమైనదిగా పరిగణించబడేది. పురుష సూక్తంలో ఏముంది? ఇది కుల ఆధారిత సమాజాన్ని ప్రబోధిస్తుంది. ఇది ప్రత్యేకమైనదిగా పరిగణించబడుతుందా? జాతీయవాది, దేశభక్తుడు మాత్రమే దీనికి ఆమోదయోగ్యమైన సమాధానం చెప్పగలడు.

కుల వ్యవస్థ ఉనికి ప్రతి సమాజానికి సంబంధించినది మరియు ఇది ఆదిమ కాలం నాటి అవసరం. సాపేక్షంగా ఆధునిక సమాజం ఉన్న చోట కూడా ఈ పరిస్థితి ప్రపంచవ్యాప్తంగా ఉంది. ఈ దృక్కోణం నుండి, భారతీయ ఆర్యసమాజ్‌లో ఉన్న తరగతిని అంగీకరించడం తప్ప మరేమీ కానప్పుడు పురుష సూక్తలో ప్రత్యేకత లేదా కొత్తదనం ఏమిటి.అయినప్పటికీ, పురుష సూక్త ఇతర కారణాల వల్ల సాటిలేనిదిగా పరిగణించబడుతుంది. దురదృష్టకరమైన విషయం ఏమిటంటే, సాధారణంగా చాలా మందికి దీని ప్రత్యేకత యొక్క అసలు కారణం తెలియదు. అయితే దీని విశిష్టత వెనుక ఉన్న అసలు కారణం తెలిసినప్పుడు, పురుష సూక్తంలోని విచిత్రం మరియు విశిష్టత మానవాళికి మరియు మానవాళికి పెద్ద ముప్పు అని ప్రజలు గుర్తించడానికి వెనుకాడరు.

పురుష సూక్త సాంఘిక ఆదర్శం యొక్క విశిష్టతకు నిదర్శనం అయిన లక్షణాలు ఏమిటి? కుల వ్యవస్థ అస్తిత్వం అనేది ప్రతి సమాజానికి ఆవశ్యకమైన స్థితి అయినప్పటికీ, ఏ సమాజం కూడా సమాజం యొక్క రాజ్యాంగంగా దాని వాస్తవ రూపాన్ని మార్చుకోలేదు. కుల వివక్షను సమాజానికి ఆదర్శంగా వర్ణించిన ఏకైక ఉదాహరణ పురుష సూక్త. ఇది పురుష సూక్తలో ప్రతిపాదించబడిన మొదటి ప్రత్యేక పథకం. రెండవది, సమాజం యొక్క ఆదర్శం యొక్క ఆచరణాత్మక వివక్షకు ఏ సంఘం చట్టపరమైన రూపం ఇవ్వలేదు. గ్రీస్ ఉదాహరణ మన ముందు ఉంది. ప్లేటో వంటి గొప్ప పండితులు కుల వ్యవస్థను ఆదర్శవంతమైన సామాజిక నిర్మాణంగా భావించారు. కానీ అక్కడి ప్రజలు కుల వ్యవస్థను నిజమైన చట్టపరమైన సామాజిక

నిర్మాణంగా పరిగణించలేదు. కుల వ్యవస్థకు చట్టబద్ధమైన రూపాన్ని ఇవ్వడం ద్వారా దానిని సహజంగా పరిగణించడం ద్వారా దానిని వాస్తవికంగా మార్చడానికి ప్రయత్నించిన ఏకైక ఉదాహరణ పురుష సూక్త.

మూడవది, ఏ సమాజమూ వర్ణ వ్యవస్థను ఒక సామాజిక చట్టంగా కానీ సహజమైనదిగా కానీ అంగీకరించలేదు.ఇది అభివృద్ధిగా మాత్రమే పరిగణించబడుతుంది. ఇది కాకుండా, పురుష సూక్తం కుల వివక్షను సామాజిక మరియు సహజ చట్టంగా పరిగణించడమే కాకుండా దానిని పవిత్రమైన మరియు దైవిక క్రమం అని పిలవడం ద్వారా స్థాపించబడింది. నాల్గవది, ఏ సమాజంలోనైనా వ్యక్తుల సంఖ్య స్థిరంగా ఉండలేదనడానికి చరిత్ర సాక్షి. రోమ్ రెండు తరగతులుగా విభజించబడింది. ఈజిప్టులో మూడు పబ్లిక్ కేటగిరీలు ఉన్నాయి. ఇండో-ఇరానియన్లు కూడా మూడు కులాలు (1) అథర్వులు (పూజారులు), (2) రథేస్టార్ (సైనికులు), మరియు (3) వస్త్రా ఫస్యుత్ (రైతులు) కు తగ్గించబడ్డారు. కానీ పురుష సూక్త సమాజాన్ని నాలుగు సంవత్సరాలుగా విభజించింది, అది తగ్గదు మరియు పెరగదు. ఐదవది, ప్రతి సమాజంలో ఒక వర్గం వ్యక్తులు సమయం, ప్రదేశం మరియు పరిస్థితిని బట్టి దాని ప్రాముఖ్యత ఆధారంగా దాని స్థానాన్ని ఏర్పరుచుకుంటారు. ఏ సమాజమూ ఎటువంటి మార్పులేని ప్రమాణాలను నిర్దేశించలేదు మరియు ఆధిక్యత మరియు అల్పత్వపు సరిహద్దులను నిర్దేశించలేదు. కానీ పురుష సూక్తం ఈ విషయంలో చాలా ప్రత్యేకమైనది, ఎందుకంటే ఇది అధిక మరియు తక్కువ అనే ప్రాతిపదికన ఎప్పటికీ ఒకే చోట వివిధ వర్గాల ప్రజలను స్థిరపరచింది. అసమానత సూత్రంపై ఆధారపడిన చాతుర్వర్ణ్య వ్యవస్థలో బ్రాహ్మణ స్థానమే ప్రధానం. క్షత్రియుడు బ్రాహ్మణునికి దిగువన ఉన్నాడు కాని వైశ్య మరియు శూద్రుని కంటే పైన ఉన్నాడు. వైశ్యుడు శూద్రుని పైన, బ్రాహ్మణ మరియు క్షత్రియుడి క్రింద ఉన్నాడు. శూద్రుడు అట్టడుగున ఉన్నాడు.

III

ఈ వాస్తవ కారణాల వల్ల పురుష సూక్తం ప్రత్యేకమైనది. కానీ పురుష సూక్తం అపూర్వమైనది మాత్రమే కాదు, అసాధారణమైనది కూడా ఎందుకంటే ఇది లోతైన రహస్యాలతో నిండి ఉంది. విశిష్టత, విశిష్టత గురించిన జ్ఞానం కొందరికే ఉంటుంది. కానీ తెలుసుకోవడానికి ప్రయత్నించినప్పుడు, ఈ రహస్యమైన పజిల్స్ యొక్క వాస్తవ స్వభావం మరియు భ్రాంతి బహిర్గతమవుతుంది. పురుష సూక్తంలో ప్రతిపాదించబడిన ప్రపంచం యొక్క మూల సిద్ధాంతం ఋగ్వేదంలో కూడా ఉంది.

ప్రపంచ ఆవిర్భావం ఋగ్వేదంలోని పదవ అధ్యాయంలోని 72వ మంత్రంలో ఈ క్రింది విధంగా వివరించబడింది.

1. రండి, దేవతల మూలాన్ని బిగ్గరగా స్తుతిద్దాం. భక్తులను స్తుతిస్తూ వారితో ప్రసన్నుడవుతాడు.
2. బృహస్పతి తన ఊపిరితో దేవతలను కమ్మరి ఘోషలాగా పెంచాడు. దేవతల మొదటి యుగంలో, విశ్వం శూన్యం నుండి సృష్టించబడింది.
3. దేవతల మొదటి యుగంలో, సృష్టి శూన్యం నుండి వచ్చింది. దీని తరువాత హోరిజోన్ పుట్టింది మరియు పైకి పెరుగుతున్న చెట్లు పుట్టాయి.
4. పైకి పెరుగుతున్న చెట్ల నుండి భూమి పుట్టింది, భూమి నుండి దిక్కులు పుట్టాయి. సమర్థవంతమైన అదితికి జన్మించింది మరియు అదితి దక్షుడికి జన్మించింది. 5. ఓ దక్షా, అప్పుడు నీ కూతురు అదితి పుట్టింది. దీని తరువాత, పూజనీయమైనది మరియు నాశనం చేయలేనిది దేవతలు పుట్టారు.
5. దేవతలకు ప్రభువా, నీవు చక్కగా అమర్చబడిన గదిలో నివసించినప్పుడు, నీవు నాట్యం చేస్తున్నట్లుగా నీ శరీరం నుండి ధూళి ఎగిరింది.
6. దేవతలారా, మీరు ప్రపంచాన్ని మేఘాల వలె కప్పినప్పుడు, మీరు సముద్ర గర్భం నుండి సూర్యుడిని సృష్టించారు.
7. అదితి శరీరం నుండి ఎనిమిది మంది కుమారులు జన్మించారు. అతను తన ఏడుగురు కుమారులతో పాటు దేవతలకు సమర్పించాడు మరియు మార్తాండ (ఎనిమిదవ కుమారుడు) ఉన్నత స్థానంలో ఉంచాడు.
8. అదితి ఏడుగురు కుమారులతో కలిసి మొదటి తరం దేవతల వద్దకు వెళ్ళింది, కానీ ఆమె మానవ జన్మ కోసం మార్తాండ్‌ని దత్తత తీసుకుంది. ప్రపంచం యొక్క మూలం యొక్క రెండు సిద్ధాంతాలు పరిధి మరియు మూలంలో పూర్తిగా భిన్నంగా ఉంటాయి. మొదటి సిద్ధాంతం ప్రకారం, ప్రపంచం సున్నా నుండి ఉద్భవించగా, రెండవ సిద్ధాంతం ప్రకారం, ఇది పురుషుడి నుండి ఉద్భవించింది. ఇక్కడ ప్రశ్న తలెత్తుతుంది, ప్రపంచం యొక్క మూలానికి సంబంధించిన రెండు విరుద్ధమైన సిద్ధాంతాలు ఒకే గ్రంథంలో ఎందుకు ఇవ్వబడ్డాయి? పురుష సూక్త రచయిత పురుషుని సృష్టికి ఆధారం చేసి, సృష్టి అంతా తన నుండి ఉద్భవించిందని ఎందుకు చెప్పాడు?

గాడిద, గుర్రం, మేక మొదలైన వాటి పుట్టుకతో ప్రపంచం ప్రారంభమవుతుందని పురుష సూక్త అధ్యయనం వెల్లడిస్తుంది, కానీ అందులో

మానవ మూలం గురించి ప్రస్తావించలేదు. పురుష సృష్టి గురించి మాట్లాడటం సహజంగా అనిపించినప్పటికీ, దానికి విరుద్ధంగా, పురుష సూక్త రచయిత క్రమాన్ని విచ్ఛిన్నం చేసి, ఆర్య సమాజంలో తరగతుల మూలాన్ని చర్చించడం ప్రారంభించాడు. ఇది పురుష సూక్తం యొక్క ప్రాథమిక ఉద్దేశ్యం కేవలం కుల వ్యవస్థను వివరించడమే అనే అభిప్రాయాన్ని కలిగిస్తుంది. ఇలా చేయడం ద్వారా పురుష సూక్తం ఋగ్వేదంలోని ఇతర భాగాల నుండి పూర్తిగా భిన్నంగా ఉంటుంది.వ్యతిరేకం కనిపిస్తుంది.

సమాజంలోని వర్గాల మూలాన్ని వివరించడం ఏ మతపరమైన జ్ఞానం దాని లక్ష్యం కాదు. బైబిల్ యొక్క పాత నిబంధనలో, ఆదికాండము మొదటి అధ్యాయంలో, అర్థం మరియు ఉద్దేశం పరంగా, పురుష సూక్తానికి సమానమైన విషయం చెప్పబడింది, ఇది మానవ మూలాన్ని వివరిస్తుంది. పురాతన కాలంలో యూదులలో తరగతులు లేవని దీని అర్థం కాదు. అన్ని సమాజాలలో తరగతులు ఉండేవి. భారతీయ ఆర్యులు కూడా దీనికి మినహాయింపు కాదు. అయినప్పటికీ, ఏ మత గ్రంథంలో తరగతుల మూలాన్ని వివరించడం అవసరం అని భావించడం లేదు, అయితే పురుష సూక్తలో సామాజిక తరగతుల మూలాన్ని వివరించడం ఎందుకు మొదటి లక్ష్యం?

పురుష సూక్తం ఋగ్వేదంలో విశ్వం యొక్క సృష్టి గురించి ప్రస్తావించబడిన ఏకైక ప్రదేశం కాదు, కానీ ఇతర ప్రదేశాలలో కూడా సృష్టి యొక్క వివరణ కనిపిస్తుంది. ఈ విషయంలో ఋగ్వేదంలోని ఈ క్రింది శ్లోకాలు గమనించబడ్డాయి."ఋగ్వేదం, 96.2, 'ప్రథమ్ నివిద్' మరియు 'ఆయు' జ్ఞానంతో అతను (అగ్ని) మానవ సంతానానికి జన్మనిచ్చాడు.

పుంజుకుంది. ఆ అగ్ని తన కాంతితో భూమిని, సముద్రాన్ని సృష్టించింది. దేవతలు 'అగ్ని'ని సంపదను ఇచ్చే వ్యక్తిగా అభివర్ణించారు.ఋగ్వేద కాలంలోనే భారతీయ ఆర్య సమాజం వర్గీకరించబడిందని నిస్సందేహంగా చెప్పగలిగినప్పటికీ, ఈ మంత్రంలో సమాజంలోని తరగతుల ప్రత్యేక సృష్టి గురించి ప్రస్తావించబడలేదు, అయితే ఋగ్వేదంలోని ఈ మంత్రం వర్గ సృష్టిని విస్మరిస్తుంది మరియు దానిపై మాత్రమే దృష్టి పెడుతుంది. మానవ సృష్టి విషయం చెప్పింది. అలాంటప్పుడు పురుష సూక్తం మానవ మూలం కాకుండా వర్గ నిర్మాణ వర్ణనకు ప్రాముఖ్యతనిచ్చింది?

పురుష సూక్తం ఋగ్వేదాన్ని మరో విధంగా వ్యతిరేకిస్తుంది. ఋగ్వేదం భారతీయ ఆర్యుల మూలానికి సంబంధించి నిష్పాక్షికమైన దృక్పథాన్ని ప్రతిపాదిస్తుంది, ఈ క్రింది మంత్రాల నుండి స్పష్టంగా ఉంది:-

1. **ఋగ్వేదం i. 80.16:** అంటే, తండ్రి మనువు మరియు దధ్యాంచుడు ఒకచోట చేరి, ప్రార్థనలు చేసి, మంత్రాలు చదివి, పండుగ చేసి ఇంద్రుని పూజించారు.
2. **ఋగ్వేదం. 114, 2:** ఓ రుద్రా, యాగం ద్వారా తండ్రి మనువు పొందిన శ్రేయస్సు మరియు శక్తిని మేము అందరం మీ మార్గదర్శకత్వంలో ఆనందిస్తాము.
3. **ఋగ్వేదం ii. 33.13:** ఓ మరుత్, అత్యంత పవిత్రమైన, ప్రయోజనకరమైన, తన మరియు రుద్రుని ఆశీర్వాదంతో మరియు మనువు తండ్రిచే ఎన్నుకోబడిన మీ స్వచ్ఛమైన ఫలవంతమైన నిర్ధారణను నేను కోరుతున్నాను.నేను ధైర్యం కోరుకుంటున్నాను.
4. **ఋగ్వేద VIII. 52.1:** పురాతన మిత్ర (రుద్ర) శక్తివంతమైన దేవతల శక్తిని కలిగి ఉన్నాడు. తండ్రి మనువు దేవతలను చేరుకోవడానికి మాధ్యమంగా స్తోత్రాలను సిద్ధం చేశాడు.
5. **ఋగ్వేదం III. 3.6:** అగ్ని దేవతలు మరియు మానవుల పిల్లలతో అంటే సమస్త జీవరాశులతో వివిధ రకాల యాగాలు చేయడం.
6. **ఋగ్వేదం IV. 37.1:** ఓ దేవతలైన వాజస్ మరియు నిభుక్షన్, దయచేసి దేవతలు ప్రయాణించే అదే ఆకాశ మార్గం గుండా మా యాగంలో ఉండండి, తద్వారా మానవుల మధ్య శుభ సమయంలో యాగం నిర్వహించబడుతుంది.
7. **ఋగ్వేదం VI. 14.2:** యాగంలో మానవులు అగ్నిని స్తుతిస్తున్నారు.

ఋగ్వేద మంత్రాల సృష్టికర్తలైన ఋషులు మనువును భారతీయ ఆర్యుల పితామహుడిగా అభివర్ణించారని పై గ్రంథం ద్వారా నిస్సందేహంగా రుజువైంది. మనువు భారతీయ ఆర్యుల పితామహుడు అనే ఈ సిద్ధాంతం ఎంతగా స్థిరపడింది అంటే బ్రాహ్మణ గ్రంథాలు మరియు పురాణాలు కూడా దీనిని పునరావృతం చేయడం అవసరమని భావించాయి. ఇది ఐతరేయ బ్రాహ్మణ, విష్ణు పురాణం మరియు మత్స్య పురాణాలలో కూడా ప్రతిపాదించబడింది. వారు బ్రహ్మను మనువు యొక్క తండ్రిగా భావించిన మాట వాస్తవమే, కానీ వారు మనువు తండ్రి అని ఋగ్వేదంలో పేర్కొన్న సిద్ధాంతానికి స్థిరత్వం ఇచ్చారు. పురుష సూక్తంలో మనువు ప్రస్తావన ఎందుకు లేదు? ఇదొక విచిత్రం. ఎందుకంటే పురుష సూక్త రచయిత ఋద్బు మనువు విరాజ్ (వీర్యం) మరియు విరాజ్ మొదలైనవారు పురుషులు అనే వాస్తవాన్ని మినహాయించారు, ఎందుకంటే అతను తన సూక్తంలోని ఐదవ మంత్రంలో కూడా విరాజ్‌ని పేర్కొన్నాడు. మొదటి మనిషి అంటాడు.

మూడవ వాదన కూడా ఉంది, దీని ప్రకారం పురుష సూక్తం ఋగ్వేదం కంటే ముందుకు వెళుతుంది. వేద ఆర్యులు నాగరికత పరంగా చాలా అభివృద్ధి చెందారు, దీని కారణంగా వారు పని విభజన సూత్రాన్ని అంగీకరించారు. వారు జీవనోపాధి కోసం వివిధ మార్గాలను అవలంబించారు. అతనికి దీని గురించి పూర్తి జ్ఞానం ఉంది, ఇది ఈ మంత్రంలో ప్రతిబింబిస్తుంది:-

ఋగ్వేదం I 113.6: కొంతమంది అధికారాన్ని వెతుక్కుంటూ, కొందరు కీర్తిని వెతుక్కుంటూ, కొందరు సంపదను వెతుక్కుంటూ మరికొందరు జీవనోపాధిని వెతుక్కుంటూ వెళతారు. ఉష ప్రజలను వారి ప్రత్యేకమైన మరియు వ్యక్తిగత జీవనోపాధిని వెతకడానికి మేల్కొల్పింది.

ఋగ్వేదంలో ఇది చాలా చెప్పబడింది కానీ పురుష సూక్తం మరింత ముందుకు సాగుతుంది. ఇది శ్రమ విభజన సూత్రాన్ని అనుసరిస్తుంది మరియు శ్రమ విభజన పథకాన్ని ప్రజల వృత్తి విభజన పథకంగా మారుస్తుంది మరియు వారిని ఖచ్చితమైన మరియు శాశ్వత వృత్తి తరగతులుగా విభజిస్తుంది. పురుష సూక్తం ఎందుకు ఇంత వక్రీకరించింది?

ఋగ్వేదం నుండి 'పురుష సూక్త' వేరు కావడానికి ఒక కారణం ఋగ్వేదం కేవలం మనుషుల గురించి మాత్రమే.

చర్చలు. ఇది ఐదు తెగల సమన్వయంతో ఏర్పడిన భారతీయ ఆర్యన్ జాతి గురించి కూడా మాట్లాడుతుంది, ఇది భారతీయ తెగ ఆర్యన్ ప్రజలలో కలిసిపోయి ఏకరీతి జాతిగా మారింది. ఈ ఐదు తెగలు ఎలా ఒక్కటి అయ్యాయో ఈ మంత్రాల నుండి స్పష్టంగా తెలుస్తుంది: -

1. **ఋగ్వేదం VI. 11.4:** ఐదు తెగలు కలిసి అగ్నిలో బలులు అర్పిస్తూ, స్తుతిస్తున్నారు మరియు అగ్ని మానవుడు అన్నట్లుగా నమస్కరిస్తున్నారు.
2. **ఋగ్వేదం VII. 15.2:** ఐదు గోత్రాలకు అధిపతి అయిన ఇంటి (అగ్ని) తెలివైన మరియు యువకుడు.ఇళ్లలో ప్రదర్శించండి.

ఈ ఐదు తెగలు ఏవి అనే విషయంలో భిన్నాభిప్రాయాలు ఉన్నాయి. యాసకుడు వారి పేర్లను నిరుక్తంలో గంధర్వ, పిత్ర, అని పేర్కొన్నాడు.

దేవతలు, అసురులు మరియు రాక్షసుల గురించి ప్రస్తావించబడింది. ఉపమన్యు ప్రకారం, ఈ తెగల నుండి నాలుగు వర్ణాలు మరియు నిషాదులు ఏర్పడ్డాయి.అభిధానం జరుగుతుంది. ఈ రెండు ఆలోచనలు తప్పగా అనిపిస్తాయి.

ముందుగా ఐదు తెగలు కలిసి మెచ్చుకున్నందున ఈ క్రింది మంత్రాల నుండి స్పష్టంగా తెలుస్తుంది:-

1. **ఋగ్వేదం II. 2.10:** ఐదు తెగల మధ్య మన శౌర్యం బంగారంలా ప్రకాశిస్తుంది. ,
2. **ఋగ్వేదం VI. 46.7:** ఓ ఇంద్రా, నహుష వంశం మరియు ఐదు గోత్రాలలో బలవంతుడు మరియు పురుషుడు

అది మా అందరికీ అందించండి.దీన్ని బట్టి ఈ ఐదు తెగలలో శూద్రులను చేర్చి ఉంటే, వారు ఖచ్చితంగా కలిసి మెచ్చుకునేవారు కాదని స్పష్టమవుతుంది. అప్పుడు 'వర్ణ' అనే పదాన్ని ఉపయోగించకుండా, 'జన' అనే పదాన్ని ఉపయోగించారు మరియు 'జన' అనే పదం ఐదు తెగల మిశ్రమ రూపానికి పర్యాయపదంగా ఉంది మరియు నాలుగు వర్ణాలు మరియు నిషాదులతో కాదు, ఈ క్రింది శ్లోకం ద్వారా స్పష్టంగా తెలుస్తుంది. ఋగ్వేదం:-

ఋగ్వేదం, నేను, 108. 8: ఓ ఇంద్రా, ఓ అగ్ని, నీ నివాసం యదు, తర్వస్, ద్రహ్యు, అను మరియు పురులలో ఉంటే, ఓ ధైర్యవంతుడా, అన్ని వైపుల నుండి వచ్చి సోమరసాన్ని త్రాగు.

ఈ ఐదు తెగల నుండి ఆర్య జాతి ఏర్పడింది. ఇది అథర్వవేదంలోని మంత్రం (III, 24.2):- ఈ ఐదు ప్రాంతాలు మనువు నుండి ఉద్భవించిన ఐదు తెగలు.

ఋగ్వేదంలోని మంత్ర నిర్మాతలు మరియు ఋషులు ఐదు గోత్రాలను ఈ విధంగా ఎందుకు ప్రస్తావించారో ఐక్యత మరియు స్నేహ భావన నుండి మాత్రమే వివరించవచ్చు. ప్రశ్నలు తలెత్తుతాయి, పురుష సూక్తం ఐదు తెగల ఐక్యతను ఎందుకు గుర్తించలేదు? దానికి బదులుగా తెగల్లోని సామాజిక విభజనలను ఎందుకు గుర్తిస్తుంది? పురుష సూక్తం జాతి కంటే మతతత్వానికి ఎందుకు ఎక్కువ ప్రాధాన్యత ఇస్తుంది?

పురుష సూక్తాన్ని ఋగ్వేదంతో పోల్చడం ద్వారా, పురుష సూక్తంలోని కొన్ని పజిల్స్ వెలుగులోకి వస్తాయి. పురుష సూక్తం యొక్క సామాజిక శాస్త్ర విశ్లేషణలో మరికొన్ని రహస్యాలు వెల్లడయ్యాయి.ఆదర్శాల ఉనికి నియమాల రూపంలో అవసరం. నియమాలు లేకుండా ఏ సమాజం లేదా వ్యక్తి పురోగతి సాధించలేడు. కాలానికి, పరిస్థితులకు అనుగుణంగా నిబంధనలు మారాలి. అందువల్ల, ఏ నియమం శాశ్వతంగా స్థిరంగా ఉండదు. నిబంధనల విలువను తిరిగి మూల్యాంకనం చేసే అవకాశం ఉండాలి. పవిత్రత యొక్క కవర్ ఇవ్వనప్పుడు మాత్రమే విలువల పునర్మూల్యాంకనం సాధ్యమవుతుంది. స్వచ్ఛత కవర్ విలువల

సమీక్షను అడ్డుకుంటుంది. ఒకసారి సాధించిన స్వచ్ఛత శాశ్వతంగా మారుతుంది. అదేవిధంగా, పురుష సూక్తం చాతుర్వర్ణ్య వ్యవస్థను స్వచ్ఛత మరియు చట్టంగా పేర్కొనడం ద్వారా స్థిరత్వాన్ని ఇచ్చింది. విమర్శలకు అతీతంగా మరియు మార్పులేనిదిగా చేయడం ద్వారా పురుష సూక్తం ఒక నిర్దిష్ట రకమైన వ్యవస్థను ఎందుకు శాశ్వతంగా చేసింది? ఇది పురుష సూక్తం యొక్క మొదటి పజిల్, సామాజిక శాస్త్ర విద్యార్థి కోరుకునే సమాధానం.

చాతుర్వర్ణ్య సిద్ధాంతాన్ని ప్రతిపాదించడంలో పురుష సూక్త ద్వంద్వ ఉపాయాన్ని ఉపయోగించింది. ప్రారంభంలో అతను భారతీయ ఆర్యన్ కమ్యూనిటీ యొక్క కుల వ్యవస్థ యొక్క ఉనికిని నిజమైన మరియు ఆదర్శ రూపంలో ప్రదర్శించాడు. ఇది ఒక మోసం, ఎందుకంటే ఈ ఆదర్శం వాస్తవానికి భిన్నంగా లేదు. వాస్తవికతను ఆదర్శ స్థాయికి ఎలివేట్ చేసిన తర్వాత, దానిని ఆదర్శంగా చూపించడానికి ప్రయత్నిస్తుంది. ఇది మళ్ళీ మోసం, ఎందుకంటే ఆదర్శం ఇప్పటికే వాస్తవంలో ఉంది. పురుష సూక్త ద్వారా వాస్తవికతను ఆదర్శంగానూ, వాస్తవికతను ఆదర్శంగానూ ప్రదర్శించడం ఒక రాజకీయ చమత్కారం. ఇది ఒక రకమైన మోసం అని నా స్వంత నమ్మకం. ఇటువంటి భావన ప్రపంచంలోని మరే ఇతర మతపరమైన పుస్తకంలో లేదు. ఇది మోసం కాక మరేమిటి? అన్యాయం మరియు అసమానతలతో నిండిన వాస్తవికతను ఆదర్శంగా మార్చడం స్వార్థం తప్ప మరొకటి కాదు. ఒక వ్యక్తి ఏదైనా ప్రయోజనాన్ని చూసినప్పుడు, అతను దానిని ఆదర్శంగా మార్చడానికి ప్రయత్నిస్తాడు. ఇది నేర ప్రవృత్తి కంటే తక్కువ కాదు. అలా ఏర్పడిన అసమానత శాశ్వతంగా మారవచ్చు

ఆమె వెళ్తుంది. ఈ భావన నైతికతకు విరుద్ధం. ఏ జ్ఞానోదయ సమాజం అటువంటి ఆలోచనను ఆమోదించలేదు లేదా గుర్తించలేదు. అందుకు విరుద్ధంగా, పొరపాటున ఏర్పరచబడినది ఎన్నటికీ స్థాపించబడకూడదు మరియు ఉండకూడదు అనే నైతిక సూత్రాన్ని గుర్తించడం వల్లనే వ్యక్తులు మరియు తరగతుల మధ్య సంబంధాలను మెరుగుపరచడంలో ఇప్పటి వరకు సాధించిన పురోగతికి చరిత్ర సాక్షి. పునర్నిర్మించబడాలి. అందువల్ల, ఈ దృక్కోణం నుండి, పురుష సూక్త సూత్రం ఉద్దేశ్యంతో నేరపూరితమైనది మరియు పర్యవసానంగా సామాజిక వ్యతిరేకమైనది.

పురుష సూక్తం యొక్క ఉద్దేశ్యం సామాజిక వ్యతిరేకమైనది, ఒక నిర్దిష్ట కులానికి అన్యాయంగా ప్రయోజనం చేకూర్చడం మరియు ఇతరులను

31

అన్యాయంగా మరియు అన్యాయంగా అణచివేయడం. ఇది రెండవ పజిల్. శూద్రుల స్థానానికి సంబంధించి పురుష సూక్తం యొక్క సామాజిక శాస్త్ర సమీక్ష నుండి ఈ పజిల్స్ అన్నింటిలో చివరి మరియు గొప్ప రహస్యం ఉద్భవించింది. రంగు యొక్క మూలం భగవంతుని పని అని పురుష సూక్తం పేర్కొంది మరియు అటువంటి సిద్ధాంతాన్ని ప్రతిపాదించడాన్ని ఏ మత తత్వశాస్త్రం సమర్థించలేదు. ఈ పురుష సూక్త సిద్ధాంతం విచిత్రమైనది. సృష్టికర్త యొక్క వివిధ భాగాల నుండి వివిధ తరగతుల మూలం మరింత విచిత్రమైనది, శరీరంలోని వివిధ భాగాల నుండి వివిధ వర్ణాల మూలం యొక్క సమీకరణం కేవలం యాదృచ్ఛికం కాదు.

ఇది ఉద్దేశపూర్వకంగా జరిగింది. ఈ సమీకరణం నేపథ్యంలో దాగి ఉన్న ప్రాథమిక లక్ష్యం రెండు సమస్యలను పరిష్కరించడం - (1) నాలుగు వర్ణాల పనిని (జీవనోపాధి సాధనాలు) నిర్ణయించడం మరియు (2) మొదటి నిర్దిష్ట ప్రణాళిక కింద నాలుగు వర్ణాలను వర్గీకరించడం. సృష్టికర్త యొక్క వివిధ భాగాల నుండి వివిధ తరగతుల మూలాన్ని సమం చేయడం, ఈ ఫార్ములా నుండి ప్రయోజనం పొందుతుంది. శరీరంలోని ఒక నిర్దిష్ట భాగం వర్ణం యొక్క వర్గాన్ని మరియు దాని పనితీరును నిర్ణయిస్తుంది. బ్రాహ్మణుని మూలం సృష్టికర్త నోటి నుండి అని చెప్పబడింది. శరీరంలో నోరు ఉత్తమమైన భాగం కాబట్టి, బ్రాహ్మణుడు నాలుగు వర్గాలలో ఉత్తమ వర్ణం అయ్యాడు. దీని ఆధారంగా, అతనికి ఉత్తమ పనిని కేటాయించారు. అతనికి సామర్థ్యం మరియు జ్ఞానం (రీడింగ్స్) యొక్క సంరక్షకుని పదవిని అప్పగించారు. క్షత్రియుడు సృష్టికర్త యొక్క బాహువుల నుండి జన్మించాడని చెబుతారు. శరీరం నుండి ఆయుధాలు క్రిందికి వస్తాయి మరియు అందువల్ల తెలివి తర్వాత క్షత్రియునికి యుద్ధం కేటాయించబడింది. తొడల నుండి పుట్టినందున వైశ్యుడు బ్రాహ్మణ మరియు క్షత్రియుల కంటే తక్కువ. అందువలన, అతను వ్యవసాయం మరియు వ్యాపారంలో ఉపాధి పొందాడు. శూద్రుడు సృష్టికర్త యొక్క పాదాల నుండి ఉద్భవించాడు. ఇది శరీరంలోని అత్యల్ప భాగం. అందుచేత, శూద్రుని స్థానం నాలుగు వర్గాలలో అత్యల్పమైనది మరియు అతని పని సేవకుడిగా స్థిరపడింది.

పురుష సూక్త నాలుగు తరగతుల మూలాన్ని ఏర్పాటు చేయడానికి అటువంటి పద్ధతిని ఎందుకు ఎంచుకుంది? శూద్రుడిని పాదం అని ఎందుకు వర్ణించాడు? అతను నాలుగు తరగతుల మూలానికి వేరే ఉదాహరణ ఎందుకు ఇవ్వలేదు? మూలం ప్రయోజనం కోసం, మనిషి మాత్రమే పోలిక కాదు. ఛాందోగ్య

ఉపనిషత్తులో వేదాల మూలం యొక్క వివరణను సరిపోల్చండి. అందులో ఇలా చెప్పబడింది:-

ప్రజాపతి విశ్వాన్ని వేడి చేసి దాని నుండి నాలుగు మూలకాలను అంటే భూమి నుండి అగ్ని, గాలిని వెలికి తీశాడు.దాని నుండి గాలిని మరియు ఆకాశం నుండి సూర్యుడిని తీసివేయండి. ఆ ప్రజాపిత అప్పుడు ముగ్గురు దేవతలను వేడి చేశాడు, దీని సారాంశం అగ్ని నుండి ఋగ్వేద శ్లోకాలను, గాలి నుండి యజుర్వేద మంత్రాలను మరియు సూర్యుని నుండి సామవేద శ్లోకాలను సృష్టించింది. అతను ఈ మూడు వేదాలను వేడి చేశాడు మరియు వేడిచేసిన వేదాల నుండి ఉత్పన్నమైన మూలకాల నుండి, అతను భువ పదాలను, ఋగ్వేద శ్లోకాల నుండి యార్జువేద మంత్రాలను మరియు సామవేదంలోని అచ్చులను సృష్టించాడు.

ఈ విధంగా, వివిధ వేదాల మూలం వివిధ పూజించదగిన దేవుళ్ళ నుండి చెప్పబడింది. భారతీయ ఆర్యుల విషయానికొస్తే, వారి కంటే దేవతలు మరియు దేవతల సంఖ్య ఏ విధంగానూ తక్కువ కాదు. ముప్పై కోట్ల మంది దేవతలు ఉండేవారు. నలుగురు దేవతల నుండి నాలుగు వర్ణాల పుట్టుక ఆధారంగా, వారు పుట్టినప్పటి నుండి సమానత్వం మరియు గౌరవం పొందాలి. అయితే పురుష సూక్తంలో ఈ రకమైన వివరణ ఎందుకు ఇవ్వలేదు?

అలాంటప్పుడు పురుష సూక్త రచయిత వివిధ వర్గాల ఆవిర్భావాన్ని పురుషుని వివిధ నోటి నుండి వివరించడం సాధ్యం కాదా? అటువంటి భావన కష్టం కాదు ఎందుకంటే పురుష సూక్తానికి వెయ్యి తలలు ఉన్నాయి కాబట్టి, ప్రతి వర్ణం యొక్క మూలాన్ని దాని నోటి నుండి మరింత సులభంగా చూపవచ్చు. పురుష సూక్త రచయితకు ఆదికాండాన్ని ఈ విధంగా వివరించడం తెలియదు. దీనికి కారణం విష్ణు పురాణంలో వేదాల మూలాన్ని వివరించే ఈ పద్ధతిని ఉపయోగించారు. చూడండి:-

బ్రహ్మ యొక్క తూర్పు దిక్కు నుండి గాయత్రి, ఋగ్వేద శ్లోకాలు, త్రివృత్త సామవేద తత్థ రథంతర్ మరియు యాగానికి సంబంధించిన అగ్నిస్తోమాలు వెలువడ్డాయి, దక్షిణ దిక్కు నుండి యజుర్వేద మంత్రాలు, త్రిస్తుభ శ్లోకాలు, పంచదశ స్తోమ్, బృహత్తం మరియు పశ్చిమ దిక్కు సామవేదం నోటి నుండి మంత్రాలు, జగతి శ్లోకాలు, సప్తదశ స్తోమ్, వైరుప్ మరియు అతిరాత్ర మరియు ఉత్తర దిక్కు నుండి ఏకవింష్ అథర్వన్, అనుష్టుప్ మరియు విరజ శ్లోకాలతో కూడిన ఆప్తోర్యమానం వెలువడింది.

హరివంశ పురాణంలో వేదాల సృష్టికి భిన్నమైన వర్ణన ఉంది: - భగవంతుడు ఋగ్వేదం మరియు యజుర్వేదాన్ని తన కళ్ళ నుండి, సామవేదాన్ని అతని నాలుక నుండి మరియు అథర్వవేదాన్ని అతని నుదిటి నుండి సృష్టించాడు.

పురుష సూక్త సృష్టికర్తకు సృష్టికర్త యొక్క వైవిధ్యానికి కొంత కారణం ఉందని మనం ఊహిస్తేశరీర భాగాల నుండి వివిధ కులాల మూలాన్ని చూపించాల్సిన అవసరం ఉంది, అప్పుడు అతను తన కోరిక మేరకు మనిషి యొక్క వివిధ శరీర భాగాలతో వివిధ తరగతుల సమానత్వాన్ని ఎందుకు స్థాపించాడు అనే ప్రశ్న తలెత్తుతుంది?

సృష్టికర్త యొక్క వివిధ ప్రాంతాల నుండి వివిధ తరగతుల మూలాన్ని స్థాపించడానికి పురుష సూక్త ఏకైక ఉదాహరణ కాదని తెలిసినప్పుడు ఈ ప్రశ్నకు ప్రాముఖ్యత పెరుగుతుంది. వైశంపాయన్ ముని శరీరంలోని వివిధ భాగాల నుండి యాగం చేసే వివిధ తరగతుల పూజారుల మూలాన్ని వివరించాడు. అయితే రెంటికి ఎంత తేడా ఉంది? వైశంపాయనుడు ఈ వివరణను హరివంశ పురాణంలో ఈ క్రింది విధంగా అందించాడు-

ఈ విధంగా, తెలివైన భగవానుడు నారాయణ హరి తన శక్తివంతమైన బాహువులలో సప్తసముద్రాలను పట్టుకుని, విశాలమైన రజో మధ్య భూతాన్ని మరియు వర్తమానాన్ని విడదీశాడు, అది మహాసముద్రంలా మారింది.

మరియు భవిష్యత్తు, మూడు కాలాలతో అలంకరించబడి, కళంకం నుండి విముక్తి పొందింది. బ్రాహ్మణులకు వారి అమరత్వం తెలుసు. పురుషోత్తముడు (విష్ణువు) ఎవరైనప్పటికీ సర్వోన్నతుడు. మనుష్యుని పేరుతో పిలవబడే వారందరూ యాగములే. యాగం చేయడానికి అతని శరీర భాగాల నుండి ఋత్విజ బ్రాహ్మణులు జన్మించారు. భగవంతుడు ప్రధాన పూజారి అయిన బ్రాహ్మణుడిని అతని నోటి నుండి సృష్టించి సామవేద మంత్రాలను ఉచ్చరించాడు మరియు అతని బాహువుల నుండి హోత్రి మరియు అధ్వర్యులను సృష్టించాడు.

ఆ తరువాత అతను తన కడుపు నుండి ప్రస్తోత్రి, మైత్రకరుణ, ప్రతిష్ఠాత్రి, ప్రతిహ, పోత్రి, తన తొడల నుండి అక్ష్వాక్ మరియు నేస్త్రి, తన చేతుల నుండి అగ్నీద్ర మరియు హోత్రియ బ్రాహ్మణుడు, తన బాహువుల నుండి గ్రావణ మరియు అన్నేత్రిలను సృష్టించాడు. ఈ విధంగా భగవంతుడు పదహారు మంది నిష్ణాతులైన ఋత్విజులను సృష్టించాడు, వారు అందరూ బలి మంత్రాలను పఠించేవారు. అందుకే యాగాన్ని రచించిన వ్యక్తిని వేదం అంటారు. అన్ని వేదాలు, వేదాంగాలు, ఉపనిషత్తులు మరియు మతపరమైన అభ్యాస పద్ధతులు దాని సారాంశం నుండి సృష్టించబడ్డాయి.

యాగానికి మొత్తం 17 కేటగిరీల పూజారులు ఉన్నారు. ఏ సృష్టికర్త అయినా సృష్టికర్త యొక్క వేరే భాగానికి చెందిన పూజారి యొక్క మూలాన్ని వివరించడానికి ప్రయత్నించినట్లయితే, పూజారి యొక్క మూలాన్ని ఒక వ్యక్తి యొక్క పాదాలతో అనుసంధానించడం అతనికి సాధ్యం కాదు ఎందుకంటే పూజారి తరగతుల సంఖ్య ఒక వ్యక్తి యొక్క అవయవాల కంటే ఎక్కువ. అప్పుడు వైశంపాయనుడు ఏమి చేసాడు? సృష్టికర్త యొక్క ఒకే భాగం నుండి పురాహిత యొక్క అనేక వర్ణాల మూలాన్ని చూపించడంలో అతనికి ఎటువంటి అభ్యంతరం లేదు. ఏదైనా పూజారి మూలాన్ని మగవాడితో ముడిపెట్టే ప్రశ్నను అతను తెలివిగా తప్పించుకున్నాడు.

హరివంశ పురాణంలో బ్రాహ్మణులకు ఇచ్చే గౌరవంతో పురుషసూక్తంలో శూద్రుల పట్ల చూపిన అసహ్య భావనను పోల్చి చూస్తే పురుషసూక్తంలో శూద్రులపై ఎంత కుట్ర జరిగిందో తెలుస్తుంది. శూద్రుల పాదాల నుండి శూద్రుల మూలాన్ని వివరించడం ద్వారా శూద్రులను దూషించడానికి పురుష సూక్తానికి ఏదైనా ప్రణాళికాబద్ధమైన ప్రణాళికను అప్పగించారా? తన కర్తవ్యాన్ని నిర్వర్తించలేదా? అయితే ఈ ద్వేషానికి కారణమేమిటన్నది ఇప్పుడు తెలియాల్సి ఉంది.

పురుష సూక్తాన్ని సామాజిక శాస్త్ర దృక్కోణం నుండి విశ్లేషించడం ద్వారా, శూద్రులకు సంబంధించిన పై చిక్కుల ప్రాముఖ్యతను అర్థం చేసుకోవచ్చు. చాతుర్వర్ణ్య ఆదర్శం ఫలితంగా ఏర్పడిన శూద్రుల స్థితికి సంబంధించి మరికొన్ని విచిత్రమైన ఊహలు ఉన్నాయి. ఈ ఫలితాల కోసం, ముందుగా చాతుర్వర్ణ్యంలో తదుపరి మార్పుల గురించి తెలుసుకోవడం అవసరం. చాతుర్వర్ణ్యం తర్వాత వచ్చే మార్పులు ప్రధానంగా రెండు. మొదటిది, శూద్రుల క్రింద మరొక వర్ణాన్ని సృష్టించడం మరియు రెండవది, శూద్రులు ఇతర మూడు వర్ణాల నుండి వేరు చేయబడ్డారు. ఈ మార్పులు పురుష సూక్త యొక్క ప్రాథమిక ప్రణాళికతో చాలా ఏకీకృతం చేయబడ్డాయి, ఇది కొన్ని ప్రత్యేక పదాలు మరియు వ్యక్తీకరణలకు దారితీసింది. ఈ వ్యక్తీకరణలు - బంగారు, అవర్ణ, ద్విజ, అద్విజ మరియు త్రివర్ణిక్. ఈ పదాలు ప్రాథమిక చాతుర్వర్ణ్యాల ఉపవిభాగాలను మరియు వాటి వైవిధ్యాలను చూపుతాయి. ఈ తరగతుల సాపేక్ష సంబంధాల గురించి తెలుసుకోవడం చాలా ముఖ్యం, ఎందుకంటే ఇది కొత్త రహస్యాన్ని సృష్టిస్తుంది. పండితులు ఈ రహస్యాన్ని అర్థం చేసుకోలేకపోతే, బహుశా దీనికి రెండు కారణాలు ఉండవచ్చు - మొదటిది, ఈ వర్ణాల పేర్లు కేవలం పేర్లే కాదు అనే విషయాన్ని పండితులు దృష్టి పెట్టలేదు

ఇవి నిజమైన హక్కులు మరియు అధికారాలను సూచిస్తాయి. రెండవది, పేరుపేరునా, అధికారాల కోసమూ చేసే ఈ వర్గీకరణ సమర్థనీయమా, తార్కికమా కాదా అని తెలుసుకునే ప్రయత్నం కూడా మేధావులు చేయలేదు.

ఈ పదాలకు చట్టబద్ధమైన అర్థం ఏమిటో ఇప్పుడు మనం తెలుసుకోవాలి? సవర్ణ అనే పదం సాధారణంగా అవర్ణకు వ్యతిరేక పదం. ఉన్నత కులం అంటే నాలుగు వర్గాలలో దేనికైనా చెందినవాడు. నాలుగు వర్ణాలతో సంబంధం లేని వాడు అవర్ణుడు. బ్రాహ్మణ, క్షత్రియ, వైశ్య మరియు శూద్ర ఉన్నత కులాలు. అంటరానివారు లేదా అతి శూద్రులు అంటే ఏ కులం లేని వారిని అంటారు.

బ్రాహ్మణులు, క్షత్రియులు, వైశ్యులు మరియు శూద్రులు చాతుర్వర్ణ్యంలోకి వస్తారనేది తార్కికం. అంటరానివారు మరియు అతిశూద్రులు చాతుర్వర్ణ్యానికి వెలుపల ఉన్నారు. అదేవిధంగా, ద్విజ్ మరియు అద్విజ్ అనే పదాలకు పరస్పర విరుద్ధమైన అర్థాలు ఉన్నాయి. ద్విజ అంటే రెండుసార్లు పుట్టినవాడు, అద్విజ అంటే ఒక్కసారి మాత్రమే పుట్టినవాడు. ఈ వ్యత్యాసం ఉపనయనం యొక్క అధికారంపై ఆధారపడి ఉంటుంది. ఉపనయన సంస్కారం రెండవ జన్మగా పరిగణించబడుతుంది. పవిత్ర దారం లేదా పవిత్ర దారం ధరించేవారిని ద్విజ అంటారు. ఈ హక్కు లేని వారిని అద్విజ అంటారు. అందుకే బ్రాహ్మణులకు, క్షత్రియులకు మరియు వైశ్యులకు ఈ హక్కు ఉంది, అందుకే వారు ద్విజ. శూద్రులు మరియు అతిశూద్రులు పవిత్రమైన దారం ధరించే హక్కును కోల్పోతారు. అందుకే వారు అద్విజ. అలాగే, 'త్రైవర్ణిక్' అనే పదం కూడా 'శూద్ర'కి వ్యతిరేక పదం. కానీ ఈ వైవిధ్యంలో ప్రత్యేక వివక్ష లేదు. ఇందులో ద్విజ్ మరియు అద్విజుల మధ్య ఉన్నంత వివక్ష ఉంది, ఈ వ్యత్యాసం కేవలం శూద్రులకు మాత్రమే పరిమితం మరియు అతి శూద్ర వర్ణ వ్యవస్థకు వెలుపల ఉంది. బహుశా ఈ వ్యక్తీకరణ అతిశూద్రులను ప్రత్యేక వర్ణంగా సూచిస్తుంది.

నేను ఉనికిలోకి రాకముందే ఉనికిలోకి వచ్చింది.శూద్రులు మరియు అతి శూద్రులు ఇద్దరూ అద్విజ అనే వాస్తవాన్ని దృష్టిలో ఉంచుకుని, శూద్రులు ఎందుకు అగ్రవర్ణాలు మరియు అతి శూద్రులు ఎందుకు అవర్ణులు? చాతుర్వర్ణ్య వ్యవస్థలో శూద్రుడు మరియు వెలుపల అతిశూద్రుడు ఎందుకు చేర్చబడ్డాడు? బ్రాహ్మణ, క్షత్రిణ, వైశ్య మరియు శూద్ర ఉన్నత కులాలు చాతుర్వర్ణ్య వ్యవస్థకు నాలుగు స్తంభాలుగా పరిగణించబడతాయి. వీరంతా అగ్రవర్ణాల వారు అయితే త్రివర్ణికులు అనుభవిస్తున్న హక్కులను శూద్రులు ఎందుకు కోల్పోతున్నారు. శూద్రుల ఈ చిక్కుముడి కంటే పెద్ద చిక్కు మరొకటి ఉంటుందా? శూద్రులు ఎవరు మరియు వారు ఆర్య సమాజంలో నాల్గవ వర్ణంగా ఎలా మారారు అనేది ఖచ్చితంగా పరిశీలించి, సమీక్షించాల్సిన అవసరం ఉందా?

2.

శూద్రుల మూలానికి సంబంధించిన బ్రాహ్మణ సిద్ధాంతం

బ్రాహ్మణ సాహిత్యంలో శూద్రుల మూలానికి సంబంధించిన వివరాలు ఏమైనా ఉన్నాయా? బ్రాహ్మణ సాహిత్యంలో ప్రపంచం యొక్క ఆవిర్భావం మరియు కుల మూలాన్ని కనుగొనడం గురించి ఏదైనా అంశాలు ఉండవచ్చా లేదా అనే సందేహం లేదు, కానీ శూద్రుల ఆవిష్కరణ కథను పూర్తి చేయడానికి, శూద్రుల సమస్యలను ఒక పుస్తకంలో వివరించాలి. . దీని కోసం మనం బ్రాహ్మణుల సాహిత్యాన్ని విడిగా అధ్యయనం చేయాలి మరియు ఈ శోధనలో అవి ఎంతవరకు సహాయపడతాయో చూడాలి.

I

మనం వేదాలతో ప్రారంభిస్తాము. ఋగ్వేదంలోని పురుష సూక్తంలో మూలం వివరించబడింది. అందువల్ల మనం ఇతర వేదాల కథనాలను అధ్యయనం చేయాలి.

యజుర్వేదం యొక్క రెండు వెర్షన్లు శుక్ల యజుర్వేదం మరియు కృష్ణ యజుర్వేదం. ముందుగా మనం శుక్ల యజుర్వేదాన్ని మాత్రమే తీసుకుందాం. శుక్ల యజుర్వేదంలోని వాజసనేయి సంహితలో రెండు సూత్రాలు అందుబాటులో ఉన్నాయి. మొదటిది పురుష సూక్త పునరుద్ఘాటన మాత్రమే. ఋగ్వేద మూల పురుష సూక్తంలో కేవలం 16 మంత్రాలు మాత్రమే ఉండగా, పురుష సూక్తానికి చెందిన 22 మంత్రాలు ఇందులో ఇవ్వబడ్డాయి. శుక్ల యజుర్వేదం కాకుండా, ఆరు మంత్రాలు క్రింది విధంగా ఉన్నాయి:-

1. 17. ఆదిలో విశ్వకర్మ అతనిని నీరు మరియు భూమి యొక్క సారాంశం నుండి సృష్టించాడు. కోరిక అతనికి మనిషి రూపాన్ని ఇచ్చింది మరియు ప్రారంభంలో పురుషులు మాత్రమే ప్రపంచంలో ఉన్నారు.

2. 18. చీకటి వలయం దాటి సూర్యునితో నిండిన గొప్ప వ్యక్తిని నేను గుర్తించాను. దానిని తెలుసుకోవడం మరియు గుర్తించడం ద్వారా మాత్రమే మరణ బంధం నుండి విముక్తి లభిస్తుంది. వేరే మార్గం లేదు.

3. 19. పుట్టబోయే సృష్టికర్త వివిధ రూపాల్లో కనిపిస్తాడు. పండితులకు దాని మాధ్యమం తెలుసు మరియు మరీచిని భర్తీ చేయాలనుకుంటున్నారు

4. 20. దేవతలకు వెలుగును ప్రకాశింపజేయువాడు, దేవతలకు పూజారి అయినవాడు మరియు దేవతల కంటే ముందుగా జన్మించినవాడు అయిన బ్రహ్మ యొక్క అద్భుతమైన సంతానానికి నమస్కారము.

5. 21. బ్రహ్మ పిల్లలను పెంచుతున్నప్పుడు, దేవతలు ఆదిలోనే ఒక సదుపాయం ఇచ్చారు - దేవతలు తన క్రింద ఉంటారని తెలిసిన వాడు బ్రాహ్మణుడు.

6. 22. 'శ్రీ' మరియు 'లక్ష్మి'లను భార్యలుగా, 'పగలు' మరియు 'రాత్రి'లను తన దేహ రక్షకులుగా, 'తరగను' ఆభరణాలుగా, అశ్వినిలా ప్రకాశవంతంగా ఉండే ముఖం గలవాడు నా కోరికలన్నిటినీ నెరవేర్చుగాక! పదార్థాన్ని అందించండి.

వత్సనేయి సంహితలో ఇవ్వబడిన రెండవ సూత్రం పురుష సూక్తానికి పూర్తిగా భిన్నమైనది. అది జరుగుతుంది:-

వి.ఎ.ఎస్. XIV-28:- అతను ఒకని స్తుతించాడు. బ్రాహ్మణుని సృష్టిని అగ్నితో జీవుడిగా మెచ్చుకుని బ్రాహ్మణస్పతి పాలకుడయ్యాడు. ఐదుగురితో మెచ్చుకున్నాడు. ఉన్న పదార్థాలు ఉత్పత్తి చేయబడ్డాయి. భూతానామపతి పాలకుడయ్యాడు. ఏడింటితో మెచ్చుకున్నాడు. సప్తఋషులు జన్మించారు, ధాత్రి పాలకురాలైంది. తొమ్మిదితో మెచ్చుకున్నాడు. తండ్రులు పుట్టారు. అదితి పాలకురాలైంది. అతను పదకొండు మందితో ప్రశంసించాడు, జన్మించాడు, అర్టవా పాలకుడు అయ్యాడు. పదమూడుతో మెచ్చుకున్నాడు. నెల పుట్టి సంవత్సరం రాజు అయ్యాడు. పదిహేను మందితో మెచ్చుకున్నాడు. క్షత్రియుడిగా జన్మించిన ఇంద్రుడు రాజు అయ్యాడు. పదిహేడు మందితో మెచ్చుకున్నాడు. బృహస్పతి జంతువులలో జన్మించాడు మరియు రాజు అయ్యాడు. పంతొమ్మిదితో మెచ్చుకున్నాడు. శూద్రులు మరియు ఆర్యులు (వైశ్యులు) జన్మించారు మరియు పగలు మరియు రాత్రికి రాజులుగా మారారు. ఇరవై ఒక్కతో మెచ్చుకున్నాడు. అవిభక్త ముద్దుల జంతువులు పుట్టాయి. పూషన్ రాజు అయ్యాడు. ముప్పై మూడింటితో మెచ్చుకున్నాడు. చిన్న జంతువులు పుట్టాయి, పూషన్ రాజు అయ్యాడు మరియు అతను ఇరవై ఐదుతో అతనిని

ప్రశంసించాడు. అడవి జీవులు పుట్టాయి మరియు గాలి రాజు అయింది. (ఋగ్వేదం 10.90.8) అతను ఇరవై ఏడుతో ప్రశంసించాడు. భూమి మరియు స్వర్గం వేరు. వాసు, రుద్ర మరియు ఆదిత్య అతని నుండి విడిపోయారు, వారు రాజులయ్యారు. ముప్పై తొమ్మిదితో మెచ్చుకున్నాడు. జంతువులు పుట్టాయి. మాసంలోని కృష్ణ, శుక్ల పక్షాలు ఏర్పడ్డాయి. ముప్పై ఒక్కటితో మెచ్చుకున్నాడు. ఉన్న పదార్థాలు శాంతించాయి, ప్రజాపతి పరమేష్ఠి రాజు అయ్యాడు.

ఇప్పుడు మనం కృష్ణ యజుర్వేదానికి వచ్చాము. కృష్ణ యజుర్వేదంలోని తైత్తిరీయ సంహితలో ఐదు వివరణలు ఉన్నాయి. శ్లోకం యొక్క వివరణ (IV 3, 10) పైన పేర్కొన్న శుక్ల యజుర్వేదంలోని వాజసనేయి సంహితలోని శ్లోకం (xiv, 28) యొక్క వివరణను పోలి ఉంటుంది. శూద్రుల మూలం గురించి ప్రస్తావించబడిన మిగిలినవి ఈ క్రింది విధంగా ఉన్నాయి:-

1. తైత్తిరీయ సహిత (ii-4-13-1) "దేవతలు రాజన్యకు భయపడి, అతను కడుపులో ఉన్నప్పుడు అతన్ని ఒక ఉచ్చులో బంధించారు. ఫలితంగా, అతను దౌత్య బంధాలతో జన్మించాడు. ఆ పుట్టని వ్యక్తి బంధ విముక్తుడై జన్మించినట్లయితే, అతను తన శత్రువులను చంపి ఉండేవాడు. దౌత్యవేత్త కోరుకుంటే బంధ విముక్తుడై పుట్టి, శత్రువులను సంహరిస్తూ ఉంటే, అతనికి ఐంద్ర బ్రాహ్మణులకు నైవేద్యాలు సమర్పించాలి. రాజన్య ఇంద్రుడు మరియు బ్రాహ్మణుడు బృహస్పతి వంటివాడు. బ్రాహ్మణుని ద్వారా మాత్రమే రాజన్యను విడిపించగలడు. బంగారు బాండ్ బహుమతి ఒకరిని అటువంటి బంధం నుండి స్పష్టంగా విముక్తి చేస్తుంది.

2. తైత్తిరీయ సంహిత (VII - 1-14) ప్రజాపతి సృష్టి పట్ల తన కోరికను వ్యక్తం చేశాడు. అతను తన నోటి ద్వారా త్రివృత్త స్తోమాన్ని రచించాడు. దీని తరువాత అగ్ని దేవ్, గాయత్రీ ఛంద్, సామ్, రథంతర్, మానవులలో బ్రాహ్మణుడు మరియు జంతువులలో మేకను సృష్టించారు. అవి నోటి నుండి ఉద్భవించాయి, అస్తు ప్రధానమైనది. అతను తన ఛాతీ మరియు చేతుల నుండి పంచద్ను సృష్టించాడు. దీని తరువాత, అతను దేవతలలో ఇంద్రుడు, శ్లోకాలలో త్రిస్థం, సామలలో బృహత్, మానవులలో రాజజన్మ మరియు జంతువులలో మేషం సృష్టించాడు. అతను శక్తివంతమైన అవయవాలతో జన్మించాడు కాబట్టి అతను శక్తివంతుడు. తనలో నుండే సప్తదశను సృష్టించుకున్నాడు. దీని తరువాత, అతను దేవతలలో విశ్వదేవ్, శ్లోకాలలో జగతి, మానవులలో సామ, వైశ్య, వైశ్య మరియు జంతువులలో గోవులకు జన్మనిచ్చాడు. ఇది ఉదరం నుండి ఉద్భవించినందున ఇది అర్హత పొందింది. వారి

మెజారిటీ కారణంగా, వారు సప్తదశ తర్వాత అనేక వేదాలను పుట్టించారు. ఆ తరువాత అతను తన పాదాలతో ఇరవై ఒక్కటి సృష్టించాడు, దాని నుండి మానవులలో అనుష్టుభ్ ఛంద, సామ, వేరజ, శూద్ర మరియు జంతువులలో అశ్వాలు జన్మించారు. కాబట్టి శూద్రులు మరియు గుర్రాలు జీవులకు వాహకాలు. 21 తర్వాత ఆరాధకులు ఎవరూ సృష్టించబడలేదు. అందువల్ల శూద్రులకు యాగం చేసే హక్కు లేకుండా పోయింది. అస్తు, ఇద్దరి జీవితం కూడా పాదాలలో (దస్త్రా) గడిచిపోతుంది. అప్పుడు కూడా శూద్రుడు యాగానికి అర్హుడు కాదు. ఎందుకంటే ఏకవింష్ తర్వాత ఎవరూ పుట్టలేదు. ఎందుకంటే వారి స్థానం పాదాలలో ఉంది

ఆరోహణ దశ.

అథర్వవేదానికి పురుషసూక్తం వంటి నాలుగు వివరణలు ఉన్నాయి. మొదటి ఋగ్వేదం యొక్క పురుష సూక్తం

అదే (XIX-6). రెండవది క్రింది విధంగా ఉంది:-

1. అథర్వవేదం (IV-6-1) బ్రహ్మ మొదట జన్మించాడు. అతనికి పది తలలు మరియు పది ముఖాలు ఉన్నాయి. ముందుగా సోమరసం తాగి విషాన్ని శక్తిహీనంగా మార్చాడు.

2. అథర్వవేదం (XV-8-1) కామ బ్రత్యలో ఉద్భవించి రాజన్యకు జన్మనిచ్చింది.

3. అర్థవవేద (XV-9-1) బ్రత్యకు తెలిసిన రాజు ఇంటికి అతిథిగా వచ్చి, ఆ రాజు తన బ్రత్యను గౌరవించమని కోరాడు. ఆ బ్రహ్మ అతనికి (రాజుకు) కారణాన్ని వివరించాడు. అతను (సేవకుడు) రాజుచే గౌరవించబడినప్పుడు అతనికి హాని చేయలేదు. దీని నుండి బ్రాహ్మణులు మరియు క్షత్రియులు ఉద్భవించారు. మేము ఇప్పుడు దానిలోకి ప్రవేశిస్తాము మరియు మొదలైన వాటిలోకి ప్రవేశిస్తాము అని అతను చెప్పాడు.

II

ఇప్పుడు బ్రాహ్మణ గ్రంథాలను పరిశీలిద్దాం. శతపథ బ్రాహ్మణంలో ఆరు వివరణలు ఉన్నాయి. వీటిలో రెండు పాత్రలు వాటి మూలానికి సంబంధించినవి. వీటిలో ఒకదానిలో, శూద్రుల మూలానికి పరిష్కారం క్రింది విధంగా ఉంది శతపథ బ్రాహ్మణం (XIV-4-2-23) “బ్రహ్మ (వ్యాఖ్యాతల ప్రకారం అతను అగ్ని రూపాన్ని కలిగి ఉన్నాడు మరియు బ్రాహ్మణుడు) మొదటి విశ్వం, ఒకే ఒక్కడు. అలానే ఉండడం వల్ల అవి విస్తరించలేదు. అతను పరాక్రమపార్దుక క్షత్రియ యొక్క దైవిక

రూపాన్ని ధరించాడు. దేవతలలో, ఆ శక్తిమంతులు (క్షత్రియులు) ఇంద్రుడు, వరుణుడు, సోముడు, రుద్రుడు, పర్జన్యుడు, యముడు, మృత్యువు, ఈశానుడు. అందువలన క్షత్రియుని మించిన వారు ఎవరూ లేరు. అందుకే బ్రాహ్మణులు రాజసూయ యాగంలో క్షత్రియుల క్రింద కూర్చుంటారు. అతను క్షత్రియుడి గౌరవాన్ని అంగీకరిస్తాడు. ఇదే బ్రహ్మ క్షత్రియ మూలం. రాజు ఆధిక్యతను పొందినప్పటికీ, చివరికి అతను బ్రాహ్మణుడిని తన మూలంగా ఆశ్రయిస్తాడు, అతను తన మూలాన్ని నాశనం చేస్తాడు. అతను తన కంటే ఉన్నతమైన వ్యక్తిని బాధపెట్టినట్లుగా అణచివేతకు గురవుతాడు. అది అభివృద్ధి చెందలేదు. అతను ఒక కోరికను సృష్టించాడు. వాసు, రుద్ర, ఆదిత్య, విశ్వదేవ్ మరుత్ ఈ దేవతల వర్గంలో వస్తారు. అది అభివృద్ధి చెందలేదు. అతను శూద్ర కుల పుషన్ సృష్టించాడు. ఈ భూమి పుష్ణమైనది ఎందుకంటే ఆమె అందరినీ పోషిస్తుంది. అది అభివృద్ధి చెందలేదు. అతను శక్తి నుండి ఏకవచన రూపంలో, న్యాయం (ధమ్) సృష్టించాడు. అతను పాలకుడు (క్షత్రియుడు), అంటే న్యాయం. కాబట్టి న్యాయం కంటే గొప్పది మరొకటి లేదు. కాబట్టి బలహీనుడు తన మోక్షం కోసం ఒక రాజు వలె బలవంతుడి నుండి న్యాయం కోరతాడు. ఈ న్యాయం సరైనది. ఫలితంగా, వారు సరిగ్గా మాట్లాడే మరియు న్యాయం చేసే వ్యక్తి గురించి చెబుతారు, ఎందుకంటే అతనికి రెండు లక్షణాలు ఉన్నాయి. అవి బ్రహ్మ, క్షత్రియ, వైశ్య మరియు శూద్ర. అగ్ని ద్వారా అతను దేవతలలో బ్రహ్మ, మానవులలో బ్రాహ్మణుడు (దైవుడు), క్షత్రియుడు (మానవుడు) ద్వారా క్షత్రియుడు అయ్యాడు. (దైవ) వైశ్యుని నుండి మానవుడు (వైశ్యుడు), శూద్రుని ద్వారా మానవుడు శూద్రుడు అయ్యాడు. అందుకే దేవతలలో అగ్ని, మానవులలో బ్రాహ్మణుడు.”

తైత్తిరీయ బ్రాహ్మణంలో ఈ క్రింది వివరణ ఇవ్వబడింది:-

1) తాయ్. బ్రా. (I-2-6-7) - దేవతల నుండి బ్రాహ్మణ వర్ణం కనిపించింది; రాక్షసుల నుండి శూద్రులు.
2) తాయ్. బ్రా. (III-2-3-9) - శూద్రుడు శునస్ నుండి జన్మించాడు.

III

పైన పేర్కొన్న ఉల్లేఖనాలు నాలుగు వర్ణాలు మరియు శూద్రుల మూలానికి సంబంధించిన కథలు లేదా పరికల్పనల సారాంశం యొక్క సంకలనం. చాతుర్వర్ణ్య వ్యవస్థ అనేది అసహజమైన మరియు అసాధారణమైన సామాజిక వ్యవస్థ మాత్రమే కాదు, అందులో శూద్రుల స్థానం మరింత అసహజమైనది మరియు

కృత్రిమమైనది అని పురాతన కాలంలో బ్రాహ్మణులకు బాగా తెలుసు. ఈ వంకర వ్యవస్థను తార్కికంగా నిరూపించడానికి, సరైన వివిధ ఉపన్యాసాలు అవసరం, లేకపోతే చాతుర్వర్ణ్య వ్యవస్థ మరియు శూద్రుల మూలం వంటి అంశాలు చర్చించబడతాయి.

ఇంత సమర్థనను చూపించే వివరణను కనుగొనడం అసాధ్యం.ఈ ప్రకటనల గురించి ఏమి చెప్పాలి? కథలన్నీ తప్పుదారి పట్టించేవే. చాతుర్వర్ణ్యానికి మూలం పురుషుని నుండి అని చెప్పబడినప్పుడు, కొందరు బ్రహ్మ నుండి, కొందరు ప్రజాపతిని సృష్టికర్తగా మరియు కొందరు బ్రత్యను ప్రకటిస్తారు, ఇది మాత్రమే కాదు, శుక్ల యజుర్వేదం యొక్క రెండు వివరణల వలె ఒకే మూలం క్రింద ఇచ్చిన వివరణలు కూడా భిన్నంగా ఉంటాయి - ఒకటి మూలం. పురుషుని మూలం ఒకరు దేవుణ్ణి, మరొకరు ప్రజాపతిని నమ్ముతారు. కృష్ణ యజుర్వేదంలో మూడు వర్ణనలు ఉన్నాయి, వాటిలో రెండింటిలో ప్రజాపతి సృష్టికర్తగా పరిగణించబడ్డాడు మరియు ఒకదానిలో సృష్టికర్త బ్రాహ్మణుడు. అర్థవేదంలో నాలుగు కథనాలు ఉన్నాయి. ఒకదానిలో, పురుషుడు, రెండవ బ్రాహ్మణునిలో, మూడవ బ్రాత్యలో మూలం అని చెప్పబడింది. నాల్గవ వివరణ ఈ మూడింటికి భిన్నమైనది. దాని సూత్రం ఒకటే అయినప్పటికీ, వివరాలు భిన్నంగా ఉంటాయి. బ్రహ్మ మరియు ప్రజాపతి రూపాల ద్వారా ఇచ్చిన వివరణలు పూర్తిగా ఊహాత్మకమైనవి. మను లేదా కశ్యప్ ద్వారా ఇచ్చిన వివరణలు మానవ స్వభావం.

వీటిలో చేసిన పరికల్పనలు అవినీతికి సంబంధించినవి మాత్రమే కాదు, వాటికి ఎటువంటి చారిత్రక ప్రాధాన్యత లేదా పదార్థం లేవు. ప్రొఫెసర్ 'మాక్స్ ముల్లర్' తన ప్రాచీన సంస్కృత సాహిత్యంలోని 200వ పేజీలో బ్రాహ్మణ గ్రంథాల గురించి చర్చిస్తూ ఇలా అన్నారు:-

“భారత సమాజంలో బ్రాహ్మణులు ఒక ముఖ్యమైన స్థానాన్ని పొందడం ఒక గొప్ప కాలం, కానీ వారు తమ గురించి తాము సృష్టించుకున్న సాహిత్యం నిస్సందేహంగా చాలా అవాంఛనీయమైనది. చరిత్ర యొక్క ఆ కాలంలో, ఒక ఆదిమ సమాజంలో, ఇంత పాండిత్యం మరియు అనాదిగా ఒక సాహిత్యం సృష్టించబడుతుందని ఎవరూ ఊహించలేరు. క్రియేషన్స్ చాలా అపరిమితంగా ఉంటాయి, వాటికి సమాంతరం లేదు. ఇది హాస్యాస్పదమైన ఆలోచనలు, బలమైన భాష, బాగా హేతుబద్ధమైన వాదనలు మరియు వింత సమావేశాలతో నిండి ఉంది. ఇత్తడి లేదా ఇనుములో రత్నాలు పొదిగినట్లుగా ఇది వక్రీకరించిన సృష్టిలో ఒక

భాగం మాత్రమే. ఈ చిన్న సాహిత్యం సాధారణంగా అసహ్యకరమైన పదజాలం, ఆడంబరం, అహంకారం మరియు పూర్తి పాండిత్యంతో నిండి ఉంటుంది. ఇటువంటి మతోన్మాదం మరియు మూఢనమ్మకాల సమక్షంలో ఒక దేశం యొక్క ఆరోగ్యకరమైన అభివృద్ధి ఎంత వేగంగా జరుగుతుందో చరిత్రకారులు కనుగొనడం చాలా ముఖ్యం. ప్రారంభ కాలంలో ఒక దేశం అటువంటి అంటువ్యాధితో బాధపడుతుందో లేదో తెలుసుకోవడం మనకు ముఖ్యం. ఇటువంటి కూర్పులను అదే పద్ధతిలో అధ్యయనం చేయాలి. ఒక వైద్యుడు మెంటల్లీ రిటార్డెడ్ మరియు మానసిక అనారోగ్యంతో బాధపడుతున్న రోగుల పరిస్థితిని పరిశీలిస్తున్నట్లే.

నాలుగు వర్ణాల, ముఖ్యంగా శూద్ర వర్ణాల మూలానికి సంబంధించి బ్రాహ్మణ గ్రంథాల విశ్లేషణపై 'మాక్స్ ముల్లర్' చెప్పిన ఈ మాటలు మనకు హఠాత్తుగా గుర్తుకు వస్తాయి. ఈ పరికల్పనలు వాస్తవానికి 'ఒక మూర్ఖుడి ఆరాటం' లేదా 'పిచ్చివాడి యొక్క పిచ్చి' లాంటివి మరియు మానవ సమస్యల గురించి సహజమైన తత్వశాస్త్రం కోసం వెతుకుతున్న చరిత్ర విద్యార్థికి, ఈ సాహిత్యం నిజంగా పనికిరానిద

3.

శూద్రుల స్థితికి సంబంధించిన బ్రాహ్మణ సిద్ధాంతం

శూద్రుల మూలానికి సంబంధించి బ్రాహ్మణుల దృక్కోణం విశ్లేషించబడింది. ఎప్పుడు శూద్రుల పౌర హోదా గురించి బ్రాహ్మణుల దృక్కోణాన్ని పరిశీలిస్తే, వారి రాజ్యాంగం శూద్రుల వైకల్యాల యొక్క చాలా పొడవైన జాబితాను కలిగి ఉంది మరియు కఠినమైనది

శిక్ష మరియు శిక్షల వ్యవస్థ ఉంది. శూద్రుల వైకల్యాల యొక్క క్రింది ఉదాహరణలు మరియు వారికి శిక్షార్హత నిబంధనలు సంహితలు మరియు బ్రాహ్మణ గ్రంథాలలో కనిపిస్తాయి:-

1. కథన్ సంహిత (31.2) మరియు మైత్రాయని సంహిత (4.1.3) మరియు (1.8.3) ప్రకారం, అగ్నిహోత్రానికి పాలు ఉపయోగించిన ఆవుకి పాలు ఇవ్వడానికి శూద్రుడిని అనుమతించకూడదు.
2. శతపత్ బ్రాహ్మణ (3.1.1.1), మైత్రాయని సంహిత (10.1.1.6) మరియు పంచవింష్ బ్రాహ్మణ (6.1.11) ప్రకారం, యాగం చేసేటప్పుడు శూద్రునితో మాట్లాడకూడదు మరియు యాగం సమయంలో శూద్రులు ఉండకూడదు.
3. శతపథ బ్రాహ్మణం (14.1.3) మరియు కథక్ సంహిత (11.10)లో ఇంకా చెప్పబడింది: - శూద్రుడు సోమరసాన్ని త్రాగడానికి అనుమతించకూడదు.
4. ఐతరేయ బ్రాహ్మణుడు (6.29.4) మరియు పంచవింశ బ్రాహ్మణుడు (6.1.11) అత్యల్ప స్థాయికి చేరుకున్న తర్వాత ఇలా చెప్పారు. శూద్రుడు ఇతరుల సేవకుడు అని. (మరేమీ కాదు).

ఆపస్తంబ, బోద్యాయన మొదలైన రచయితలు, మనువు మొదలైన స్మృతి రచయితలు చేసిన చట్టాలు శూద్రులపై ఊహకందని ఆంక్షలు విధించినందున శూద్రులపై చిన్న మేఘం తుఫానుగా మారి శూద్రులపై వర్షాన్ని కురిపించింది. ఈ వైకల్యాలు

అవి రాస్తే తప్ప నమ్మకం కుదరదని భయంకరంగా ఉన్నాయి. వారి సంఖ్య చాలా పెద్దది, వారి పూర్తి వివరాలను ఇక్కడ ఇవ్వడం అసాధ్యం. వారి గ్రంథాలలో

చెల్లాచెదురుగా ఉన్న ఈ మంత్రాల గురించి తెలియని వారి కోసం, మేము స్మృతులు మరియు సూత్రాల నుండి కొన్ని ఉల్లేఖనాలను ఇస్తాము.

II (i)

(ఎ) ఆపస్తంబ ధర్మ సూత్రంలో చెప్పబడింది: నాలుగు వర్ణాలు ఉన్నాయి: బ్రాహ్మణ, క్షత్రియ, వైశ్య మరియు శూద్ర. వీటిలో, ప్రతి వర్ణం పుట్టుకతో తదుపరి వర్ణం కంటే శ్రేష్ఠమైనది. వీరిలో, శూద్రులు మరియు పాపకార్యాలు చేసినవారు తప్ప అందరికీ (1) ఉపనయనం (పవిత్రమైన దారం ధరించడం), (2) వేదాల అధ్యయనం మరియు (3) యాగం చేసే హక్కు ఉంది.

(బి) వశిష్ఠ ధర్మ సూత్రంలో చెప్పబడినది ఈ క్రింది విధంగా ఉంది:- బ్రాహ్మణ, క్షత్రియ, వైశ్య మరియు శూద్ర నాలుగు వర్ణాలు. వీరిలో బ్రాహ్మణులు, క్షత్రియులు, వైశ్యులు ద్విజులు అంటారు. వారి మొదటి జన్మ తల్లి గర్భం నుండి జరుగుతుంది. రెండవది, బలి అగ్ని వేడుక నుండి. రెండవ జన్మలో సావిత్రి తల్లి, గురువు తండ్రి. వేదాల జ్ఞానాన్ని అందించినందున గురువును తండ్రిగా భావిస్తారు. అసలు వర్ణంలో సంస్కారం మరియు పుట్టుక కారణంగా నాలుగు వర్ణాలు భిన్నంగా ఉంటాయి. వేదాల శ్లోకాలలో కూడా చెప్పబడింది - అతని నోటి నుండి బ్రాహ్మణులు, అతని చేతుల నుండి క్షత్రియులు, అతని తొడల నుండి వైశ్యులు మరియు అతని పాదాల నుండి శూద్రులు జన్మించారు. శూద్రుడికి యాగ్యోపవిత్ చేసే హక్కు లేదని వేదాలలో కూడా చెప్పబడింది. గాయత్రీ శ్లోకాల నుండి బ్రాహ్మణుడిని, త్రిష్టుభం నుండి క్షత్రియుడిని సృష్టించాడు.

(సి) మనుస్మృతిలో ఈ క్రింది ప్రకటన అందించబడింది: - ప్రపంచ శ్రేయస్సు కోసం, సృష్టికర్త వరుసగా నోరు, చేతులు, తొడలు మరియు పాదాల నుండి బ్రాహ్మణులు, క్షత్రియులు, వైశ్యులు మరియు శూద్రులను సృష్టించాడు. బ్రాహ్మణులు, క్షత్రియులు మరియు వైశ్యులను ద్విజ అని పిలుస్తారు, అయితే నాల్గవ కులమైన శూద్రుడు ఒక్కసారి మాత్రమే జన్మించాడు.

(ii)

(ఎ) అపస్తంబ ధర్మ సూత్రం ఇలా చెబుతోంది: - వర్ణత్రయో (ద్విజ) శ్మశాన వాటికలో లేదా సమీపంలో వేదాలను పఠించకూడదు. ఒక గ్రామం శ్మశాన వాటికలో స్థిరపడినా లేదా ఆ స్థలాన్ని వ్యవసాయానికి అనువుగా మార్చినట్లయితే, అక్కడ వేదాలు చదవడం నిషేధించబడదు. అయితే ఆ ప్రదేశాన్ని ఇప్పటికీ శ్మశాన

వాటికగా పిలుస్తున్నట్లయితే, అక్కడ వేదాలు చదవడం నిషేధించబడింది.శూద్రులు మరియు బహిష్కృతులు శ్మశాన వాటిక వంటివారు మరియు సూత్ర సంఖ్య 6 వారికి వర్తిస్తుంది. శూద్రులు, బహిష్కృతులు నివసించే ఇంట్లోనే విద్యా చదువులు జరుగుతాయని కొందరు అంటారు చేయకూడదు. ఒక విద్యార్థి మరియు శూద్ర స్త్రీ ఒకరినొకరు చూసినట్లయితే, వేద పారాయణంలో ప్రతిబంధకం ఉండాలి.

ఒక బ్రాహ్మణుడు లేదా ఇతర ఉన్నత కులస్థుడు ఏదైనా ఆహార పదార్థాన్ని అశుద్ధ సమయంలో తాకితే, అది అశుద్ధంగా మారుతుంది కానీ తినదగనిది కాదు.కానీ ఆహారాన్ని అపవిత్ర శూద్రుడు తీసుకువస్తే అది తినడానికి తగదు. శూద్రుడు భోజనం చేస్తున్నప్పుడు వ్యక్తిని తాకినట్లయితే, తినే వ్యక్తి ఆహారాన్ని వదిలివేయాలి.

(బి) విష్ణు స్మృతి నియమం ఉంది - ద్విజుని మృతదేహాన్ని ఏ శూద్రుడు, అతను మరణించిన వ్యక్తికి బంధువు అయినా తీసుకెళ్లకూడదు. శూద్రుని మృత దేహాన్ని ద్విజుడు తీసుకెళ్లకూడదు. తల్లి దండ్రుల మృత దేహాలను అతని తల్లిదండ్రుల కులానికి చెందిన వారి కొడుకు తీసుకెళ్లాలి. మరణించిన వ్యక్తి తన తండ్రి అయినప్పటికీ శూద్రుడు ద్విజుని మృతదేహాన్ని ఎన్నడూ తీసుకోకూడదు.

(సి) ఇది వశిష్ఠ ధర్మ సూత్రంలో చెప్పబడింది - ఇప్పుడు మనం తినదగిన మరియు తినకూడని వాటిని వివరిస్తాము: - వైద్యుడు, వేటగాడు, వ్యభిచారిణి, జాదూగాడు, దొంగ, శాపగ్రస్తుడు ఇచ్చిన ఆహారం తినకూడదు. ఒక నపుంసకుడు లేదా కులం నుండి బహిష్కరించబడిన వ్యక్తి ఇచ్చిన ఆహారం దురాచారి, శ్రాద్ధం చేసేవాడు, ఖైదీ, రోగి, మిఠాయిలు అమ్మేవాడు, వడ్రంగి, చాకలివాడు, మద్యం అమ్మేవాడు, గూఢచారి, వడ్డీ వ్యాపారి లేదా చర్మకారుడు, ఏ శూద్రుడు ఇచ్చిన ఆహారాన్ని తినకూడదు. కొంతమంది శూద్ర జాతిని శ్మశాన వాటిక అంటారు. కావున శూద్రుల సమక్షంలో వేదపఠనము చేయరాదు. అతను యమచే పలికిన ఈ క్రింది మంత్రాన్ని పేర్కొన్నాడు:-

"దుష్ట శూద్ర జాతి స్పష్టంగా శ్మశాన వాటిక వంటిది, కాబట్టి వారి ముందు వేదాలు చదవకూడదు."

పవిత్రమైన వేదాలను అధ్యయనం చేయడం ద్వారా కొంతమంది గౌరవానికి అర్హులు అవుతారు, మరికొందరు ఆత్మనిగ్రహంతో ఉంటారు, కానీ శూద్రుడు ఇచ్చిన ఆహారం తినని బ్రాహ్మణుడు గౌరవానికి అర్హుడు. శూద్రుడు ఇచ్చిన ఆహారం బ్రాహ్మణుని కడుపులో ఉండి మరణిస్తే, తరువాత జన్మలో అతను గ్రామ పందిగా

జన్మించి, అదే శూద్రుడి ఇంట్లో పుడతాడు, శరీర పోషణ ఉన్న బ్రాహ్మణుడు అయినా. శూద్రుడు ఇచ్చే ఆహారం ద్వారా రోజూ వేదాలు పఠిస్తాడు, భోగి మంటలు వేస్తాడు. అతను ఎప్పుడూ ఉన్నత స్థానాన్ని పొందలేడు. శూద్రుడికి ఇచ్చిన ఆహారాన్ని తిన్న తర్వాత, అతను తన సొంత కులం భార్యతో లైంగిక సంబంధం కలిగి ఉంటే మరియు ఒక బిడ్డను కలిగి ఉంటే, ఆ పిల్లవాడు కూడా శూద్రుడి నుండి ఆహారం తీసుకున్న శూద్రుడి కులానికి చెందినవాడు మరియు స్వర్గపు తలుపులు వేస్తాడు. వారి కోసం మూసివేయబడుతుంది.

(డి) మనుస్మృతిలో ఒక వివరణ ఉంది: - బ్రాహ్మణులు శూద్ర రాజ్యంలో లేదా దుష్టశక్తుల ఆవాసాలతో చుట్టుముట్టబడిన ప్రదేశంలో లేదా నాస్తిక వేదాలచే ప్రభావితమైన ప్రదేశంలో లేదా చండాలు మొదలైన తక్కువ కులాలు నివసించే ప్రదేశంలో నివసించకూడదు.

శూద్రుని స్థలంలో యాగం చేసే బ్రాహ్మణుడు శ్రాద్ధ కర్మ సమయంలో ఇతర బ్రాహ్మణులతో కలిసి భోజనం చేయడానికి అనుమతిస్తారు. అలా ఆహ్వానించకూడదు. హోస్ట్ తన స్పర్శ ద్వారా ఆహారాన్ని అందించడం వల్ల పూర్తి ప్రయోజనం పొందలేడు. చనిపోయిన శూద్రుడిని నగరం యొక్క దక్షిణ ద్వారం వైపుకు, వైశ్యుడిని పశ్చిమాన, క్షత్రియుడిని ఉత్తరాన మరియు బ్రాహ్మణుడిని తూర్పు ద్వారం వైపుకు తీసుకెళ్లండి.

(iii)

(అ) అపస్తంభ ధర్మ సూత్రంలో ఒక వివరణ ఉంది - "బ్రాహ్మణులు మొదట తమ కుడి చేయి చెవి వరకు, క్షత్రియులు ఛాతీ వరకు, వైశ్యులు నడుము ఎత్తు వరకు, శూద్రులు ముందుగా నమస్కరించాలి. రెండు చేతులను క్రిందికి మడవడం ద్వారా. ప్రతిస్పందనగా, మొదటి (మూడు) తరగతులకు చెందిన వ్యక్తి చేతిని మూడు వేళ్లు క్రిందికి పైకి లేపి చివరి పదాన్ని పలకరించాలి. శూద్రుడు బ్రాహ్మణుని ఇంటికి అతిథిగా వస్తే, బ్రాహ్మణుడు అతనికి ఏదో ఒక పని చేసి భోజనం పెట్టాలి, లేకుంటే గౌరవనీయుడిగా పరిగణించబడతాడు. లేదా బ్రాహ్మణ సేవకుడు ప్రభుత్వ దుకాణం నుండి బియ్యం తెచ్చి శూద్రునికి ఇచ్చి ఉపకారం చేయాలి.

(బి) విష్ణు స్మృతి ప్రకారం, వేదయాజ్ఞ లేదా శ్రాద్ధంలో అతిథిని సత్కరించడం లేదా అతనికి (శూద్రుడు) తినిపించినందుకు జరిమానా వంద పాన ముద్రలు.

(సి) మనుస్మతి ఆజ్ఞలు - పదేళ్ల బ్రాహ్మణుడు వంద సంవత్సరాల క్షత్రియుడికి తండ్రి లాంటివాడు. సంపద, సోదరభావం, స్థానం, పని మరియు జ్ఞానం అనేవి

ఐదు గౌరవ స్థానాలు. చివరి జ్ఞానం గౌరవానికి చాలా ముఖ్యమైన సూచిక. మూడు అగ్రవర్ణాలలో, పైన పేర్కొన్న ఐదు గుణాలలో వారికి ఎక్కువ గుణాలు ఉంటే, అవి అంత చెల్లుబాటు అవుతాయి. అయితే శూద్రుడు ఎంత జ్ఞానవంతుడైనా, సంపన్నుడైనా 90 ఏళ్ల తర్వాతనే గౌరవనీయుడు అవుతాడు. ఇంతకు ముందు కాదు.పెద్దవాడైనా, పెద్దవాడైనా, ధనవంతుడైనా, కుటుంబాలను పోషించినా ఎవరూ గొప్పవారు కాలేరు. వేదాలు, వేదాంత జ్ఞానం ఉన్నవాడే గొప్పవాడని ఋషులు ఇలాంటి ఏర్పాట్లు చేశారు. బ్రాహ్మణులు జ్ఞానం ద్వారా, క్షత్రియులు బలం ద్వారా, వైశ్యులు సంపద ద్వారా మరియు శూద్రులు వయస్సు ద్వారా శ్రేష్ఠతను కలిగి ఉంటారు. తలపై వెంట్రుకలు నెరిసినంత మాత్రాన ఎవరూ వృద్ధులు కాలేరు. అయితే యవ్వనంలో ఉన్నా వేదాలు తెలిసినవాడు ముసలివానిలా ఉంటాడని దేవతలు అంటున్నారు.

బ్రాహ్మణుని ఇంటికి వచ్చిన క్షత్రియులను, వైశ్యులను, స్నేహితులను, బంధువులను, గురువులను అతిథులుగా పిలవరు. ఒక క్షత్రియుడు అతిథిగా వస్తే, బ్రాహ్మణుడు మొదటి భోజనం చేసిన తర్వాతే అతనికి ఆహారం ఇవ్వాలి. వైశ్యుడు లేదా శూద్రుడు బ్రాహ్మణునికి అతిథిగా వస్తే, అతనితో పాటు సేవకులు ఉండాలి. దయ చూపుతూ ఆహారం ఇవ్వండి.

(iv)

(అ) ఆపస్తంబ ధర్మ సూత్రం ప్రకారం: - క్షత్రియుని చంపినవాడు వెయ్యి గోవులను, వైశ్యుడిని చంపినవాడు వంద గోవులను, శూద్రుడిని చంపినవాడు పది గోవులను దానం చేయాలి. ఒక బ్రాహ్మణుడు

బి) గోతమ ధర్మ సూత్రం ప్రకారం:- క్షత్రియుడు బ్రాహ్మణుడిని దుర్భాషలాడితే, అతనికి వంద రూపాయల శిక్ష విధించబడుతుంది.కాంస్య నాణెం కొట్టినందుకు జరిమానా రెట్టింపు. బ్రాహ్మణుడిని దుర్వినియోగం చేసినందుకు, వైశ్యుడు క్షత్రియుడి కంటే ఒకటిన్నర రెట్లు శిక్ష అనుభవించాలి. దీనికి విరుద్ధంగా, ఒక బ్రాహ్మణుడు క్షత్రియుడిని దుర్వినియోగం చేస్తే, అతను సగం అంటే యాభై కంచు పణాలను చెల్లిస్తాడు. అదేవిధంగా, వైశ్యుడిని దుర్వినియోగం చేసిన సందర్భంలో, క్షత్రియుడితో పోలిస్తే బ్రాహ్మణుడు ఇరవై ఐదు రాగి ముక్కలను చెల్లిస్తాడు. కానీ శూద్రుడిని దుర్భాషలాడితే, అతను ఏ విధంగానూ శిక్షించడు.

(సి) బృహస్పతి ధర్మ సూత్రం ప్రకారం:- ఒక బ్రాహ్మణుడు క్షత్రియుడిని దుర్వినియోగం చేయడం.

యాభై పాణాల పెనాల్టీ ఉంటుంది, వైశ్య దుర్వినియోగానికి ఇరవై ఐదు పానాలు మరియు శూద్ర దూషణకు పన్నెండున్నర పానాలు చెల్లించాలి. ఈ శిక్ష సద్గుణ లేదా మతపరమైన శూద్రుడిని దుర్వినియోగం చేసినందుకు మాత్రమే విధించబడుతుంది, అంటే తన శూద్ర హోదాను అంగీకరించి స్వచ్ఛందంగా సేవ చేస్తున్న మరియు నిర్దోషి. దీనికి విరుద్ధంగా, అధర్మమైన శూద్రుడిని బ్రాహ్మణుడు దుర్వినియోగం చేసినందుకు శిక్ష లేదు.

వైశ్యుడు క్షత్రియుడిని దుర్భాషలాడితే, అతనికి 100 పైసలు శిక్ష విధించబడుతుంది. కానీ క్షత్రియుడు వైశ్యుడిని దుర్భాషలాడితే, అతనికి సగం శిక్ష విధించబడుతుంది. క్షత్రియుడు శూద్రుడిని దుర్భాషలాడితే ఇరవై పనలతో శిక్షించబడతాడు. కానీ వైశ్యుడు శూద్రుడిని దుర్భాషలాడితే, అతనికి రెట్టింపు శిక్ష విధించబడుతుంది. దీనికి విరుద్ధంగా, శూద్రుడు వైశ్యుడిని దుర్వినియోగం చేస్తే, అతనికి మొదట పేర్కొన్న శిక్ష విధించబడుతుంది. క్షత్రియుడిని దుర్భాషలాడితే మధ్యంతర శిక్ష, బ్రాహ్మణుడిని దుర్భాషలాడితే కఠిన శిక్ష.

(డి) మనుస్మృతి ప్రకారం: ఒక క్షత్రియుడు బ్రాహ్మణునికి కఠినమైన పదాలు పలికితే, అతనికి వంద పణాలతో, వైశ్యుడు బ్రాహ్మణుడిని శపిస్తే, అతనికి నూట యాభై పాన్లు లేదా రెండు వందలు, కానీ శూద్రుడు శిక్షించబడతాడు. మరణశిక్ష విధించవలసి ఉంటుంది. దానికి విరుద్ధంగా, బ్రాహ్మణుడు క్షత్రియుని అవమానిస్తే యాభై పనాలు, వైశ్యుడిని అవమానిస్తే ఇరవై ఐదు పనాలు, శూద్రుడిని అవమానిస్తే పన్నెండు, ఒక సగం పనసలు.క్షత్రియుడిని చంపినందుకు, బ్రాహ్మణుడు హత్యకు సంబంధించిన శిక్షలో నాల్గవ భాగానికి ప్రాయశ్చిత్తం చేయాలి, తన కర్తవ్యంలో నిమగ్నమైన వైశ్యుడిని చంపినందుకు, ఎనిమిదవ భాగానికి ప్రాయశ్చిత్తం చేయాలి మరియు శూద్రుడిని చంపినందుకు ఎవరైనా ప్రాయశ్చిత్తం చేయాలి. పదహారవ భాగానికి ప్రాయశ్చిత్తం. ఒక క్షత్రియుడు పొరపాటున బ్రాహ్మణునిచేత చంపబడితే, అతడు బ్రాహ్మణునికి ఒక ఎద్దు మరియు వెయ్యి ఆవులను దానం చేయాలి లేదా మూడు సంవత్సరాలు ఊరి బయట చెట్టుకింద వెంట్రుకలు పెంచి ప్రాయశ్చిత్తం చేసుకోవాలి. తన వృత్తిలో నిమగ్నమైన వైశ్యుడిని తెలియకుండా చంపినందుకు, బ్రాహ్మణుడు ఒక సంవత్సరం పాటు ప్రాయశ్చిత్తం చేసి బ్రాహ్మణులకు నూట ఒక్క ఆవులను దానం చేయాలి, కానీ తెలియకుండా శూద్రుడిని చంపినందుకు.

ఒకసారి చేసిన తర్వాత, 6 నెలలు తపస్సు చేయండి లేదా పూజారికి ఒక ఎద్దు మరియు పది తెల్లని ఆవులను దానం చేయండి. (ఇ) విష్ణు స్మృతి ప్రకారం:- తక్కువ కులానికి చెందిన వ్యక్తి తన నుండి తనను తాను వేరుచేసుకునే శరీర భాగం.

ఉన్నత కులానికి చెందిన ఎవరైనా అవమానించినా లేదా దాడి చేసినా, రాజు తన శరీరంలోని ఆ భాగాన్ని కత్తిరించాలి. అతను తన కంటే ఉన్నత కులానికి చెందిన వ్యక్తిని కూర్చోబెడితే, రాజు అతని పిరుదులపై మరకలు వేసి దేశం నుండి వెళ్లగొట్టాలి. ఉమ్మి వేస్తే రెండు పెదవులు కోసుకోవాలి. మీరు గాలిని పీల్చుకుంటే (ఫార్ట్‌లు ఇచ్చినట్లయితే, దాని వెనుక భాగాన్ని కత్తిరించండి. అతను దుర్భాషలాడితే, అతని నాలుకను కత్తిరించండి. అదేవిధంగా, తక్కువ కులంలో జన్మించిన వ్యక్తి అహంకారంతో ఉన్నత కులానికి చెందిన వ్యక్తికి విధులు నిర్వహించే విషయంలో కొన్ని సలహాలు ఇస్తే, రాజు ముఖంపై వేడి నూనె పోయాలి. ఒక శూద్రుడు ఉన్నత కులానికి చెందిన వ్యక్తిని అవమానకరమైన పేరుతో పిలిస్తే, అతని నాలుకలో నిప్పుతో ఎర్రబడిన పది వేళ్ల గోరు గుచ్చుకోవాలి.

(v)

(ఎ) బృహస్పతి స్మృతి ప్రకారం:- "శూద్రుడు ఉపన్యాసం చేసినా, వేదాలు చదివినా లేదా బ్రాహ్మణుడిని అవమానించినా అతని నాలుక కత్తిరించబడాలి."

(బి) గౌతమ ధర్మ సూత్రం ప్రకారం:- "ఇప్పుడు అతను ఉద్దేశపూర్వకంగా వేదాలను వింటుంటే, అతని చెవుల్లో కరిగిన సీసం లేదా లక్కను పోయండి. వేదమంత్రాలు చదివితే నాలుక కోసుకోవాలి."

(సి) మనుస్మృతి ప్రకారం: - జీతం కోసం బోధించే శూద్రుడు లేదా జీతం చెల్లించి చదువుకునే శూద్రుడు, శూద్రుడి వద్ద చదువుకునే శూద్రుడు లేదా శూద్రుడికి బోధించే వ్యక్తి దేవతలు మరియు పూర్వీకుల ఆచారాలలో త్యాగం చేసిన వ్యక్తిగా పరిగణించబడతారు.

శూద్రుడికి సలహా ఇవ్వవద్దు, ఉచ్ఛిష్ట మరియు హవి శేషాంశాలు ఇవ్వవద్దు. అతనికి మతం మరియు ఉపవాసం గురించి నేరుగా సలహా కూడా ఇవ్వవద్దు. ధర్మాన్ని బోధించి, ఉపవాసం ఉండమని ఆజ్ఞాపించేవాడు శూద్రులతో పాటు అసవృత అనే చీకటి నరకంలో పడతాడు. - శూద్రుని ముందు వేదాలు చదవకూడదు. రాత్రి చివరి వంతున వేదాలు చదివి అలసిపోయిన బ్రాహ్మణుడు నిద్రపోకూడదు.

(vi)

మనుస్మృతి బోధిస్తుంది: - బ్రాహ్మణుడు శూద్రుని సంపదను ఎటువంటి ఆంక్షలు లేకుండా తీసుకోగలడు, ఎందుకంటే శూద్రుడికి సొంతంగా ఏమీ లేదు, సంపద

అంతా అతని యజమానికి చెందుతుంది. నిజానికి, సంపదను కూడగట్టగల సామర్థ్యం ఉన్న శూద్రుడు సంపదను కూడబెట్టుకోకూడదు ఎందుకంటే సంపదను సంపాదించడం ద్వారా బ్రాహ్మణులను ఇబ్బంది పెడతాడు.

(vii)

రాజుకు మనుస్మృతి యొక్క సలహా: - పుట్టుకతో బ్రాహ్మణుడు లేదా తనను తాను బ్రాహ్మణుడు అని పిలుచుకోవడం రాజుకు మతం లేదా రాజకీయాలను బోధించగలడు, శూద్రుడు కాదు. శూద్రుడిని న్యాయమూర్తిగా చేసుకున్న రాజు రాజ్యం బురదలో కూరుకుపోయిన ఆవులా నేలకొరిగిపోతుంది. శూద్రులు, నాస్తికులు మరియు ద్విజులు నివసించని దేశం, కరువు మరియు రోగాలతో బాధపడుతుంది మరియు నాశనం అవుతుంది.

(viii)

(ఎ) ఆపస్తంబ ధర్మ సూత్రం ఇలా చెబుతోంది: - శూద్రులు, అంధులు, మూగ, చెవిటి మరియు రోగులు (వారు అస్వస్థతతో ఉన్నంత వరకు) ధర్మాన్ని అనుసరించి, బ్రాహ్మణుని పాదాలు కడిగిన తర్వాత త్రాగడానికి పన్ను లేకుండా ఉండాలి.మూడు వర్ణాలకు సేవ చేయడమే శూద్రుని కర్తవ్యం. ఉన్నత కులానికి ఎంత సేవ చేస్తాడో అంత పుణ్యాత్ముడు అవుతాడు.

(బి) మనుస్మృతి చెబుతుంది:- మహా తేజస్వి (బ్రహ్మ) లోక రక్షణ కోసం నోరు, చేతులు, తొడలు మరియు పాదాల నుండి జన్మించిన జీవులకు ప్రత్యేక కర్మను నిర్దేశించారు. బ్రాహ్మణునికి, నిర్దేశించబడిన విధులు అధ్యయనం మరియు బోధించడం, యాగం చేయడం, దానాలు ఇవ్వడం మరియు తీసుకోవడం. క్షత్రియునికి నిర్దేశించబడిన విధులు రక్షించడం, దానం చేయడం, యాగాలు చేయడం, అధ్యయనం చేయడం మరియు ఇంద్రియ సుఖాలకు అతుక్కుని ఉండకూడదు. చదవడం, పశుపోషణ, యజ్ఞం చేయడం, వ్యాపారం చేయడం, వ్యవసాయం చేయడం, వడ్డీకి డబ్బు ఇవ్వడం వైశ్యుల విధులు. పై మూడు వర్గాలకు భక్తితో సేవ చేయడమే శూద్రునికి నిర్దేశించబడిన ఏకైక కర్తవ్యం.

(ix)

(ఎ) అపస్తంబ ధర్మ సూత్రం ఇలా చెబుతోంది: "బ్రాహ్మణ కులానికి చెందిన వ్యక్తి శూద్ర స్త్రీతో వ్యభిచారం చేస్తే, దేశం నుండి బహిష్కరించబడాలి. దీనికి విరుద్ధంగా, శూద్రుడు బ్రాహ్మణ స్త్రీతో వ్యభిచారం చేస్తే, అతను బాధ్యత వహిస్తాడు. మరణశిక్ష.

(బి) గౌతమ ధర్మ సూత్రం ఇలా చెబుతోంది: - "శూద్రుడు ఒక ఆర్య స్త్రీతో లైంగిక సంబంధం కలిగి ఉంటే, అతని పురుషాంగం కత్తిరించబడాలి మరియు అతని ఆస్తి మొత్తాన్ని లాక్కోవాలి. కానీ స్త్రీకి ఎవరైనా సంరక్షకుడు ఉంటే, అప్పుడు శూద్ర పురుషాంగం నరికివేయబడాలి మరియు అతనికి మరణశిక్ష విధించాలి."

(సి) మనుస్మృతి ఉత్తర్వులు: "అత్యున్నత కులానికి చెందిన అమ్మాయితో శూద్రుడు లైంగిక సంబంధం పెట్టుకుంటే మరణశిక్షకు అర్హుడు."

అదే కులానికి చెందిన స్త్రీతో సహజీవనం చేసేవాడు డబ్బుతో అమ్మాయి తండ్రిని సంతృప్తి పరిచి పెళ్లి చేసుకోవాలి. ఒక శూద్రుడు ద్విజ స్త్రీతో సంరక్షకుడు లేకుండా వ్యభిచారం చేస్తే, రాజు అతని పురుషాంగాన్ని కత్తిరించి అన్నింటిని తీసివేయాలి, కానీ సంరక్షకునిచే రక్షించబడిన స్త్రీతో వ్యభిచారం చేస్తే, అతనికి మరణశిక్షతో పాటు అన్నింటిని తీసివేయాలి.

ద్విజ్ కులస్తులు తమ సొంత కులం అమ్మాయిని పెళ్లి చేసుకోవడం ఉత్తమం

శూద్ర పురుషులు శూద్రులను మాత్రమే వివాహం చేసుకోవచ్చు, వైశ్య పురుషులు వైశ్య మరియు శూద్రులను, క్షత్రియ పురుషులు క్షత్రియ, వైశ్య మరియు శూద్ర బాలికలను వివాహం చేసుకోవచ్చు. అయితే నాలుగు కులాల అమ్మాయిలను పెళ్లి చేసుకునే హక్కు బ్రాహ్మణులకు ఉంది. బ్రాహ్మణ లేదా క్షత్రియ అగ్రవర్ణ స్త్రీ అందుబాటులో లేకపోయినా, శూద్రుడిని భార్యగా చేసుకునే ఆజ్ఞ ఏ చరిత్రలోనూ లేదు. శూద్ర బాలికలను ప్రేమతో వివాహం చేసుకున్న ద్విజులు తమ పిల్లలతో సహా వారి వారసులను శూద్రులుగా మార్చుకుంటారు.

ఒక బ్రాహ్మణుడు శూద్ర స్త్రీతో సంభోగం చేసి నరకానికి వెళ్తాడు. మరియు అతని నుండి ఒక కుమారుడు జన్మించడం ద్వారా, అతను బ్రాహ్మణ స్థితి నుండి విముక్తి పొందుతాడు. వివాహిత శూద్రులు తమ భార్యలు దేవతలకు, పూర్వీకులకు మరియు అతిథులకు సమర్పించే నైవేద్యాలను అంగీకరించరు మరియు అలాంటి ఆతిథ్యంతో శూద్రుడు స్వర్గానికి వెళ్లలేడు. శూద్ర స్త్రీ యొక్క అర్ధ పానీయాన్ని భుజించి, అతని ప్రాణవాయువును ఆమె శ్వాసతో కలుషితం చేసి, ఆమె నుండి బిడ్డకు జన్మనిచ్చే ద్విజ (ద్విజ) శూద్ర స్త్రీ మోక్షానికి మార్గం లేదు.

(X)

(ఎ) వశిష్ఠ ధర్మ సూత్రం ఇలా చెబుతోంది: "ద్వేషం, అసూయ, తప్పడు మాటలు, బ్రాహ్మణులపై అపనిందలు, దూషణలు మరియు క్రూరత్వం మృతదేహం యొక్క లక్షణాలు."

(బి) విష్ణు స్మృతి ఇలా చెబుతోంది: "బ్రాహ్మణుడు శుభప్రదుడు, క్షత్రియుడు శక్తిమంతుడు, వైశ్యుడు సంపదలో సంపన్నుడు మరియు శూద్రుడు ద్వేషపూరితుడు అని పేరు పెట్టాలి."

(సి) గౌతమ ధర్మ సూత్రం ఇలా చెబుతోంది: - "శూద్రుడు నాల్గవ వర్ణానికి చెందినవాడు మరియు ఒకే జన్మను కలిగి ఉన్నాడు. అతని ధర్మం ముగ్గురు ఉన్నతాధికారులకు సేవ చేయడం. అతను వారికి సేవ చేయడం ద్వారా తన జీవనోపాధి పొందుతాడు. అతను వారు తీసిన పాదరక్షలు ధరించి, జూతలు తింటాడు. శూద్రుడు ద్విజను దూషించినా లేదా కొట్టినా, అతని శరీరం నరికివేయబడాలి మరియు అతను కూర్చున్నప్పుడు, నిద్రిస్తున్నప్పుడు లేదా రహదారిపై నడుస్తున్నప్పుడు ద్విజతో సరిపోలితే శిక్షించబడాలి.

(డి) మనుస్మృతి కూడా దీనిని అనుసరిస్తుంది: - "అయితే ఒక బ్రాహ్మణుడు, దురాశతో లేదా ఆధిపత్యం కారణంగా, ఉపనయనద్ ద్విజాతిల నుండి వారి ఇష్టానికి విరుద్ధంగా బానిస పనిని తీసుకుంటే, రాజు అతన్ని ఆరు వందల పానాలతో శిక్షించాలి. శూద్రుడు అయినా. బ్రాహ్మణుడు కొన్నాడో లేదో, అతని నుండి సేవకుని పనిని తీసుకోండి, ఎందుకంటే బ్రహ్మ అతనిని బ్రాహ్మణునికి సేవ చేయడానికి మాత్రమే సృష్టించాడు, యజమాని ద్వారా విముక్తి పొందిన తరువాత కూడా, శూద్రుడు తన బానిస స్వభావాన్ని వదిలించుకోలేడు ఎందుకంటే ఆ బానిసత్వం అతని విధి. మరియు దానిని ఎవరూ తీసివేయలేరు.

బ్రాహ్మణులకు మరియు సంపన్న గృహస్థులకు మాత్రమే సేవ చేయడం శూద్రునికి స్వర్గాన్ని ప్రసాదించే పరమ ధర్మం. శూద్రుడు తన ప్రయత్నాలలో మరియు మాటలలో పవిత్రంగా ఉంటూ, ఉన్నత కులాలకు సేవ చేస్తూ, మధురంగా మాట్లాడే, అహంకార రహితంగా మరియు వారిపై ఆధారపడే ఒక అద్భుతమైన కులాన్ని (తన రెండవ జన్మలో) పొందుతాడు

శూద్రుడు బ్రాహ్మణుడికి సేవ చేయడం ద్వారా తన జీవితాన్ని కొనసాగించలేకపోతే, అతను క్షత్రియుడికి సేవ చేయాలి మరియు ఇది కూడా సరిపోకపోతే, అతను వైశ్యుడికి సేవ చేయాలి. అతను స్వర్గాన్ని పొందడానికి లేదా రెండింటి కోసం (స్వార్థం మరియు పరోపకారం) బ్రాహ్మణులకు సేవ చేయాలి.బ్రాహ్మణుడికి సేవ చేయడం శూద్రుని కీర్తికి తృప్తి. బ్రాహ్మణుడికి సేవ చేయడం శూద్రుని ప్రత్యేక విధిగా చెప్పబడింది. ఈ పని కాకుండా ఏ పని చేసినా. అతనికి అసమర్థమైనది.

శూద్రుని సేవా శక్తి, పనిలో దక్షత, పరిగ్రహ (కుటుంబ పోషణ కోసం ఖర్చులు) సేవకుల కోసం బ్రాహ్మణులు తమ కుటుంబం పట్ల నిజమైన కృషి చేయాలి. ఆ

శూద్రుడికి మిగిలిపోయిన ఆహారం మరియు పాత బట్టలు ఇచ్చారు.నాసిరకం ధాన్యాలు, శిథిలావస్థకు చేరిన పూతలు, పరుపులు ఇవ్వాలి. బ్రాహ్మణ శుభ సూచిక, క్షత్రియ బల సూచిక, వైశ్య సంపద సూచిక మరియు శూద్ర ఖండన.పాయింటర్ పేరు తప్పనిసరిగా ఉంచాలి.

బ్రాహ్మణులకు పిరికి వారని, క్షత్రియులను సభ అని, వైశ్యులకు పుష్టి అని, శూద్రునికి దాసు అని పేరు పెట్టాలి.శూద్రుడు ద్విజునితో పరుషమైన మాటలు చెబితే అతని నాలుకను కుట్టించుకోవాలి. మూలం పాపభరిత ప్రదేశం నుండి వచ్చింది. ఒక శూద్రుడు దురుద్దేశంతో రెండు కులాలు లేదా కులం పేరుతో చెడు మాటలు చెబితే అతనికి పది రూపాయలు జరిమానా విధిస్తారు.

అంగుళుని వేలు మండుతున్న ఇనుప కడ్డీని నోటిలో పెట్టాలి. అహంకారంతో అతడు బ్రాహ్మణుడికి మతం బోధిస్తే, రాజు నోటిలో, చెవుల్లో కాగిన నూనె పోయాలి.అంత్యజ్ ద్విజపై దాడి చేసే భాగాన్ని కత్తిరించాలి. ఇది మనువు ఆజ్ఞ.ద్విజను కొట్టడానికి చేయి పైకెత్తినా, కర్రతోనా చేయి నరికివేయాలి, కోపంతో బ్రాహ్మణుడిని తన్నితే కాలు నరికివేయాలి.

తక్కువ కులానికి చెందిన ఎవరైనా బ్రాహ్మణుడు మొదలైన వారితో కూర్చోవడానికి ధైర్యం చేస్తే, రాజు తన నడుము పట్టుకుని దేశం నుండి బహిష్కరిస్తాడు లేదా అతని పిరుదుల మాంసాన్ని కత్తిరించుకుంటాడు.

అహంకారంతో రాజు బ్రాహ్మణుడిపై ఉమ్మివేసే శూద్రుడి పెదవులు రెండూ మూత్రం పోసేవాడిలా ఉంటాయి.

పురుషాంగం మరియు అపానవాయువు విడుదల చేసేవారి మలద్వారం కత్తిరించబడాలి. ఒక శూద్రుడు బ్రాహ్మణుని జుట్టు, కాళ్ళు, గడ్డం, మెడ లేదా వృషణాలను నిర్లక్ష్యంగా పట్టుకుంటే, రాజు ఎటువంటి సందేహం లేకుండా అతని రెండు చేతులను నరికివేయాలి. ఎవరైనా తన కులస్థుడి చర్మాన్ని కోసి రక్తం తీస్తే వంద పైసలు శిక్ష విధించాలి. మాంసం కోసే వారిని కఠినంగా శిక్షించండి, ఎముకలు విరిచేవారిని దేశం నుండి తరిమికొట్టండి

(ఇ) నారద్ స్మృతి చెప్పింది:-

శూద్రుడు ద్విజునిపై తప్పుడు ఆరోపణలు చేస్తే, రాజు అధికారులు అతన్ని కాల్చివేసి, ముక్కలుగా నరికి ఉరితీయాలి.ఒక జన్మలో ఉన్న వ్యక్తి అంటే శూద్రుడు ద్వేషంతో ద్విజుడిని అవమానిస్తే, అతను తక్కువ కులంలో జన్మించినందున అతని నాలుకను కత్తిరించాలి. ద్వేషంతో ఒకరి పేరు చెబితే పది వేలు పట్టి వేడి చేసి నాలుకకు రంధ్రం చేయాలి.

అతను ఒక బ్రాహ్మణుడికి బుద్ధిహీనంగా ఉపదేశం చేస్తే, రాజు నోటిలో మరియు చెవుల్లో వేడి నూనె పోయాలి. శూద్రుని యొక్క ఏదైనా భాగం బ్రాహ్మణుడికి నొప్పిని కలిగిస్తే, ఆ భాగాన్ని కత్తిరించాలి. తక్కువ కులానికి చెందిన వ్యక్తి తన కంటే ఉన్నత కులానికి చెందిన వ్యక్తికి సమానమైన సీటును తీసుకుంటే, అతని నడుముపై ముద్ర వేసి బహిష్కరించాలి లేదా (రాజు) అతని పిరుదులను లోతుగా కత్తిరించాలి. ఎవరైనా తన కంటే ఉన్నత కులానికి చెందిన వారిపై ధిక్కరించి ఉమ్మివేస్తే, రాజు తన రెండు పెదవులు మరియు పురుషాంగం మీద మూత్ర విసర్జన చేస్తే, అతని పిరుదులు నరికివేయబడతాడు, అతను తన గాలిని వదులుతారు.

III

శూద్రుడికి వ్యతిరేకంగా బ్రాహ్మణులు చేసిన చట్టాల సంక్షిప్త వివరణ క్రింది విధంగా ఉంది:-

1. సామాజిక కుల వ్యవస్థలో శూద్రులను చివరి స్థానంలో ఉంచారు.
2. శూద్రుడు అపవిత్రుడు, కాబట్టి అతను ఆచారాన్ని చూసే లేదా వినగలిగే ప్రదేశంలో పవిత్రమైన కర్మ చేయకూడదు.
3. ఇతర వర్ణాల వలె శూద్రుడిని గౌరవించకూడదు.
4. శూద్రుని జీవితం అర్థరహితమైనది. ఎలాంటి శిక్ష లేకుండా మరియు ఏదైనా ఉంటే ఎవరైనా అతన్ని చంపవచ్చు ఒకవేళ చెల్లించవలసి వచ్చినా అది బ్రాహ్మణ, క్షత్రియ మరియు వైశ్యుల కంటే చాలా తక్కువ.
5. శూద్రుడు జ్ఞానాన్ని పొందకూడదు. ఇది పాపం మరియు దాని గురించి జ్ఞానం ఇవ్వడం శిక్షార్హమైన నేరం. 6. శూద్రుడు ఎలాంటి ఆస్తిని కలిగి ఉండకూడదు. బ్రాహ్మణుడు తన ఆస్తిని ఎప్పుడు కావాలంటే అప్పుడు తీసుకోవచ్చు.
6. రాష్ట్రంలో శూద్రుడికి ఏ పదవి ఇవ్వకూడదు.
7. శూద్రుని విధి ఉన్నత కులాలకు సేవ చేయడమే. ఇది అతనికి స్వేచ్ఛను ఇస్తుంది.
8. ఉన్నత కులానికి చెందిన వ్యక్తి శూద్రుడితో వైవాహిక సంబంధాలు ఏర్పరచుకోలేడు. వారు శూద్ర స్త్రీలను లైంగిక సంపర్కం కోసం ఉంచుకోవచ్చు, కానీ శూద్రుడు ఉన్నత కులానికి చెందిన స్త్రీని తాకినా, అతన్ని కఠినంగా శిక్షించాలి.
9. శూద్రుడు పుట్టుకతో బానిస మరియు ఎప్పటికీ బానిసగా ఉంచబడాలి.

పై సంక్షిప్త వివరణ నుండి రెండు వాస్తవాలు ఉద్భవించాయి. బ్రాహ్మణవాద శాసనసభ్యులు స్వీయ రచన కేవలం శూద్రులను మాత్రమే చట్టాలకు బలిపశువులను చేశారు. ఇండో-ఆర్యన్ కమ్యూనిటీలోని ప్రాచీన బ్రాహ్మణ సాహిత్యం ప్రకారం, వైశ్యుడు దళితుడే మరియు శూద్రుడు కాదని తెలుసుకోవడం మరింత ఆశ్చర్యం కలిగిస్తుంది. దీనికి సంబంధించిన వివరాలు ఐతరేయ బ్రాహ్మణంలో ఉన్నాయి. ఇది కింగ్ విశ్వామిత్ర మరియు శ్యపర్ణ బ్రాహ్మణ కథను కలిగి ఉంది, దీనిలో అన్ని కులాలు పవిత్రమైన సోమరాలను పొందేందుకు అర్హులని చెప్పబడింది. వైశ్యుల గురించి చెప్పబడింది.

ఇప్పుడు (పూజారి) పెరుగు తెస్తే, వైశ్యుడికి ఒక సిప్ (మద్యం) ఉంటుంది, దానితో వైశ్యుడిని సంతృప్తి పరచండి. ఇతరులకు పన్నులు చెల్లించేవాడు లేదా ఇతరులచే ఉపయోగించబడే (తినేవాడు) మరియు అతను కోరుకున్నప్పుడల్లా హింసించబడే వైశ్యుడిలా మీ వర్గంలో ఒకరు పుడతారు.

ప్రశ్న ఏమిటంటే, వైశ్యులను ఎందుకు తప్పించారు మరియు శూద్రులపై అన్ని బాధలు ఎందుకు పడ్డాయి?

బ్రాహ్మణులకు ఇవ్వబడిన అధికారాలు శూద్రునికి దగ్గరగా ఉన్న వైశ్య వర్ణాన్ని కూడా ప్రభావితం చేశాయి. శూద్రుడు మూడు తరగతుల కంటే దిగువన ఉన్నాడు మరియు మినహాయించబడ్డాడు. శూద్రులను దోచుకునే హక్కు మూడు వర్ణాలకూ ఉన్నట్లు ఉపరితలంపై కనిపిస్తోంది. అయితే వాస్తవం ఏమిటి? క్షత్రియ, వైశ్యులకు శూద్రునికి వ్యతిరేకంగా గళం ఎత్తే హక్కు కూడా లేదన్నది వాస్తవం. మూడు తరగతులతో పోలిస్తే బ్రాహ్మణులకు విశేషాధికారాలు ఉన్నాయి. ఉదాహరణకు, శూద్రుడు నేరం చేస్తే, క్షత్రియ మరియు వైశ్యుల కంటే శూద్రుడిని ఎక్కువగా శిక్షించే హక్కు బ్రాహ్మణుడికి ఉంది. ఒక బ్రాహ్మణుడు శూద్రుని ఆస్తిని తన అవసరాన్ని బట్టి ఎలాంటి అపరాధం లేకుండా తీసుకోవచ్చు. శూద్రుడు ఆస్తిని కలిగి ఉండకూడదు ఎందుకంటే అది బ్రాహ్మణుడిని బాధిస్తుంది. శూద్ర రాజు రాజ్యంలో బ్రాహ్మణుడు నివసించకూడదు. ఇది ఎందుకు? బ్రాహ్మణులు శూద్రుల పట్ల ద్వేషంతో ప్రవర్తించడానికి కారణం ఏమిటి? ఇది కాకుండా, మరొక ముఖ్యమైన ప్రశ్నను పరిగణించాలి. సామాన్య బ్రాహ్మణుడు శూద్రుల నిషేధం గురించి ఆలోచిస్తాడా? అతని అభిప్రాయాలు అసాధారణమైనవి మరియు సహజంగా ఖండించదగినవి అని అందరూ అంగీకరిస్తారు. దీన్ని బ్రాహ్మణులు కూడా అంగీకరిస్తారా? ప్రతిభ జాబితా అతనిపై ఎలాంటి ప్రభావం చూపకపోతే అది అసాధారణం కాదు.

శూద్రులపై విధించిన నిషేధాలకు కారణాలను, పరిష్కారాలను గురించి ఆలోచించాల్సిన అవసరం బ్రాహ్మణులకు కలగకపోవడానికి శాశ్వత స్వభావం, మనస్తత్వం వారిని ఎంతగానో విసిగించాయన్నది మొదటి విషయం. రెండవది, ఇతర దేశాలలో కూడా ఇలాంటి ఆంక్షలు ఉన్నాయని చెప్పడం ద్వారా వారిలో ఆలోచనాత్మకంగా ఉన్నవారు కూడా ఈ పది పాయింట్లను తప్పించుకుంటారు. అందువల్ల, అసాధారణమైన లేదా అవమానకరమైన పరిస్థితి లేదు. ఈ ఇతర రకాల ఆలోచనలను చర్చించడం అవసరం.

రెండవ ఆలోచన సరళమైనది మరియు ఆమోదయోగ్యమైనది మరియు ప్రతిష్టను ఇవ్వడంలో మరియు సనాతన విశ్వాసాలను సరిదిద్దడంలో సహాయపడుతుంది, అయినప్పటికీ దేన్నీ అలాగే ఉంచడం సరికాదు. ఈ నిషేధం ప్రపంచవ్యాప్తంగా ప్రత్యేకమైనదని స్పష్టం చేయడం ముఖ్యం. ప్రపంచంలోని ఏ చట్టంతోనూ బ్రాహ్మణ చట్టాన్ని సమానం చేయడం అసాధ్యం. దీన్ని రోమన్ చట్టంతో పోల్చండి.

IV

ఇక్కడి సామాజిక వ్యవస్థను రోమన్ సామ్రాజ్య వ్యవస్థతోనూ, అక్కడి దోపిడీ సమాజంతోనూ పోల్చి చూస్తే బాగుంటుంది. రోమన్ రాజ్యాంగంలో సమాజంలో ఐదు వర్గాలు ఉన్నాయి. (1) గొప్పవారు మరియు సామాన్యులు (2) స్వతంత్రులు మరియు బానిసలు (3) పౌరులు మరియు విదేశీయులు (4) స్వతంత్రులు మరియు ఆధారపడినవారు (5) క్రైస్తవులు మరియు అన్యమతస్థులు

రోమన్ రాజ్యాంగం ప్రకారం, (1) ప్రభువులు (2) స్వతంత్రులు (3) పౌరులు (4) స్వతంత్రులు మరియు (5) క్రైస్తవులు ఉన్నారు. ఇది కాకుండా, దోపిడీకి గురైన వర్గంలో (1) సామాన్య ప్రజలు (2) బానిసలు (3) విదేశీయులు (4) లొంగదీసుకున్నవారు మరియు (5) మతస్థులు ఉన్నారు.

రోమన్ల ప్రకారం, స్వేచ్ఛా వ్యక్తులు పౌర హక్కులతో పాటు రాజకీయ హక్కులను కలిగి ఉన్నారు. పౌర హక్కులలో చట్టబద్ధమైన మ్యాట్రిమోనియల్ (కాన్బియం) మరియు దానం చేయబడిన వాణిజ్య (కామర్సియం) హక్కులు ఉన్నాయి. వీటిలో మొదటిదాని ప్రకారం, చట్టబద్ధంగా వివాహం చేసుకోవడం ద్వారా పౌర హక్కులను పొందవచ్చు. ఇది ఒక ప్రత్యేక పూర్వీకుల హక్కు, దీని ప్రకారం వీలునామా లేకుండా కూడా పూర్వీకుల ఆస్తిపై హక్కును పొందవచ్చు.

అందువల్ల ఇది చాలా అవసరం. నిర్దిష్ట రోమన్ చట్టం ప్రకారం, ఎస్టేట్ లేదా కమర్షియం ప్రకారం ఏదైనా ఆస్తిని కొనుగోలు మరియు విక్రయించే హక్కు పొందబడింది. రాజకీయ హక్కుల ప్రకారం, రోమన్ సామ్రాజ్యంలో 'జస్ సఫ్రాగి' మరియు 'జస్ హానోరమ్' అని పిలువబడే ప్రజా ప్రతినిధులను ఎన్నుకోవటానికి మరియు ఏదైనా పదవికి నియామకం పొందడానికి ఓటు హక్కును పొందారు. స్వేచ్ఛావాది మరియు బానిస మధ్య ఉన్న ఒకే ఒక్క తేడా ఏమిటంటే బానిసలకు పౌర హక్కులు లేవు. వారి హక్కులు వారి యజమాని ఇష్టంపై ఆధారపడి ఉంటాయి.

'పెరెగ్రైన్స్' అని పిలవబడే విదేశీయులకు పౌర లేదా రాజకీయ హక్కులు లేవు మరియు పౌరులచే రక్షించబడినట్లయితే, వారికి భద్రత హక్కు కూడా లేదు.

స్వతంత్ర మరియు డిపెండెంట్ మధ్య వ్యత్యాసం ఏమిటంటే, మొదటి వ్యక్తి అధికారం కోసం ఏ ఇతర వ్యక్తిపై ఆధారపడవలసిన అవసరం లేదు, అయితే రెండో వ్యక్తి ఈ విషయంలో అపరిచితుల వైపు చూశాడు. (1) పోటెస్టాస్, (2) మనుస్, (3) మెన్సిపియం అన్నీ ఒకే విధమైన ప్రభావాన్ని కలిగి ఉన్నప్పటికీ, రోమన్ చట్టం ప్రకారం పొటెస్టాస్‌లో రెండు తరగతులు ఉన్నాయి. పోటెస్టాస్‌లో (1) బానిసలు (2) పిల్లలు (3) పాలీ మనుస్‌లు (4) రుణం తీసుకోవడానికి రుణదాతను నియమించే న్యాయస్థానం (5) కిరాయి ఖడ్గవీరులు. పోటెస్టాస్ బానిసలా జీవించాడు. అతను తన స్వంత హక్కులను ఉపయోగించకుండా, ఇతరుల రక్షణను కోరవలసి వచ్చింది.

పోటేస్టాల కారణంగా సబ్జెక్ట్ కింది పరిమితులను అనుభవించాల్సి వచ్చింది. మరియు (1) వా

వారు స్వేచ్ఛగా లేరు, (2) వారు ఆస్తిని సంపాదించలేరు (3) వారు షాక్ లేదా గాయానికి గురైనప్పుడు వారి స్వంత నిరసనను వ్యక్తం చేయలేరు.క్రైస్తవ మతం వ్యాప్తితో ప్రమాణాలపై నిషేధాలు విధించబడ్డాయి. ప్రారంభంలో, రోమ్ నివాసులందరూ ఒకే విధంగా ఆరాధించినప్పుడు, వారి పౌర హక్కులలో మతం జోక్యం లేదు. క్రైస్తవ చక్రవర్తుల రాజ్యాలలో, నాస్తికులు, మతమార్పిడులు మరియు మతవిశ్వాసులు (అన్యమతస్థులు) మరియు యూదులు అందరూ వివిధ మార్గాల్లో నిషేధించబడ్డారు, ముఖ్యంగా ఆస్తిని సంపాదించడం మరియు కోర్టులో సాక్ష్యం చెప్పడం. నలుగురు సభ్యుల కౌన్సిల్ ద్వారా గుర్తించబడిన ఆర్థడాక్స్ క్రైస్తవులు మాత్రమే పౌర హక్కులను పొందగలరు.

రోమన్ చట్టంలోని పరిమితుల వర్ణనను హిందువులు ఉద్దేశపూర్వకంగా ఉపయోగించుకోవచ్చు, ఇది కొన్ని తరగతుల ప్రజలపై ఆంక్షలు విధించే బ్రాహ్మణీయ చట్టం మాత్రమే కాదు, కానీ రోమన్ చట్టం బ్రాహ్మణ చట్టం వలె క్రూరమైనది కాదు. రోమన్ మరియు బ్రాహ్మణ చట్టాలను పోల్చడం మరియు నిషేధాలను వివరించడం ద్వారా, బ్రాహ్మణ ధర్మం ఆధారంగా సత్యం వెల్లడైంది.

రోమన్ చట్టంలో నిషేధం మరియు అధికారం యొక్క ఆధారం ఏమిటి? రోమన్ చట్టాల ఆధారం కపుట్ మరియు 'ఎగ్జిస్టిమాసియో' అని రోమన్ చట్టం యొక్క సాధారణ విద్యార్థికి కూడా తెలుసు. కపుట్ అంటే ఒక వ్యక్తి యొక్క పౌర హోదా. ఈ పరిస్థితిలో ప్రధానంగా మూడు అంశాలు ఇమిడి ఉన్నాయి. - (1) స్వేచ్ఛ, (2) పౌరసత్వం మరియు (3) కుటుంబం. వారిని స్వేచ్ఛా హక్కులు కలిగిన స్వేచ్ఛా వ్యక్తులు అని పిలుస్తారు. బానిసలు ఈ హక్కులు పొందలేదు. ఒక స్వతంత్ర వ్యక్తి రోమ్ పౌరుడిగా ఉంటే, అతను స్వయంచాలకంగా పౌర హక్కులను పొందుతాడు. ఆయనకు రాజకీయ హక్కులే కాకుండా పౌర శాఖ హక్కు కూడా లభించింది. అంతిమంగా అతను కుటుంబ చట్టాల ప్రకారం అన్ని సౌకర్యాలను పొందుతాడు.

ఎప్పుడైతే ప్రస్తుతం ఉన్న స్థితిని రద్దు చేసినా లేదా సవరించబడినా, వ్యక్తి క్యాపిటిస్ డిమిన్యూసియో స్థితికి వస్తాడు, అంటే అతని మునుపు చెల్లుబాటయ్యే స్థితి పూర్తిగా రద్దు చేయబడుతుంది లేదా కొంత మేరకు తగ్గించబడుతుంది. ఈ పరిస్థితిలో మూడు రకాల మార్పులు ఉన్నాయి, వీటిని మోస్ట్, మోడరేట్ మరియు మినిమం అని పిలుస్తారు. చాలా సందర్భాలలో, స్వేచ్ఛ, పౌరసత్వం మరియు వైవాహిక హక్కులు కోల్పోయాయి. రోమన్ పౌరుడు యుద్ధ ఖైదీగా మారినప్పుడు లేదా క్రిమినల్ కేసులో బానిసగా మారినప్పుడు ఇది జరిగింది, కానీ శత్రువు నుండి విముక్తి పొందిన తరువాత, అతను అన్ని పౌర హక్కులను తిరిగి పొందాడు.

హోదాలో మార్పు యొక్క రెండవ విధానం వ్యక్తిగత స్వేచ్ఛను పొందడంతో పాటు పౌర మరియు కుటుంబ హక్కులను కోల్పోవడం. కానీ ఒక పౌరుడు మరొక ప్రావిన్స్ యొక్క పౌరసత్వాన్ని పొందినప్పుడు ఇది జరిగింది. అటువంటి పరిస్థితిలో అతను అగ్ని మరియు నీటిని ఉపయోగించాలి. అతను రోమన్ సామ్రాజ్యం యొక్క భూభాగాన్ని విడిచిపెట్టకుండా నిరోధించబడ్డాడు లేదా సామ్రాజ్యంలోని మరొక ప్రావిన్స్‌కు వెళ్లే శిక్ష విధించబడింది.

ఒక వ్యక్తి తన స్వేచ్ఛ మరియు పౌరసత్వాన్ని కోల్పోకుండా ఒక నిర్దిష్ట కుటుంబంలో సభ్యుడిగా ఉండటాన్ని నిలిపివేసినప్పుడు, అతను కనీసం ప్రావిన్స్‌ను

విడిచిపెట్టమని అడిగాడు, ఉదాహరణకు ఒక స్వేచ్ఛా పౌరుడు బలవంతంగా మరొకరి అధికారం కిందకు తీసుకురాబడినప్పుడు లేదా అతని కథ కారణంగా. బానిసగా మారిన బాలుడిని అతని తండ్రి చట్టబద్ధంగా విడిపించగలిగాడు.

పౌరసత్వం ప్రాథమికంగా పుట్టుకతో వచ్చింది. చట్టబద్ధంగా, వివాహేతర సంబంధం లేకుండా పుట్టిన బిడ్డ తండ్రి హోదాను పొందడం ద్వారా పౌరసత్వం పొందాడు, బిడ్డ పుట్టిన సమయంలో తండ్రి కూడా చట్టబద్ధంగా ఉంటాడు. పౌరసత్వం పొందకపోతే, బిడ్డ తల్లి హోదాను వారసత్వంగా పొందుతుంది. అటువంటి పరిస్థితిలో పుడితే, బానిస కూడా పౌరసత్వం పొందుతాడు. ఈ నియమాలను పండితులు 'ఇలియాసెంటియా' మరియు 'జూనియా నార్బానా' సవరించారు. దీని ప్రకారం, ఒక ఉచిత వ్యక్తి కొన్ని సందర్భాల్లో మాత్రమే విదేశీయుడి హోదాను పొందగలడు. ఇతర సవరణలు అమలులోకి వచ్చినందున, ప్రతి బానిసకు ఓటు హక్కు మరియు పౌరుడిగా మారడం కొనసాగింది. పౌరసత్వం యొక్క హక్కులు మొత్తం కులానికి లేదా ఒక నిర్దిష్ట వ్యక్తికి ప్రజలు లేదా పార్లమెంటు ద్వారా వార్షిక కార్యక్రమంలో లేదా పట్టాభిషేకం సందర్భంగా చక్రవర్తి నిర్వహించిన వేడుకలో ఇవ్వబడ్డాయి. ఇదంతా ఈ రోజుల్లో సహజీకరణ అని పిలవబడేది.

రోమన్ చట్టం ప్రకారం, ఒక వ్యక్తి యొక్క స్థితి అటువంటిది కావచ్చు లేదా ఉండకపోవచ్చు, అంటే పౌరసత్వ హక్కుతో పాటు రాజకీయ హక్కులు, అంటే ఓటు హక్కు మరియు పరిపాలనాపరమైన పదవులు, రాజకీయ హక్కులపై ఆధారపడి ఉంటుంది చట్టం. రోమన్ పౌరుడి కుమారుడు లేదా ఎగ్జిస్టమాషియో రెండు రకాలుగా ఉండవచ్చు. మరోవైపు, రోమ్ నివాసి పౌరసత్వ హక్కులను కోల్పోవడం ద్వారా రాజకీయ హక్కులను కోల్పోవచ్చు. రాజకీయ హక్కులను పొందాలంటే, చట్టం దృష్టిలో గౌరవప్రదమైన వ్యక్తిగా ఉండటం అవసరం. కేవలం పౌరసత్వం ఉన్న వ్యక్తి రాజకీయ హక్కులను పొందలేడు.

రెండు సందర్భాల్లో రాజకీయ హక్కులు కోల్పోవచ్చు. స్వేచ్ఛ కోల్పోయిన తర్వాత లేదా నేరం రుజువైన తర్వాత శిక్షను ఎదుర్కొన్నప్పుడు. స్వాతంత్ర్యం ముగింపులో, రాజకీయ హక్కులు పూర్తిగా రద్దు చేయబడ్డాయి. నేర తీవ్రతను బట్టి రాజకీయ అధికారం మారుతూ ఉంటుంది. నేరం తీవ్రంగా ఉన్నప్పుడు, రాజకీయ హక్కులను కోల్పోవడాన్ని 'ఇన్‌ఫామియా' అని పిలుస్తారు. సాధారణ నేరాన్ని 'తురపాటుడో' అని పిలిచేవారు. తీవ్రమైన నేరాలకు రాజకీయ హక్కులు

హరించబడ్డాయి. రోమన్ చట్టం ప్రకారం, ప్రతివాది తీవ్రమైన నేరస్థుడిగా వర్గీకరించబడ్డాడు. దొంగతనం, దోపిడీ

మోసం మొదలైనవి తీవ్రమైన నేరాలుగా పరిగణించబడ్డాయి. ఈ నేరాల్లో ప్రధాన నిందితుడి సహచరుడికి కూడా అదే శిక్ష విధించారు. బహిరంగంగా వేదికపై నటించడం లేదా కత్తి యుద్ధ నైపుణ్యాలను ప్రదర్శించడం, అవమానం కారణంగా సైన్యం నుండి తొలగించబడటం, వ్యభిచారం మరియు సమాజంలో ఖండనను తెచ్చే ఇతర తక్కువ స్థాయి కార్యకలాపాలు మొదలైనవి తీవ్రమైన నేరాలుగా పరిగణించబడ్డాయి.

అపఖ్యాతి పాలైన ఫలితంగా రాజకీయ హక్కులను రద్దు చేయడం, ఎన్నికలలో ఓటు హక్కుపై పరిమితి మరియు పరిపాలనా పదవుల నుండి తొలగించడం.రోమన్ రాజ్యాంగంలోని హక్కులు మరియు నిషేధాలను నిశితంగా పరిశీలిస్తే, ఇవి అందరికీ సమానమని స్పష్టమవుతుంది. వీటిలో, కుల వివక్ష, హక్కులు మరియు నిషేధాలు సాధారణంగా రోమన్ రాజ్యాంగం ద్వారా నిర్వహించబడతాయి. పౌర మరియు రాజకీయ హక్కులను ఎవరైనా ఉపయోగించుకోవచ్చు మరియు ఈ హక్కులను రద్దు చేసిన తర్వాత అందరూ ఒకే విధమైన పరిమితులను ఎదుర్కోవలసి ఉంటుంది. బ్రాహ్మణ శాసనం యొక్క లక్షణం ఏమిటి?

హక్కులు, నిషేధాలు అందరికీ సమానంగా వర్తించలేదన్నది నిర్వివాదాంశం. అన్నిటికీ ఆధారం వర్ణం. బ్రాహ్మణ శాసనం యొక్క సైద్ధాంతిక ఆధారం ఏమిటంటే, అన్ని హక్కులు మొదటి మూడు తరగతులకు మరియు అన్ని నిషేధాలు శూద్రులకు ఉన్నాయి. బ్రాహ్మణీయ రాజ్యాంగం యొక్క అగ్ర మద్దతుదారులు రోమన్ రాజ్యాంగం కూడా మన రాజ్యాంగం వలె తరగతిపై ఆధారపడి ఉందని చెప్పగలరు. ఉన్నతవర్గాలు మరియు సామాన్య ప్రజలకు సంబంధించినంత వరకు హక్కులు మరియు నిషేధాల వర్గ విభజన ఉందని భావించవచ్చు. ఈ విషయంలో కింది వివరాలను పరిగణనలోకి తీసుకోవడం విలువ.

ముందుగా సామాన్యులను అట్టడుగు వర్గాలకు చెందిన వారిగా పరిగణించడం గమనార్హం. వారు బానిసలు కాదు, వారు స్వేచ్ఛగా ఉన్నారు మరియు వారికి జస్ కమీ హక్కులు ఉన్నాయి, దాని ప్రకారం వారు తమ ఆస్తిని కొనుగోలు చేయవచ్చు మరియు విక్రయించవచ్చు. వారు రాజకీయ మరియు సామాజిక హక్కులలో మాత్రమే పరిమితం చేయబడ్డారు. రెండో విషయం ఏంటంటే.. వారిపై విధించిన ఈ ఆంక్షలు శాశ్వతం కాదు. వారు రెండు రకాల సామాజిక ఆంక్షలను ఎదుర్కోవలసి వచ్చింది. ఒకటి వారికి మరియు ఉన్నత వర్గానికి మధ్య జరిగిన

కులాంతర వివాహం. ఈ నిషేధం చాలా కాలం క్రితం అమలులో ఉంది మరియు పన్నెండు మంది న్యాయమూర్తులచే చట్టబద్ధం చేయబడింది. క్రీ.శ. 445లో, రెండు తరగతుల మధ్య కులాంతర వివాహ సంబంధాలపై నిషేధం కెనెలానియన్ చట్టం ద్వారా రద్దు చేయబడింది. మరొక నిషేధం కారణంగా, దిగువ తరగతికి చెందిన సామాన్య ప్రజలు రోమ్ దేవాలయాలలో 'పోంటీఫ్' మరియు 'ఉగురుషా' వంటి పదవులను నిర్వహించలేరు. దీనికి సంబంధించి, 300 BCలో 'ఓగునియన్' శాసనం అమలుతో ఈ పరిమితి కూడా ముగిసింది.

అసెంబ్లీకి ఓటు వేసే హక్కు విషయానికొస్తే, రోమ్ ఆరవ చక్రవర్తి హయాంలో సర్వియస్ టులియస్ రాజ్యాంగం అమలు చేయబడినప్పుడు వారికి కూడా ఈ హక్కు వచ్చింది. రాజకీయ ఆంక్షల ప్రకారం వారిని అడ్మినిస్ట్రేటివ్ లేదా పబ్లిక్ పోస్టులకు నియమించలేరు. క్రీ.శ. 509లో రిపబ్లిక్ స్థాపనతో, ఈ నిషేధం ఉనికిలో లేదు. ఈ విషయంలో 'ప్లెబియస్

ట్రిబ్యూన్' 494 BCలో నియమించబడింది మరియు అధికారికంగా అతను 412 BCలో కోశాధికారి పదవిని పొందడం ప్రారంభించాడు. క్రీ.శ. 367లో అక్షరాలా కాన్సల్‌షిప్ మేజిస్ట్రేట్ పదవి, క్రీ.శ. 366లో 'పూర్వ కురులేడిషిప్', క్రీ.శ. 356లో నియంతృత్వం, క్రీ.శ. 251లో సెన్సార్‌షిప్ (క్రిటిక్) మరియు క్రీ.శ. 336లో ప్రిటోర్‌షిప్ (మేజిస్ట్రేట్) క్రీ.శ. 351లో హోటేసియన్ అసెంబ్లీ ప్రారంభమైంది. సామాన్యులకు ముఖ్యమైన విజయం. ఈ చట్టం అమలులోకి వచ్చిన వెంటనే, రోమ్ నివాసులందరికీ వర్తించే చట్టాలలో ఏకరూపత ఉంది మరియు అధిక మరియు తక్కువ మధ్య వివక్ష దాదాపు ముగిసింది. ఈ విధంగా, సామాన్య మరియు ఉన్నత వర్గాలు ఒకే వర్గంలోకి వచ్చి రాజకీయ హక్కులను సమానంగా అనుభవించడం ప్రారంభించారు.

సామాజిక హోదా మరియు రాజకీయ హక్కులలో మాత్రమే సామాన్యుడు ఉన్నత వర్గాలతో సమానం.సమానత్వం సాధించడమే కాదు, ఉదాత్తత వైపు వెళ్లే అవకాశం కూడా లభించింది. రోమన్ సమాజంలో, వ్యక్తిగత ప్రతిష్ట మరియు స్థానం సాధించడంలో పుట్టుక మరియు అదృష్టం ప్రధాన పాత్ర పోషించాయి. అంతే కాకుండా మెజిస్ట్రేట్ పదవి కూడా సమాజంలో ప్రతిష్టను తెస్తుంది. పుట్టుకతో ప్రతి పౌరుడు, ఒక సామాన్యుడు లేదా ప్రభువు, మేజిస్ట్రేట్ పీఠాన్ని ఆక్రమించగలిగితే లేదా మరింత ఉన్నతమైన స్థానానికి చేరుకోగలిగితే, అతను వ్యక్తిగత గౌరవం మరియు గౌరవానికి అర్హుడు అవుతాడు. ఇది వారసులకు గౌరవప్రదమైన ప్రదేశంగా కూడా మారవచ్చు మరియు తద్వారా ఉన్నత శ్రేష్ఠమైన సంఘం అని పిలువబడే వర్గ విభజనను సృష్టించవచ్చు. ఈ విధంగా, సాధారణ ప్రజల నుండి

నిషేధాలు ఎత్తివేయబడినప్పుడు, వారు కూడా ఎగువ ఉన్నత వర్గంలో వారి కంటే ఉన్నత స్థానానికి చేరుకున్నారు.

రోమన్ చట్టంలో, మతపరమైన ప్రాతిపదికన హక్కులు మరియు అధికారాలలో వ్యత్యాసం ఉంది, కానీ వాస్తవం ఏమిటంటే సాధారణ ప్రజలకు వర్తించే అధికారాలు శాశ్వతమైనవి కావు. ఈ నిషేధాలు ఉనికిలో ఉన్నాయి, కానీ కొంతకాలం తర్వాత అవి తొలగించబడ్డాయి. బ్రాహ్మణీయ రాజ్యాంగం మద్దతుదారులు తమ రాజ్యాంగం వలె, రోమన్ రాజ్యాంగం కూడా ఉన్నత మరియు తక్కువ భావనను కలిగి ఉండటం చూసి ఆశ్చర్యపోనవసరం లేదు. రోమన్ శాసనం అధమ మరియు ఉన్నత వర్గాల మధ్య వ్యత్యాసాన్ని తొలగించిన విధంగా వారు సమాధానం చెప్పవలసి ఉంటుంది. అదేవిధంగా, ఈ బ్రాహ్మణ చట్టాల ప్రతిపాదకులు మూడు తరగతులు మరియు శూద్రుల మధ్య వ్యత్యాసాన్ని ఎందుకు తొలగించలేదు? అందువల్ల రోమన్ చట్టం యొక్క హక్కులు మరియు పరిమితులు మతపరమైనవి కావు, అయితే బ్రాహ్మణ శాసనంలో అవి కులపరమైనవి అని కూడా చెప్పవచ్చు.

ఇది రోమన్ చట్టం మరియు బ్రాహ్మణ చట్టాల మధ్య తేడా మాత్రమే కాదు, ఇది కాకుండా మరో రెండు తేడాలు కూడా ఉన్నాయి. ఒకటి క్రిమినల్ కేసులలో శిక్షా చట్టం యొక్క సమానత్వం - రోమన్ చట్టంలో పౌర మరియు రాజకీయ హక్కుల మధ్య సమానత్వం లేదు, కానీ క్రిమినల్ చట్టంలో - శిక్షా చట్టంలో పౌరుల మధ్య వ్యత్యాసం లేదు. ప్లీబియన్లు లేదా పాట్రిషియన్లలో కూడా నిందితులు లేదా వాది ఎవరైనా సరే, అదే నేరానికి ఒకే విధమైన శిక్ష ఉంది

అలా జరిగితే, అదే శిక్ష విధించబడింది. అయితే మత సూత్రాలు, స్మృతులు ఏం చెబుతున్నాయి? ఆమె ఖచ్చితమైన వ్యతిరేక సిద్ధాంతాన్ని ప్రతిపాదిస్తుంది. వాది మరియు ప్రతివాది యొక్క కులాన్ని బట్టి ఒకే రకమైన నేరానికి శిక్ష భిన్నంగా ఉంటుంది. నిందితుడు శూద్రుడు మరియు నిందితుడు మూడు అగ్రవర్ణాలకు చెందినవారైతే, శిక్ష వరుసగా తక్కువగా ఉంటుంది. దీనికి విరుద్ధంగా, నిందితుడు ముగ్గురు ఉన్నత వర్గాల్లో ఒకరికి చెందినవారైతే, శిక్ష నిబంధన చాలా కఠినంగా ఉంటుంది. ఇది రోమన్ చట్టం మరియు బ్రాహ్మణ చట్టాల మధ్య వ్యత్యాసాన్ని వెల్లడించే రెండవ రకమైన అనాగరికత.

రోమన్ శాసనం మరియు బ్రాహ్మణ శాసనం యొక్క వ్యత్యాసం గురించి మరొక ముఖ్యమైన వాస్తవం ఉంది. ఇది నిషేధ స్వభావానికి సంబంధించినది. రెండు వాస్తవాలను పరిగణనలోకి తీసుకోవడం విలువ. అన్నింటిలో మొదటిది, రోమన్ సమాజంలో ఏదైనా పరిస్థితి ఉనికిలోకి వచ్చినప్పుడు, పరిమితులు విధించబడ్డాయి, నిషేధ వ్యవస్థ అమలు చేయబడింది. పరిస్థితి మారిన వెంటనే, ఆ

వ్యవస్థను రద్దు చేసి సమానత్వాన్ని తీసుకువచ్చారు. రోమన్ చట్టం గురించి రెండవ గుర్తించదగిన విషయం ఏమిటంటే, అది ఒకరి అదే స్థితిని శాశ్వతంగా కొనసాగించడానికి ప్రయత్నించలేదు. అందులో నిరంతర మార్పులు వచ్చాయి. మరోవైపు, రోమన్ చట్టం కూడా కొన్ని పరిమితులు అమలులో ఉన్న పరిస్థితులను మార్చడానికి ప్రయత్నించింది, ఇది ప్లీబియన్లు, బానిసలు, విదేశీయులు మరియు అన్యమతస్థుల ఉదాహరణల నుండి స్పష్టమవుతుంది.రోమన్ చట్టంలోని పరిమితులకు సంబంధించి పైన పేర్కొన్న రెండు వాస్తవాలను పరిశీలిస్తే, మతపరమైన మూలాలు మరియు స్మృతులు ఎంత మోసం చేశాయో స్పష్టమవుతుంది. ఆంక్షలు పరిస్థితులపై ఆధారపడి ఉండి, వాటి నుండి విముక్తి పొందేందుకు శూద్రులకు స్వేచ్ఛ ఉంటే, శూద్రులపై నిషేధాలు విధించడం అంత అనాగరికమని రుజువు అయ్యేది కాదు. బ్రాహ్మణ చట్టం ప్రకారం ఆంక్షలు అమలు కాలేదు. బదులుగా క్రూరమైన చట్టం

వాటిని శాశ్వతంగా మార్చారు మరియు వాటిని వదిలించుకోవడానికి ప్రయత్నించడం కూడా శిక్షార్హమైన నేరంగా పరిగణించబడింది. దీని ప్రకారం కఠిన శిక్ష విధించేలా నిబంధన పెట్టారు.ఈ విధంగా, బ్రాహ్మణ శాసనం పరిమితులను అమలు చేయడమే కాకుండా, వాటికి స్థిరత్వాన్ని కూడా ఇస్తుంది. ఒక ఉదాహరణ ఉంది.శూద్రుడు వేద మంత్రాలు చదివే అర్హత లేనందున వేద యాగం చేయలేడు. ఈ

నిషేధాన్ని ఎవరూ ఉల్లంఘించలేరు. మతపరమైన సూత్రాలు ఇక్కడితో ఆగవు, వారు ముందుకు వెళ్లి ఆదేశాలు ఇస్తారు.

శూద్రుడు వేదాలు చదవడం, వినడం నేరం. అలా చేస్తే నాలుక కోసి, కరిగిన సీసం చెవుల్లో పోయాలి. ఒక వ్యక్తిని మతపరమైన ఆచారాలను దూరం చేయడానికి ఇంతకంటే క్రూరమైన ఉదాహరణ మరొకటి ఉంటుందా?

ఈ పరిమితుల గురించి వివరణ ఏమిటి? బ్రాహ్మణ శాసనకర్తలు శూద్రుల పట్ల ఎందుకు ఇంత కఠినంగా ప్రవర్తించారు? అతని జ్ఞాపకాలు అన్యాయాలను మాత్రమే వివరిస్తాయిశూద్రుడు ఉపనయనానికి అర్హుడని వీటిలో రాసి ఉంది. ఆస్తిని సొంతం చేసుకునేందుకు అతనికి అర్హత లేదు, కానీ ఎందుకు వివరించలేదు? అన్ని విషయాలు అహేతుకమైనవి. శూద్రుల నిషేధం వారి వ్యక్తిగత స్వభావం వల్ల కాదు. ఇది ఏ విధమైన ద్వేషం యొక్క ఫలితం కాదు. శూద్రుడు శూద్రుడు కనుక శిక్షించబడాలి. ఇది ఛేదించాల్సిన రహస్యం. బ్రాహ్మణ గ్రంథాలు సమస్యను పరిష్కరించవు. కాబట్టి, దీనిని వివరించడానికి మేము మరింత పరిశోధన చేయవలసి ఉంటుంది

4.

శూద్ర వర్సెస్ ఆర్య

బ్రాహ్మణ రచయితల రచనలు శూద్రులు ఎవరో మరియు వారు ఆర్యుల నాల్గవ వర్ణంగా ఎలా మారారు అనే విషయాలను వెల్లడించలేదని మొదటి వివరణ నుండి స్పష్టమవుతుంది. కాబట్టి, శూద్రుల మూలానికి సంబంధించి పాశ్చాత్య పండితులు వ్యక్తం చేసిన అభిప్రాయాలను గమనించడం అవసరం. పాశ్చాత్య పండితులకు శూద్రుల మూలం గురించి ఖచ్చితమైన ఆలోచన ఉంది. పండితులందరూ ఏకాభిప్రాయం కానప్పటికీ, ఈ క్రింది విషయాలపై అందరూ ఏకాభిప్రాయంతో ఉన్నారు

1. వేద సాహిత్యం ఆర్యులచే కూర్చబడింది.
2. ఆర్యులు బయటి నుండి భారతదేశానికి వచ్చి భారతదేశంపై దాడి చేశారు.
3. భారతదేశంలోని అసలు నివాసులు దాస్ మరియు దస్యు, వీరు ఆర్యన్ జాతికి భిన్నమైన కులానికి చెందినవారు.
4. ఆర్యులు సొగసైన రంగు మరియు బానిసలు మరియు దస్యులు ముదురు రంగుతో ఉన్నారు.
5. ఆర్యులు బానిసలను మరియు దాస్టర్లను జయించారు.
6. బానిసలు మరియు బందిపోట్లు ఓడిపోయి బానిసలుగా మార్చబడిన తర్వాత మాత్రమే వారిని శూద్రులు అని పిలుస్తారు.
7. ఆర్యులు, భౌతిక వర్ణం పట్ల పక్షపాతంతో, చాతుర్వర్ణ్య వ్యవస్థకు జన్మనిచ్చి, సొగసైన రంగు మరియు నలుపు రంగును విభజించారు. రంగుల కులాలు శాశ్వతంగా విడిపోయాయి.

భారతీయ ఆర్యసమాజంలో శూద్రుల మూలానికి సంబంధించి పాశ్చాత్య పండితుల అభిప్రాయం ఎంతవరకు సమంజసమో వేరే విషయం. కానీ బ్రాహ్మణ సూత్రాల సాధారణ స్థితిపై దైవిక ఆజ్ఞ విధించిన సంక్లిష్టమైన మరియు రహస్యమైన వివరణలను అధ్యయనం చేసిన తర్వాత, ఈ అంశంపై తార్కిక మరియు సహజమైన వివరణను అందించగల ఒక సిద్ధాంతం అవసరం అని ఎటువంటి

సందేహం లేకుండా చెప్పవచ్చు. బ్రాహ్మణ సూత్రాలు సంకుచితమైనవి, అహేతుకమైనవి మరియు అర్థరహితమైనవి

ఉండటం తప్ప ఇంకేమీ లేదు. లేకుంటే సమస్యలను యథాతథంగా వదిలిపెట్టేవారు కాదు. కనీసం పాశ్చాత్య పండితుల అభిప్రాయాలు కూడా ఇలా లేవు.ఏదైనా సిద్ధాంతం యొక్క సత్యం దాని తార్కిక సాక్ష్యం లేదా రుజువు ద్వారా స్థాపించబడింది. పాశ్చాత్య పండితుల సిద్ధాంతాలకు ప్రధాన ఆధారం ఆర్య అనే జాతి. అందుకే అందరూ దీనిని మాత్రమే తీసుకుంటారు.

ఆర్యులు ఎవరు? దీనికి ముందు, ఆర్య అనే పదానికి అర్థం తెలుసుకోవడం ముఖ్యం, లేకపోతే ప్రచారం (జాతి) విషయంలో పొరపాటు జరగవచ్చు. ఈ విషయంలో యూదులదే ఉత్తమ ఉదాహరణ. ఉపరితలంపై అవి వేర్వేరు జాతులుగా అనిపిస్తాయి, కానీ నిపుణులు ఏమి చెబుతారు? యూదుల గురించి ప్రొఫెసర్ రిప్లే యొక్క అభిప్రాయం:- మా చివరి ముగింపు: ఇది ఒక పారడాక్స్, కానీ ఇది సరైనది. యూదులు ఒక జాతి కాదు, వారు ఒక సంఘం అని మేము అంగీకరిస్తాము. ఇది వారి ముఖాల ద్వారా ధృవీకరించబడింది, కానీ ఇతర ప్రత్యేకతలకు సంబంధించినంతవరకు, వారి శూద్ర రక్తసంబంధమైన ప్రత్యేకమైన శరీర నిర్మాణం కారణంగా వారి శరీర భాగాల నిర్మాణం నిస్సందేహంగా వారి వంశపారంపర్య ప్రత్యేకత అని మేము నమ్ముతున్నాము.

జాతి అంటే ఏమిటి? ఒక జాతి దాని ప్రజల వంశపారంపర్య విలక్షణమైన భౌతిక నిర్మాణం ద్వారా నిర్వచించబడుతుంది. జాతులు క్రింది లక్షణాల ద్వారా నిర్ణయించబడతాయని ఒకప్పుడు విశ్వసించబడింది:(1) తల ఆకారం, (2) జుట్టు మరియు కళ్ల రంగు, (3) చర్మం రంగు మరియు (4) ఆకారం (శరీరం ఏర్పడటం). నేటి ప్రమాణాలు పిగ్మెంటేషన్ మరియు ఆకృతి లక్షణాలపై ఆధారపడి ఉంటాయి. ఇది వాతావరణం మరియు నివాసం ప్రకారం మారుతుంది. అందువల్ల వీటి నుండి జాతులు. నిర్ధారించలేము. తల ఆకారం మాత్రమే నమ్మదగిన లక్షణం - అర్థం, పొడవు, వెడల్పు మరియు ఎత్తు యొక్క సాధారణ నిష్పత్తులు. ఈ కారణంగా, మానవ శాస్త్రవేత్తలు మరియు జాతుల శాస్త్రవేత్తలు జాతులను గుర్తించడానికి ఉత్తమమైన పద్ధతిని భావిస్తారు. జాతుల నిర్ధారణ కోసం మానవ శాస్త్రవేత్తలు నిర్దేశించిన తల నిర్మాణ సూత్రం ఖచ్చితమైన శాస్త్రం. దీనినే ఆంత్రోపాలజీ అంటారు. ఈ పద్ధతి ప్రకారం, తల (1) తల ఆకారం మరియు (2) ముఖ ఆకృతిని కొలవడానికి రెండు పారామితులు ఉంచబడ్డాయి. ఇది కులాన్ని నిర్ణయిస్తుంది.

ఎగువ స్థానం చెవుల పైన ఉంచబడుతుంది. మరియు ఇది నుదిటి నుండి మెడ వరకు కొలుస్తారు. దాని

దీని ప్రకారం, పొడవు 100 అయినప్పటికీ, వెడల్పు దాని భిన్నంగా పరిగణించబడుతుందని అనుకుందాం. తల దామాషా ప్రకారం వెడల్పుగా మరియు పైభాగంలో పూర్తిగా గుండ్రంగా ఉంటే, ఇది అత్యున్నత స్థాయిని పెంచుతుంది. 80 కంటే ఎక్కువ ఉంటే ఆ పుర్రెను మైక్రోసెఫాలిక్ అని, 75 కంటే తక్కువ ఉంటే పొడవాటి పుర్రె అని అంటారు. 75 నుండి 80 మధ్య సైజు ఉన్నవారిని మిడిల్ సెఫాలిక్ అంటారు. ఇది సాంకేతిక పదం. సాహిత్యంలో జాతి ప్రశ్నలో ఇది ప్రబలంగా మారింది. దీని గురించి ఎవరికైనా తెలియకపోతే పరిస్థితి అస్పష్టంగా మారుతుంది. మేము వారి ప్రసిద్ధ పేర్లను ఇవ్వకపోతే అది లోపం అవుతుంది. మధ్య తలకి సమాంతర పదం అంటరిటా. పుర్రె వెడల్పు నుదిటిలో మూడు వంతుల నుండి నాలుగైదు వంతుల వరకు ఉండాలి. పొడవాటి తల అంటే పొడవాటి పుర్రె వెడల్పు నాలుగు వంతుల పొడవు ఉండాలి.

ముఖం యొక్క స్థానం తల యొక్క నిష్పత్తికి సంబంధించినది. సాపేక్షంగా పెద్ద పుర్రె ఉన్నవారు గడ్డం నుండి నుదిటి ఎత్తుకు అనుగుణంగా చెంప ఎముకలతో గుండ్రని ముఖం కలిగి ఉంటారని సాధారణంగా కనుగొనబడింది. కొలతలు తీసుకోవడంలో ఏకరూపత లేకపోవడంతో, సరైన పోలిక సాధ్యం కాదు. ఇప్పటికీ ఈ నియమం సురక్షితమైనది, అంటే పొడవాటి పుర్రె, ఓవల్ ముఖం, పొట్టి పుర్రె మరియు గుండ్రని ముఖం. మానవ శాస్త్రం యొక్క ఈ పారామితులను స్వీకరించడం ద్వారా, జాతుల గురించి అద్భుతమైన పండితులు ఐరోపా ప్రజలను పుర్రె మరియు ముఖ లక్షణాల పరంగా మూడు భాగాలుగా విభజించవచ్చని నిర్ధారణకు వచ్చారు, ఇవి ప్రత్యేక పట్టికలో ఇవ్వబడ్డాయి.

యూరోపియన్ జాతులు

	తల	ముఖం	జుట్టు	కంటి	ఎత్తు
1. ట్యూటోనిక్	పొడవు	పొడవు	వెడల్పు	పొడవు	చాలా తేలికైనది
2. ఆల్పైన్ సెల్టిక్	గోల్	గోధుమ రంగు	మధ్యస్థ	ముక్కు	
3. మధ్యధరా	భారీ	నలుపు	పొడవు	వెడల్పు	లాహోరీ లేదా కాళి

భౌతిక దృక్కోణం నుండి ఏదైనా ఆర్యన్ జాతి ఈ వర్గంలోకి వస్తుందా? ఈ అంశంపై రెండు అభిప్రాయాలు ఉన్నాయి. ఒక ఆలోచన ఆర్యన్ జాతి ఉనికికి సంబంధించినది.

దీని ప్రకారం:- "ఆర్యన్ జాతి యొక్క పుర్రె సాపేక్షంగా పొడవుగా ఉంటుంది. అతను నేరుగా ముక్కు మరియు దీర్ఘచతురస్రాకార ముఖం కలిగి ఉంటాడు. ముఖ ఎముకలు పెరిగాయి. పొడవు సరిపోతుంది. సాధారణంగా బాగా నిర్మించిన బలమైన శరీరం ఉంటుంది."

రెండవ ఆలోచన ప్రొఫెసర్ మాక్స్ ముల్లర్. అతని ప్రకారం ఈ పదం మూడు అర్థాలలో ప్రముఖంగా మారింది. అందువల్ల అతను తన భాషా శాస్త్రం ఉపన్యాసంలో ఇలా చెప్పాడు:-

'అర్' లేదా 'అరా' పురాతన పదాలు, దున్నిన భూమి అని అర్థం. ఈ పదాలు సంస్కృత భాష నుండి అదృశ్యమయ్యాయి కానీ ఇప్పటికీ గ్రీకు భాషలో యుగం రూపంలో భద్రపరచబడ్డాయి. అందువల్ల, ఆర్య యొక్క నిజమైన అర్థం ఇంటి రైతు కావచ్చు. వైశ్య అనే పదం యొక్క మూలం విష్ నుండి, గృహస్థునికి పర్యాయపదంగా ఉంది. మనుపుత్రి ఇడ అంటే దున్నిన లేదా తవ్విన భూమి మరియు బహుశా ఇది అరా యొక్క మారిన రూపం. మరో మాటలో చెప్పాలంటే, అతను భూమిని దున్నుతున్నట్లు అనిపిస్తుంది. ఈ విషయంలో మాక్స్ ముల్లర్ అభిప్రాయం: - "ఆర్య అంటే భూమిని దున్నుతున్నవాడు. ఆర్యులు అని తెలుస్తోంది ఈ పేరు తప్పనిసరిగా ఎంపిక చేయబడి ఉండాలి. గుర్రంలా వేగంగా కదిలే సంచార జాతి అయిన తురానీ దీనికి స్పష్టమైన ఉదాహరణ."

మూడవ ఆర్య అర్థం సాధారణంగా వైశ్య (రైతు) కులానికి ఉపయోగించబడింది. ఈ విషయంలో మాక్స్ ముల్లర్ పాణినిపై ఆధారపడి ఉంటాడు. ఆర్య అనే పదానికి నాల్గవ అర్థం కూడా గొప్ప కుటుంబంలో జన్మించడం. మాక్స్ ముల్లర్ అభిప్రాయం:- "ఆర్యన్ అనేది ఒక కులం లేదా జాతి కాదు, ఒక భాష. దీని అర్థం భాష తప్ప మరొకటి కాదు. అది మాట్లాడే వ్యక్తి ఆర్య."

ఆర్య అనే పదానికి రక్తానికీ, శరీర నిర్మాణానికీ, జుట్టుకీ, పుర్రెకూ సంబంధం లేదని పదే పదే చెప్పాను. నా ఉద్దేశ్యం ఏమిటంటే, ఆర్య భాష మాట్లాడే వారు మాత్రమే ఆర్యులు. హిందువులు, గ్రీకులు, రోమన్లు, జర్మన్లు మరియు స్లావ్‌లకు కూడా ఇది వర్తిస్తుంది. నేను వాటిని ప్రస్తావిస్తున్నప్పుడు వాటి యొక్క నిర్దిష్ట భౌతిక లక్షణమేదీ నా ఉద్దేశ్యం కాదు. నీలికళ్ళు, మందపాటి బొచ్చుగల స్కాండినేవియన్లు

విజయం సాధించారా లేదా ఓడిపోయినా, వారు తమ నల్లజాతి యజమానుల భాషను స్వీకరించినా, నా ఉద్దేశ్యం ఏమిటంటే, నేను వారిని హిందువులు, గ్రీకులు, రోమన్లు, జర్మన్లు లేదా స్లావ్‌లు అని పిలిచినప్పుడు కూడా హిందువులలో అత్యంత చీకటిగా ఉండేవారు మొదట్లో ఆర్యన్ భాష మాట్లాడేవారు మరియు నేను వారిని స్కాండినేవియన్లలో ఉత్తములుగా భావిస్తాను. ఈ బలమైన పదాలు కఠినమైనవి కావచ్చు, కానీ మన భాషను మనం నిర్ధారించలేము. నా దృష్టిలో, ఏ జాతి శాస్త్రవేత్త అయినా ఆర్యన్ జాతి గురించి మాట్లాడినట్లయితే, అతను దాని కళ్ళు మరియు వెంట్రుకలను సూచిస్తే, అతను పొడవైన తల పదజాలం ఉపయోగించే లేదా పొట్టి తల సిద్ధాంతాన్ని ప్రదర్శించే బహుభాషా వక్తలా పాపులాడు. ఇది భాష యొక్క బాబిలోనియన్ గందరగోళం కంటే ఘోరంగా ఉంది, అంటే దొంగతనం, వారు పుర్రెలు, వెంట్రుకలు మరియు కళ్ళ గురించి వారి స్వంత పదజాలాన్ని అభివృద్ధి చేసినప్పటికీ, భాషను వర్గీకరించడానికి మేము పరిభాషను అభివృద్ధి చేసాము.

ఈ సందర్భంలో, మాక్స్ ముల్లర్ ఒకప్పుడు ఆర్య జాతి సిద్ధాంతాన్ని విశ్వసించాడని మరియు దానిని ప్రచారం చేశాడని తెలిసిన వారు అతని అభిప్రాయాలను మెచ్చుకుంటారు. మన ముందు పది రకాలు సారూప్యత లేని రెండు ఆలోచనలు.

1) ఏకాభిప్రాయం ప్రకారం, ఆర్యన్ జాతి ఉనికి వారి శరీర నిర్మాణ శాస్త్రం, పుర్రె మరియు ముఖ లక్షణాల ఆధారంగా నిర్ణయించబడింది.
2) ప్రొఫెసర్ మాక్స్ ముల్లర్ ప్రకారం, ఆర్యన్ జాతి ఒక భాషా సంఘం ఉనికిలో ఉంది.

ఆలోచనల వైరుధ్యం దృష్ట్యా, వేద సాహిత్యంలో ఏ ఆధారాలు లభ్యమవుతున్నాయనే ప్రశ్న తలెత్తుతుంది. వేద సాహిత్యం యొక్క విశ్లేషణ ప్రకారం, ఆర్య మరియు ఆర్య అనే పదాలు ఋగ్వేదంలో ఒకటి దీర్ఘ ఆ మరియు మరొకటి హస్వ ఆతో ఉపయోగించబడ్డాయి.

ఆర్య' అనే పదాన్ని ఋగ్వేదంలో 88 సార్లు ఉపయోగించారు: - (1) శత్రువు (2) ఉన్నత పౌరుడు, (3) భారతదేశం యొక్క పేరు మరియు (4) ప్రభువు, వైశ్యుడు లేదా పౌరుడు. ఉంది.

'ఆర్య' అనే పదం 31 సార్లు కనిపిస్తుంది. కానీ ఎక్కడా కులం అనే అర్థంలో వాడలేదు. 'ఆర్య' లేదా 'ఆర్య' అనే పదాన్ని వేదాలలో ఎక్కడా కులం అనే అర్థంలో ప్రస్తావించలేదని పై చర్చ రుజువు చేస్తుంది. కాబట్టి, 'ఆర్య' లేదా 'ఆర్య' అంటే ఏదైనా నిర్దిష్ట కులం పేరు లేదా చిరునామా కాదు.

ఇప్పుడు ప్రశ్న తలెత్తవచ్చు, మానవ శరీర నిర్మాణ శాస్త్రానికి ఆధారాలు ఏమిటి? ఆర్యన్ కులాన్ని గుర్తించడానికి కేవలం పొడవాటి తల మాత్రమే సరిపోదు. ప్రో. రిప్లీ పొడవాటి తలలతో రెండు జాతులను పేర్కొన్నాడు. కాబట్టి మా ప్రశ్న ఇంకా మిగిలి ఉంది.

II

ఇప్పుడు మేము తదుపరి ఆధారాన్ని తీసుకుంటాము. ఆర్య బయటి నుంచి వచ్చాడు. అతను భారతదేశంపై దాడి చేసి స్థానికులను జయించాడు. ఈ ప్రశ్నలను మనం విడిగా పరిశీలిస్తే మంచిది. ఆర్య జాతి భారతదేశానికి ఎక్కడ నుండి వచ్చింది? ఆర్యన్ జాతి యొక్క మూలాన్ని కనుగొనడంలో అనేక అపోహలు ఉన్నాయి. బెన్ఫే ప్రకారం, ఆర్యుల మూలస్థానం సారూప్య పదజాలం ఆధారంగా నిర్ణయించబడాలి. ప్రో. ఐజాక్ టేలర్ తన ఆలోచనలను ఈ మాటల్లో సంగ్రహించాడు:-

"ఆర్యులందరి భాషలలోని సాధారణ పదజాలం అసలు భాష విడిపోవడానికి ముందు వారి అసలు ప్రాంతం ఏమిటో సూచించవచ్చు. బీచ్ మరియు బిర్చ్ చెట్టు మరియు పశువుల ఎలుగుబంటి మరియు తోడేలు వంటి కొన్ని జంతువులు మరియు చెట్ల పేర్లు ఆదిమ ఆర్యులకు బాగా తెలిసిన పదాలు మరియు అవన్నీ ఉష్ణమండల వాతావరణంలో మరియు ముఖ్యంగా యూరప్‌లో కనిపిస్తాయి, అయితే జంతువులు మరియు చెట్లు ఉన్నాయి. దక్షిణాసియాలోని పులులు మరియు అరచేతులు భారతీయులకు మరియు ఇరానియన్లకు మాత్రమే తెలిసినవి. ఆదిమ ఆర్యుల భాషలో, ఆర్యన్లు కాస్పియన్ సముద్రం యొక్క తూర్పు ప్రాంతం నుండి వచ్చారనే సిద్ధాంతాన్ని అంగీకరించలేమని, ఈ ఆసియా అడవి జంతువులైన పులి మరియు సింహం లేదా ప్రధాన డ్రాఫ్ట్ జంతువు వంటి వాటి పేర్లు లేకపోవడం వల్ల అంగీకరించలేమని ఆయన చెప్పారు. ఆర్యన్ పదజాలంలో ఆసియా, ఒంటె, ఎందుకంటే గ్రీకులకు లియో అనే పేరు సెమిటిక్ అని తెలుసు మరియు భారతీయ పేరు యొక్క మూలం ఆర్యన్ మూలంతో సరిపోలలేదు. దీన్ని బట్టి సింహం గ్రీకులకు మరియు భారతీయులకు ఒకేలా ఉండదనే వాదన తలెత్తుతుంది."

యొక్క ప్రకటన అర్థవంతంగా నిరూపించబడింది. గీగర్ అతనికి మద్దతు ఇచ్చాడు, అయితే ఆర్యన్ల మూలం పశ్చిమ జర్మనీ మధ్యలో నల్ల సముద్రానికి వాయువ్యంగా ఉన్న బెన్ఫే నుండి భిన్నంగా ఉందని చెప్పాడు. గీగర్ వాదన చిన్నది కాదు. అతని ముగింపులు చాలావరకు ఆదిమ ఆర్యుల భాషలో ఉన్న చెట్ల పేర్లపై

ఆధారపడి ఉన్నాయి. రుయి మరియు, అంగు మరియు భిదుర్ కొండ బాదంపప్పులు కాకుండా, భుర్జ్, బీచ్ మరియు చెస్ట్‌నట్ పదాల ఉపయోగం అతని దృష్టిలో నిర్ణయాత్మకమైనది. గ్రీకు ఫిగో చెస్ట్‌నట్‌కు సమానం కాబట్టి, ఇది జర్మన్ బీచ్ మరియు లాటిన్ ఫిగ్ నుండి వచ్చింది, గ్రీకులు బీచ్ దేశం నుండి చెస్ట్‌నట్ దేశానికి వచ్చారని మరియు ఒక పండ్ల చెట్టు పేరు మరొకదానికి పెట్టబడిందని సూచిస్తుంది. .

రెండవ ఆలోచన ఏమిటంటే, ఆర్యుల మూలం కాకేసియన్, ఎందుకంటే, ఆర్యుల వలె, కాకేసియన్లు సరసమైన రంగు మరియు గోధుమ రంగు జుట్టు కలిగి ఉంటారు. ఆమె ముక్కు ఎత్తుగా ఉంది మరియు ఆమె ముఖం అందంగా ఉంది. ఈ నేపథ్యంలో రిప్లీ ప్రకటన గమనార్హం. ఈ విషయంలో ప్రొ. రిప్లీ ఇలా అంటున్నాడు: "కాకేసియన్ అనేది పశ్చిమ ఐరోపాలోని నీలికళ్ళు మరియు గోధుమ బొచ్చు గల ఆర్యన్ జాతికి తప్పుడు పేరు. ఇది రెండు కాదనలేని వాస్తవాలను వెల్లడిస్తోంది. మొదటిది, ఈ రకమైన భౌతిక నిర్మాణం కాకేసియాలో వందల మైళ్ల వరకు కనుగొనబడలేదు మరియు రెండవది, ఆర్యుల భాష వలె పూర్తిగా విస్తరించబడిన ఏ ఒక్క తెగతో కాకేసియన్ పరిధి ఎక్కడా సంబంధం కలిగి ఉండదు.

ఒస్సేటియన్లు కూడా, వారి భాష మాత్రమే ప్రవహించే భాష, బహుశా ఆర్యులు అని చెప్పకోలేరు మరియు ఒస్సేటియన్లు ఆర్యులే అయినప్పటికీ, దీనికి అనేక కారణాలు ఉండవచ్చు. ఇరాన్ నుండి వలస వచ్చిన వారు మరియు స్థానిక కాకేసియన్లు కాదు. వారి తలల ఆకారం వారు ఆక్రమించిన ప్రాంతాల ప్రజలతో సమానంగా ఉంటుంది - టెర్రిల్ పాస్ - మరియు దక్షిణ శ్రేణిలోని వ్యక్తులను పోలి ఉంటుందని ఊహిస్తారు. అన్ని విషయాలను పరిశీలిస్తే, ఒస్సెటస్ ఆర్యులైనా కాకపోయినా, వారికి ఇతర వ్యక్తులతో పెద్దగా సారూప్యత లేదు. ఈ ప్రాంత ప్రజలకు ఉన్నంత బాడీబిల్డింగ్ నైపుణ్యాలు వీరికి లేవు. వారి వృత్తిని పరిగణనలోకి తీసుకుంటే, వారు అంత ధైర్యంగా లేరు మరియు రష్యన్‌ల వలె ప్రతిఘటన యొక్క అదే సంకేతాలు వారికి లేవు.

కాకాసియన్లు కొంతవరకు ప్రత్యేకంగా ఉంటారనేది నిజం కాదు. వాస్తవానికి, వారిలో ప్రత్యేకత లేదు, యురేషియన్ భాషలు మాట్లాడేవారిని ఈ పేరుతో పిలుస్తారు, మేము చెప్పినట్లుగా, సరసమైన చర్మం, బంగారు జుట్టు మరియు పొడవైన పొట్టితనాన్ని కలిగి ఉన్నవారిని ఆర్యన్లు అంటారు. ఇదంతా గందరగోళంగా ఉంది మరియు నమ్మదగనిది. కాకసస్ సంస్కృతి, భాష లేదా ఆచారాలు మరియు భౌతిక ప్రత్యేకతల ఊయల కాదు కానీ స్మశానవాటిక. మొదటి

నుంచీ ఇక్కడ ఉన్నంత వైవిధ్యం ప్రపంచంలో మరెక్కడా లేదని, అది భాష లేదా మతానికి సంబంధించిన ప్రశ్న అయినా మనం తెలుసుకోవాలి. ఈ మిశ్రమం కాకసస్ పర్వత శ్రేణిలో ఉంది.

ఆర్య జాతికి మూలం ఆర్కిటిక్ ప్రాంతం అని తిలక్ చెప్పారు. ఆయన సిద్ధాంతంలోని సారాంశాన్ని ఆయన మాటల్లోనే చెప్పారు. అవి ఖగోళ శాస్త్రం మరియు వాతావరణ అంశాలతో ప్రారంభమవుతాయి. అతని ప్రకారం ఈ ప్రాంతం ఉత్తర ధ్రువం. అంటాడు

రెండు లక్షణాలు లేదా వైవిధ్యాలు ఉన్నాయి - ఒక పండితుడు ఉత్తర ధ్రువం నుండి అధ్యయనం చేసినప్పుడు

మరియు రెండవది సర్క్యుపోలార్ ప్రాంతం నుండి లేదా ఉత్తర ధ్రువం మరియు ఆర్కిటిక్ సర్కిల్ నుండి చూసే వారికి.

తిలక్ దృష్టిలో ధ్రువ మరియు వృత్తం అనే రెండు వైవిధ్యాలు ఉన్నాయి. అతను దానిని ఈ క్రింది విధంగా సంగ్రహించాడు.

1. ధ్రువ లక్షణాలు

1. సూర్యుడు దక్షిణం నుండి ఉదయిస్తాడు.

2. నక్షత్రాలు ఉదయించవు మరియు అస్తమించవు, బదులుగా అవి వృత్తాకార కదలికలో తిరుగుతూ ఉంటాయి. వారు 24 గంటల్లో దిగంత్ రౌండ్‌ను పూర్తి చేస్తారు. సంవత్సరం పొడవునా ఉత్తర అర్ధగోళం మరియు ఆకాశం మాత్రమే కనిపిస్తాయి మరియు దక్షిణ అర్ధగోళం మరియు ఆకాశం అదృశ్యమవుతాయి.

3. ఒక సంవత్సరంలో ఒక పొడవైన పగలు మరియు ఒక దీర్ఘ రాత్రి మాత్రమే ఉంటుంది. రాత్రి మరియు పగలు రెండూ, ఆరు నెలలు కలిగి ఉంటుంది.

4. ఒక ఉదయం మరియు ఒక సాయంత్రం మాత్రమే, అంటే సూర్యుడు ఏడాది పొడవునా ఒక్కసారి మాత్రమే ఉదయిస్తాడు మరియు అస్తమిస్తాడు. కానీ ఉదయం వెలుతురు లేదా మసక సాయంత్రం వెలుతురు రెండు నెలల పాటు నిరంతరంగా ఉంటుంది. కానీ మనలా కాకుండా, ఉదయం లేదా సాయంత్రం వేళల్లో హడావిడి అనేది అంతరిక్షంలో ఒక్క భాగానికి మాత్రమే పరిమితం కాదు, అది కుమ్మరి చక్రంలా అంతరిక్షంలో ఒక వృత్తంలో కదులుతూ 24 గంటల్లో ఒక విప్లవాన్ని పూర్తి చేస్తుంది. సూర్యగోళం అంతరిక్షంలోకి వచ్చే వరకు ఈ కాంతి భ్రమణాలు ఉదయం కొనసాగుతాయి. అప్పుడు సూర్యుడు ఆరు నెలల పాటు ఈ స్థితిలో ఉంటాడు. ఇది

సెట్ చేయకుండానే ధూమపానం చేస్తుంది మరియు 24 గంటల్లో ఒక విప్లవాన్ని పూర్తి చేస్తుంది.

2. పెరిపోలార్ లక్షణాలు

1. సూర్యుడు ఎల్లప్పుడూ అత్యున్నత స్థానానికి దక్షిణంగా ఉంటాడు, అయితే పరిశీలకుడు సమశీతోష్ణ మండలం నుండి చూసినా, దాని ప్రత్యేక లక్షణాలు కనిపించవు.

2. చాలా నక్షత్రాలు వృత్తాకారంలో ఉంటాయి. అవి తమ భ్రమణంలో ఎక్కువ భాగం హోరిజోన్ పైన ఉంటాయి. అందుకే అవి ఎప్పుడూ కనిపిస్తూనే ఉంటాయి. మిగిలిన నక్షత్రాలు సమశీతోష్ణ మండలంలో పెరుగుతూ మరియు అస్తమిస్తూ ఉంటాయి. కానీ అవి జిగ్‌జాగ్ కదలికలో తిరుగుతాయి.

3. సంవత్సరంలో మూడు భాగాలు ఉన్నాయి. (1) మకర సంక్రాంతి నాడు ప్రారంభమయ్యే నిరంతరాయమైన సుదీర్ఘ రాత్రి మరియు అక్షాంశాన్ని బట్టి 24 గంటల కంటే ఎక్కువ మరియు ఆరు నెలల కంటే తక్కువ సమయం ఉంటుంది. (2) ఉష్ణమండల మండలంలో సంభవించే అటువంటి నిరంతర మరియు సుదీర్ఘమైన రోజు. (3) దీని తరువాత, మిగిలిన సంవత్సరంలో సాధారణ పగలు మరియు రాత్రులు ప్రారంభమవుతాయి. ఒక రాత్రి లేదా ఒక రోజు 24 గంటలకు మించదు. సుదీర్ఘ నిరంతర రాత్రి తర్వాత ఉద్భవించే పగలు మొదట తక్కువగా ఉంటుంది మరియు అది పొడవుగా మారే వరకు పెరుగుతూనే ఉంటుంది. సుదీర్ఘ పగలు ముగిసినప్పుడు రాత్రి కూడా చిన్నదిగా మారుతుంది. మరియు సంవత్సరం చివరి నాటికి ఇది సుదీర్ఘ నిరంతర రాత్రి అవుతుంది.

4. సుదీర్ఘ నిరంతర రాత్రి తర్వాత ఉదయం చాలా రోజుల పాటు కొనసాగుతుంది, అయితే ఉత్తర ధ్రువంలో ఇది ఉత్తర ధృవంలోని కొన్ని ప్రాంతాలలో చాలా వరకు ఆ ప్రదేశం యొక్క అక్షాంశానికి అనుగుణంగా తక్కువగా ఉంటుంది ఉదయం కాలం. సాధారణ పగలు మరియు రాత్రి సమశీతోష్ణ మండలంలో ఉన్న వాటితో సమానంగా ఉంటాయి, కొన్ని గంటలు మాత్రమే ఉంటాయి. నిరంతర రోజులో సూర్యుడు అంతరిక్షం పైన ఉంటాడు. ఇది తిరుగుతున్నట్లు మరియు అంతం లేనిదిగా కనిపిస్తుంది. ఈ వక్రరేఖ అడ్డంగా తిరుగుతుంది మరియు దీర్ఘ రాత్రి సమయంలో అది పూర్తిగా హోరిజోన్ క్రిందకు వస్తుంది, అయితే మిగిలిన సంవత్సరంలో అది పైకి లేచి అస్తమిస్తుంది. ఇది 24 గంటల వ్యవధిలో సూర్యుని కవరేజ్ ప్రకారం పెరుగుతూ మరియు తగ్గుతూ ఉంటుంది. తిలక్ తన విశ్లేషణను ఇలా ముగించారు:-

పోల్ మరియు సర్క్‌పోల్ ప్రాంతానికి సంబంధించి మనకు రెండు తేడాలు లేదా లక్షణాలు ఉన్నాయి. ఈ పరిస్థితులు ప్రపంచంలోని ఇతర ప్రాంతాలలో కనిపించవు. భూమి యొక్క ధ్రువాల స్థానం మిలియన్ల సంవత్సరాల క్రితం ఎలా ఉందో ఇప్పటికీ అలాగే ఉంది. అందువల్ల, పైన పేర్కొన్న ఖగోళ పరిస్థితులు ఎల్లప్పుడూ ఒకే విధంగా ఉంటాయి మరియు దీని కారణంగా సృష్టి యొక్క ప్రారంభ కాలంలో వేగంగా మార్పులు వచ్చాయి. తిలక్ ఆర్కిటిక్ ప్రాంతంలోని పరిస్థితులను ప్రస్తావించి ఇలా వాదించారు:-

వేద వివరణలు లేదా సంప్రదాయాలు పై పోకడలు ఋషులు తమకు వారసత్వంగా వచ్చిన ధ్రువ మరియు వృత్తాకార సంప్రదాయాల గురించి తెలుసని సూచిస్తున్నాయి. యాదృచ్ఛికంగా, సుదీర్ఘ రాత్రులు మరియు దీర్ఘ పగళ్ల మధ్య ప్రత్యక్ష సంబంధాన్ని అందించే వేద సాహిత్యంలో ఇటువంటి సంఘటనలు చాలా ఉన్నాయి. దీనితో పాటు చాలా కథలు కూడా దీనితో ఏకీభవిస్తాయి. తిలక్ తన సహజ మరియు వేద కథలతో సంతృప్తి చెందాడు, అవి ఉత్తర ధ్రువం యొక్క స్థానానికి సరిపోతాయి మరియు వైదిక ఆర్యుల అసలు ప్రదేశం ఆర్కిటిక్ ప్రాంతమని నిర్ధారించారు.

నిజానికి ఇది ఒక ప్రాథమిక సూత్రం. ఇందులో ఒక్క అంశం మాత్రమే విస్మరించబడింది. అతను ఆర్యులకు ఇష్టమైన జీవి. ఇది అతని జీవితం మరియు మతంతో లోతుగా ముడిపడి ఉంది. అది అశ్వమేధ యాగం ద్వారా రుజువైన గుర్రం. ప్రశ్న ఏమిటంటే గుర్రం ఆర్కిటిక్ ప్రాంతంలో ఉందా? సమాధానం ప్రతికూలంగా ఉంటే, ఆర్కిటిక్ ప్రాంతం యొక్క సిద్ధాంతం సందేహాస్పదంగా ఉంటుంది.

III

కళ్ళు 160లో 59 ఆర్యులు భారతదేశంపై దండయాత్ర చేసి అసలు నివాసులను లొంగదీసుకున్నారని చెప్పడానికి ఏ ఆధారాలు ఉన్నాయి? ఋగ్వేదానికి సంబంధించినంత వరకు, భారతదేశంపై బయటి నుండి దాడి జరిగిన ఒక్క జాడ కూడా లేదు. శ్రీ పి.టి.శ్రీనివాస్ అయ్యంగార్ చెప్పారు.

ఆర్యులు, దాసులు మరియు దస్యుల ప్రస్తావనలు ఉన్న మంత్రాలను జాగ్రత్తగా విశ్లేషిస్తే, అది ఆరాధనా వైరుధ్యం మరియు జాతి కాదు. ఈ పదాలు ఋగ్వేద సంహితలో ఎక్కువగా కనిపిస్తాయి. ఇది 1,53,972 పదాలలో 33 సార్లు సంభవించింది. అటువంటి చిన్న సూచన ఆర్యన్ తెగ ఆక్రమణదారు కాదని రుజువు, వారు విజయం తర్వాత స్థానిక ప్రజలను తరిమికొట్టారు, ఎందుకంటే జయించే జాతి దాని విజయాలను పదేపదే ప్రస్తావిస్తుంది.

వైదిక సాహిత్యానికి సంబంధించినంత వరకు, ఆర్యులు బయటి నుండి వచ్చినట్లు చూపలేదు. ఈ సందర్భంలో, ఋగ్వేదంలోని మంత్రం 75లోని ఏడు నదుల సందర్భం ముఖ్యమైనది. ప్రొఫెసర్ ఎం. త్రివేది ప్రకారం, నదులను నా గంగ, నా జమున, నా సరస్వతి అని సంబోధించారు. విదేశీయుడు ఇలా ఎందుకు సంబోధిస్తాడు? వారితో సన్నిహిత భావోద్వేగ సంబంధం ఉన్నవారు మాత్రమే అలాంటి చిరునామాను చేయగలరు.

జై పరాజయ్ అనే ప్రశ్నకు సమాధానం వేదాలలో ఉంది. దాస్ మరియు దస్యులను ఆర్యుల శత్రువులుగా అభివర్ణించారు. వేద ఋషులు దాని విధ్వంసం మరియు నిర్మూలన కోసం దేవతలను చాలాసార్లు ప్రార్థించారు. కానీ ఆర్యుల విజయానికి సంబంధించి ఏదైనా నిర్ణయం తీసుకునే ముందు ఈ క్రింది విషయాలను పరిగణనలోకి తీసుకోవడం చాలా ముఖ్యం:-

మొదటిది, ఆర్యులు మరియు దాసులు మరియు దస్యుల మధ్య జరిగిన యుద్ధ సంఘటనల గురించి రిగ్దేవ్‌లో నిర్దిష్ట కథ లేదు. చిన్న చిన్న గొడవలు మాత్రమే ప్రస్తావించబడ్డాయి. ఇది గెలుపు ఓటమికి నిదర్శనం కాదు. ఈ పదం ఋగ్వేదంలో 33 ప్రదేశాలలో ప్రస్తావించబడింది. కేవలం ఎనిమిదిలో అతను బానిసల ప్రత్యర్థిగా వర్ణించబడ్డాడు. వారు ఏడు చోట్ల బందిపోట్లకు వ్యతిరేకంగా ఉన్నారు. ఎక్కడో ఇద్దరి మధ్య గొడవల ప్రస్తావన ఉంది. గెలుపు ఓటములకు ఆధారాలు లేవు.

ఇతర బానిసలు, దస్యులు మరియు ఆర్యుల మధ్య ఘర్షణ పరిస్థితి ఉండవచ్చు; శాంతిభద్రతల పరిరక్షణకు ఇరువురి మధ్య గౌరవప్రదమైన ఒప్పందాలు కుదిరాయి. ఝుగ్వేద మంత్రాలు 6-33-3; 7-83-1; 8-51-9:10- 102-3లో ఆర్యులు మరియు బానిసలు మరియు దస్యులు సంయుక్తంగా శత్రువులతో పోరాడారని స్పష్టంగా చెప్పబడింది.మూడవది, ఆర్యులు మరియు బానిసలు మరియు దస్యుల మధ్య ఎలాంటి వైరుధ్యం ఉన్నా, వారిలో కుల వైరుధ్యం లేదు. ఝుగ్వేద ప్రకారం, సంఘర్షణ జాతి ప్రాతిపదికన కాదు, మతపరమైనది. వేదాలలో దీనికి ఆధారాలు ఉన్నాయి.

దస్యులు ఋగ్వేదంలో ప్రస్తావించబడ్డారు: వారు I-51.8.9; I-132.4; 4-41. 2:6-14,3 యొక్క అపవ్రత (ఋగ్వేదం 5- 42.2) అన్యవ్రతం యొక్క వివిధ మంత్రాలు, ఋగ్వేదం 8 - 59, 1.1. మరియు 10-22.8 అనాగ్నిత్రలో (ఋగ్వేదం 5-189.3) అయ్యు అయ్జవాన్ ఋగ్వేదం I-131-44, I-33.4, మరియు 8-59.11 అబ్రహ్మ్, బ్రాహ్మణ పురహిత విహీన్ 5-15.9, మరియు 10 - 180 హ. ఋగ్వేదం 5- 42.9

మరియు అనింద్ర ఋగ్వేదం I-133; 5-2.3; 7-18.6; 10.27.6 మరియు 10-48.7 పేర్కొనబడ్డాయి.

ఇది ఋగ్వేదంలోని మంత్రం 10-22.8లో చెప్పబడింది - మేము దస్యు కులాల మధ్య జీవిస్తున్నాము. ఆమె యాగం చేయదు, ఎవరినీ పూజించదు. వారి ఆచారాలు కూడా భిన్నంగా ఉంటాయి. అందుచేత వారు మనుష్యులుగా పిలువబడే అర్హత లేదు. ఓ శత్రు హంతా! ఈ బానిసలను నాశనం చేయండి.

ఈ విశ్లేషణ ఋగ్వేదం ప్రకారం ఆర్యులు బయటి నుండి వచ్చి ఈ ప్రదేశం యొక్క అసలు నివాసులైన బానిసలు మరియు బందిపోట్లను జయించారనే ఆలోచనను ఖండిస్తుంది.

IV

ఇది బయటి నుండి వచ్చి బానిస-బందిపోటులను జయించిన ఆర్యుల విషయం. ఇప్పటి వరకు ఇది ఆర్యుల దృక్కోణం నుండి పరిగణించబడుతుంది. దాస్ మరియు దస్యుల పేర్లను ఉపయోగించడం కులం ఆధారితమా కాదా అని ఇప్పుడు పరిశీలిద్దాం. దీనిని సమర్థించే వారు దీనికి రుజువు ఇస్తారు: - దాసులు మరియు దస్యుల మధ్య కుల సంఘర్షణను విశ్వసించే వారు ఈ క్రింది ప్రశ్నలకు సమాధానం ఇవ్వాలి:

1. ఋగ్వేదంలో ఉపయోగించిన మృధావాక్ మరియు అనలు దస్యుల లక్ష్య గుణాలుగా వర్ణించబడ్డాయి.
2. ఋగ్వేదంలో దాస్ కృష్ణ వర్ణం అంటారు.

ఋగ్వేదంలో మృధ్రావాక పదం యొక్క I-114.2;5-32.8; 7-6.3 మరియు 7-18.3లో ఉపయోగించబడింది.

ఋగ్వేదంలో మృధావాక అంటే సంస్కారహీనుడు, పచ్చి భాష వాడేవాడు అని అర్థం. భాషలోని క్రూరత్వం లేదా శుద్ధి చేయని తనం కుల భేదానికి నిదర్శనంగా భావించవచ్చా? దీనిని సాక్ష్యంగా అంగీకరించడం వివేకం కాదు.

ఋగ్వేదం 5-29.10లో అనస్ అంటే ఏమిటి? దీనికి రెండు వివరణలు ఉన్నాయి. ప్రో. మాక్స్ ముల్లర్ ప్రకారం, అనస్ అంటే ముక్కు లేని లేదా చదునైన ముక్కు. సాయనాచార్య దాని అర్థాన్ని నోరు లేనివాడు, అంటే చేదుగా మాట్లాడేవాడు; అంటే భగవంతుని మాటలను కోల్పోయాడని అర్థం. సాయనాచార్య ఈ పదాన్ని ఆన్ అస అని చదివారు, మాక్స్ ముల్లర్ అన్నస అంటే

ముక్కు రంధ్రం లేనిది. వీటిలో స్వచ్ఛమైనది ఏమిటి? అతని అభిప్రాయాలు అసంబద్ధంగా కనిపిస్తున్నాయి. దీనికి అనుకూలంగా రెండు ముఖ్యమైన అంశాలు ఉన్నాయి - ఒకటి

పదం యొక్క అర్థం తప్పుగా అర్థం చేసుకోలేదు. మరియు రెండవది, బందిపోటులకు నోరు లేదా ముక్కు లేదని ఎక్కడా వర్ణించబడలేదు. అతన్ని మృధావాక్ పర్యాయపదంగా పరిగణించాలి. అందువల్ల, దస్యు ప్రత్యేక కులం అనే ఆలోచనకు మద్దతు ఇవ్వడానికి ఎటువంటి ఆధారాలు అందుబాటులో లేవు.

ఇప్పుడు బానిసలను తీసుకోండి. ఋగ్వేదం 6-47.21లో దాసులను కృష్ణనంగా వర్ణించిన మాట నిజం.

అయినప్పటికీ, ఈ ఆలోచనను అంగీకరించే ముందు ఈ క్రింది విషయాలను పరిగణనలోకి తీసుకోవడం చాలా ముఖ్యం: -

1. కృష్ణ యోని శూద్రుడు ఋగ్వేదంలో బానిసల కోసం ఒక్కసారి మాత్రమే ఉపయోగించబడ్డాడు.
2. పదం అలంకారికంగా లేదా అక్షరాలా ఉపయోగించబడిందా అనేది స్పష్టంగా లేదు.
3. ఇది నిజమో లేక ద్వేషానికి చిహ్నమో మాకు తెలియదు.

ఈ ప్రశ్నలకు సరైన సమాధానాలు దొరకకపోతే, కేవలం కృష్ణ జాతి బానిసలను పిలిచి, వారిని నల్లజాతిగా పరిగణించాలనే ఆలోచనను అంగీకరించడం సాధ్యం కాదు.

ఋగ్వేదంలోని ఈ క్రింది మంత్రాలను చూడండి:-

1. ఋగ్వేదం 6.22.10 :- ఓ వాజీ, నీవు దాసులను ఆర్యులుగా చేసావు, నీ శక్తితో చెడ్డవారిని మంచిగా చేసావు. మా శత్రువులపై విజయం సాధించడానికి మాకు ఇదే శక్తిని ఇవ్వండి.
2. ఋగ్వేదం 10.49.3 :- ఇంద్రుడు ఇలా అంటాడు - దస్యులను ఆర్యులు అని సంబోధించే అవకాశం లేకుండా చేసాను.
3. ఋగ్వేదం I-15.108 ఓ ఇంద్రా, ఎవరు ఆర్యులు మరియు ఎవరు దస్యులు అని కనుగొనండి, వారిని వేరు చేయండి.

ఈ మంత్రాలు ఏమి వెల్లడిస్తున్నాయి? ఆర్యులు మరియు దాసులు మరియు దస్యుల మధ్య వ్యత్యాసం జాతి లేదా భౌతిక నిర్మాణం కాదని వారి నుండి

నిర్ధారించబడింది, అందుకే దాసులు మరియు దస్యులను ఆర్యులు అని పిలుస్తారు. అందువల్ల, ఆర్యుల నుండి వారిని వేరు చేయమని ఇంద్రుడిని కోరాడు.

V

ఆర్యన్ జాతి గురించి పాశ్చాత్య రచయితలు ప్రతిపాదించిన సిద్ధాంతం నిరాధారమైన ఆధారాన్ని కలిగి ఉంది. ఇది ఆశ్చర్యకరమైనది ఎందుకంటే పాశ్చాత్య పండితుల ముగింపులు సాధారణంగా సమగ్ర పరిశోధన మరియు విశ్లేషణపై ఆధారపడి ఉంటాయి. ఈ సూత్రంపై వారు ఎందుకు విఫలం కావాలి? వారు ఎందుకు విఫలమయ్యారో తెలుసుకోవడం ముఖ్యం. జాగ్రత్తగా విశేలషిస్తే ద్వంద్వవైఖరితో బాధపడుతున్నారని తేలింది. మొదటి విషయం ఏమిటంటే, వారిపై ఆధారపడిన అపోహలు మరియు ఊహాగానాలతో వారు పీడించబడ్డారు. రెండవ విషయం ఏమిటంటే, ఈ సిద్ధాంతాలు శాస్త్రీయ పరిశోధనలకు విరుద్ధంగా మారాయి. దీని కారణంగా, వాస్తవాన్ని బహిర్గతం చేయలేకపోయారు, దీనికి విరుద్ధంగా, వారు దానిని నిరూపించడానికి ముందుగా నిర్ణయించిన మరియు ఎంచుకున్న సిద్ధాంతాలను స్వీకరించారు. ఆర్యుల జాతి సిద్ధాంతం ఊహ తప్ప మరొకటి కాదు. ఇది డాక్టర్ బాప్ యొక్క తాత్విక ఆలోచనలు

ఇది 1835లో ప్రచురించబడిన తన మైలురాయి పుస్తకం కంపారిటివ్ గ్రామర్‌లో వెల్లడించిన దాని ఆధారంగా రూపొందించబడింది. ఈ పుస్తకంలో, డాక్టర్ బాప్ సూచించిన భాషలను ఇండో-జర్మానిక్ భాషలు అని పిలుస్తారని యూరోప్ మరియు కొన్ని ఆసియాలోని చాలా భాషలు చూపించాయి. వేద భాష ఆర్యులను సూచిస్తుంది మరియు ఇది ఇండో-జర్మానిక్ భాషా కుటుంబానికి చెందినది కాబట్టి వీటిని సమిష్టిగా ఆర్యన్ భాషలు అని పిలుస్తారు. ఈ ప్రధాన సూత్రం ఆర్య జాతికి వర్తిస్తుంది.

దీని రెండు ఊహలు (1) జాతుల ఐక్యత మరియు (2) ఈ జాతి ఆర్యన్ జాతి. తర్కం ఏమిటంటే, భాషల మూలం అదే జన్యు మాండలికాలు అయితే, ఆర్యన్ జాతికి చెందిన ఆర్యన్ మాండలికం మాతృభాషగా ఉండే జాతి ఉనికిలో ఉండాలి. అందువల్ల ప్రత్యేక ఆర్యన్ జాతి ఉనికి కేవలం ఊహ మాత్రమే. ఈ ఊహ నుండి, మరొక ఊహ పుడుతుంది, ఇది సాధారణ మూలం యొక్క సిద్ధాంతాన్ని ప్రతిపాదిస్తుంది, ఆ భాషా సమూహంలోని వ్యక్తులు ఒకే విధమైన నివాసం మరియు పరిచయాన్ని కలిగి ఉంటే తప్ప అలాంటి భాషా సమూహం ఉండదని ఒక వాదన చేయబడింది. అందువల్ల సమాన వసతి సూత్రం యొక్క ఊహ మరొక ఊహపై

ఆధారపడి ఉంటుంది. ఆర్యుల దండయాత్ర సిద్ధాంతం ఒక కొత్త పరిశోధన. దీనిని అన్వేషించాలి. పశ్చిమ

'ఇండో జర్మన్లు' నేటి అసలైన ఆర్యుల అసలైన ప్రతినిధులు అని పండితుల ప్రకటనను నిరూపించడానికి ఇది జరిగింది. వారి మూలం ఐరోపా అని చెప్పబడింది. ఇక్కడ ఆర్యన్ భాష భారతదేశానికి ఎలా చేరింది అనే ప్రశ్న తలెత్తుతుంది మరియు ఆర్యులు బయటి నుండి వచ్చారని సమాధానం వస్తుంది, అందువలన దండయాత్ర సిద్ధాంతం ప్రతిపాదించబడింది. మూడవ పరికల్పన ఏమిటంటే, ఆర్యులు ఉన్నతమైన జాతి. ఈ ఆలోచనకు ఆధారం

ఆర్యులు ఐరోపా జాతికి చెందిన వారని, ఐరోపా జాతికి చెందిన వారు ఆసియన్ జాతుల కంటే శ్రేష్ఠులని నమ్ముతారు. దండయాత్ర ఉంది. అందువల్ల, పాశ్చాత్య రచయితలు ఆర్యులు దాసులు మరియు దస్యులపై దాడి చేసి ఓడించారని కథను సృష్టించారు. నాల్గవ వాదన ఏమిటంటే, ఐరోపా కులాలు వారు సరసమైన రంగు కలిగి ఉన్నందున, ఆర్యులను యూరోపియన్లుగా పరిగణించడం వలన వారి వర్ణవివక్ష విధానాన్ని విశ్వసించాల్సిన అవసరం ఉంది మరియు వారు చాతుర్వార వ్యవస్థ నుండి దానికి సాక్ష్యాలను కనుగొంటారు. పశ్చిమ

పండితుల ప్రకారం, కుల వ్యవస్థ వర్ణవివక్షకు పర్యాయపదం.ఈ పరికల్పనలు ఏవీ వాస్తవాలపై ఆధారపడి లేవు. ఆర్యన్ జాతి మూలాన్ని తీసుకోండి. ఈ సిద్ధాంతం భౌతిక రూపాన్ని ఒక విషయం మరియు వాస్తవాలు భిన్నంగా ఉన్నాయని పరిగణనలోకి తీసుకోదు. ఒక కులం భౌతిక నిర్మాణంలో భిన్నమైనప్పటికీ, దానికి మూలస్థానం ఉండే అవకాశం ఉంది. భాషాపరంగా ఆమె వేరే ప్రాంతానిది కూడా కావచ్చు. ఆర్యన్ జాతి మూలాలు యొక్క సూత్రం సారూప్య భాషపై ఆధారపడి ఉంటుంది మరియు దాని నిర్మాణం కూడా అదే విధంగా ఉంటుందని భావించబడుతుంది. ఆర్యులు బయటి నుండి వచ్చి భారతదేశాన్ని ఆక్రమించారనే వాదన మరియు దాసులు లేదా దస్యులు భారతదేశంలోని అసలు నివాసులు అనే ఊహ పూర్తిగా తప్పు.

అప్పుడు చాతుర్వర్ణయ వ్యవస్థ ఆర్యుల వర్ణవివక్ష విధానంపై ఆధారపడి ఉందని చెప్పడం వాస్తవికతకు దూరంగా ఉంది. వర్ణమే కుల వివక్షకు ఆధారమైతే, చాతుర్వర్ణంలో చేర్చబడిన నాలుగు వర్ణాలలో నాలుగు రంగులు మాత్రమే ఉండాలి. ఆ నాలుగు రంగులు ఏవి, ఆ నాలుగు కులాలు ఏవో ఎవరూ చెప్పలేదు. ఈ సిద్ధాంతం ఆర్యులు మరియు దాసుల ఊహపై ఆధారపడింది. మొదటిది తెల్లగా

పరిగణించబడింది మరియు రెండవది కృష్ణుడిగా పరిగణించబడింది.ఆర్యన్ జాతి ఆవిర్భావ సిద్ధాంతం యొక్క ప్రతిపాదకులు తమ ఆలోచనను ధృవీకరించడానికి చాలా ఉత్సాహంగా ఉన్నారు, వారి పరికల్పనలో ఎన్ని అసమానతలు ఉన్నాయో వారు మరచిపోయారు. వారు మూలాన్ని మాత్రమే రుజువు చేయాలనుకుంటున్నారు మరియు అందువల్ల వారు వేదాల నుండి తమకు అనుకూలమైనదంతా రుజువైన సాక్ష్యంగా సమర్పించారు.ప్రొఫెసర్ మైఖేల్ ఫోస్టర్ ఒక చోట ఊహాగానాలు సైన్స్‌కు ఉపయోగపడతాయని చెప్పారు. ఊహాగానాలు లేకుండా, పరిశోధన విజయవంతం కాదు. ఇప్పుడు ఊహాగానాలు ప్రబలంగా మారితే అది సైన్స్‌కు ప్రాణాంతకం అన్నది కూడా నిజం. పాశ్చాత్య పండితుల ఆర్యన్ జాతి సిద్ధాంతం ఊహాగానాలు విజ్ఞాన శాస్త్రాన్ని ఎలా విషపూరితం చేశాయో ఒక ఉదాహరణ.

ఆర్యన్ జాతి యొక్క మూలం యొక్క సిద్ధాంతం పాత దురభిప్రాయం. ఇది చాలా కాలం క్రితమే ముగిసి ఉండాలి. కానీ అందుకు విరుద్ధంగా సామాన్య ప్రజలపై దీని ప్రభావం మరింత బలంగా మారింది. దీనికి రెండు కారణాలు ఉన్నాయి:- మొదట బ్రాహ్మణ పండితుల సిద్ధాంతాన్ని సమర్థించడం. ఇది చాలా అద్భుతం. హిందువు అయినందున, అతను యూరోపియన్ జాతి కాబట్టి, అతను ఆసియా జాతుల కంటే గొప్పవాడని పాశ్చాత్య పండితుల ఆలోచనను రద్దు చేయాల్సి వచ్చింది. కానీ బ్రాహ్మణులు ధిక్కరించే బదులు మద్దతు ఇస్తున్నారు. దీనికి ఒక సాధారణ కారణం ఏమిటంటే, బ్రాహ్మణులు రెండు దేశాల సిద్ధాంతాన్ని విశ్వసిస్తారు. అతను తనను తాను ఆర్యుల ప్రతినిధిగా భావిస్తాడు మరియు మిగిలిన హిందువులను ఆర్యయేతర కులాల వారసులుగా పిలవడం ద్వారా, ఈ సూత్రం అతనిలోని ఉన్నతమైన అహాన్ని నెరవేరుస్తుంది. అతను ఆర్యులు బయటి నుండి వచ్చి ఆర్యుయేతర జాతులను జయించాలనే సిద్ధాంతానికి మద్దతు ఇస్తాడు ఎందుకంటే ఇది బ్రాహ్మణేతరులపై తన ఆధిపత్యాన్ని సమర్థించుకోవడానికి సహాయపడుతుంది.

బ్రాహ్మణ పండితులు ఇతర పాశ్చాత్య పండితుల 'వర్ణం' అనే అర్థాన్ని 'రంగు'గా అంగీకరించారు. నిజానికి ఇదే ఆర్య సిద్ధాంతానికి మూలాధారం. వర్ణానికి సంబంధించిన ఈ వివరణను అంగీకరించడం కొనసాగినంత కాలం, ఆర్యన్ సిద్ధాంతం మనుగడలో ఉంటుంది. కాబట్టి, ఆర్య సిద్ధాంతంలోని ఈ భాగాలు ముఖ్యమైనవి మరియు వాటి వివరణాత్మక విశ్లేషణ అవసరం. ఇవి మూడు రకాలుగా ఉండవచ్చు:-

(ఎ) యూరోపియన్ జాతులు తెలుపు లేదా నలుపు?

(బి) భారతీయ ఆర్యులు తెల్లగా ఉన్నారా?

(సి) వర్ణ-శూద్ర అంటే అసలు అర్థం ఏమిటి?

తొలి యూరోపియన్ల ఛాయకు సంబంధించి, ప్రొఫెసర్ రిప్లీ ఖచ్చితంగా వారు నల్లగా ఉన్నారని చెప్పారు. ఇప్పటివరకు జరిగిన పరిశోధనలు మరియు వివిధ వాస్తవాల ప్రదర్శన నుండి, యూరోపియన్లు చాలా పొడవుగా ఉండటమే కాకుండా, నల్లటి జుట్టు మరియు ఆకర్షణీయమైన కళ్ళు కలిగి ఉన్న దక్షిణ ఫ్రాన్స్‌లోని చరిత్రపూర్వ జాతి అయిన మాగ్నాన్ ఉనికిని మేము నిరూపించాము. ఈ రైతులు నల్లటి జుట్టు మరియు పెద్ద కళ్ళు కలిగి ఉంటారు మరియు బ్రిటన్ యొక్క చరిత్రపూర్వ జాతి అయిన బ్రిటీష్ దీవులు మరియు స్కాట్లాండ్‌లోని రాగి చర్మం గల వ్యక్తులతో పోలిక కలిగి ఉన్నారు. ఇదొక్కటే కాదు, 'గర్భగణాలు'తో కూడా సారూప్యత ఉంది. ఉత్తర ఇటలీలో పురాతన 'లిగురియన్' జాతికి చెందిన వారసులు కనిపిస్తే, ఈ మానవులు సాధారణంగా నల్లగా ఉంటారు. అందువల్ల సాధారణ సూత్రాల నుండి మరియు స్థానిక వివరాల సందర్భం నుండి ఐరోపాలోని పూర్వపు జాతులు ఖచ్చితంగా నల్లజాతీయులు మరియు మధ్యధరా మరియు స్కాండినేవియన్ కాదని స్పష్టమవుతుంది. ఇప్పుడు వేదాలకు వద్దాం. ఆర్యుల వర్ణవివక్షను చూపించే అలాంటి కొన్ని ఉదాహరణలను కనుగొనవచ్చు.

పాలసీకి సంబంధించిన సూచన ఇవ్వండి.ఋగ్వేదం (1.117.8)లో అశ్విన్ శ్యతా మరియు రుసతిని వివాహం చేసుకున్నట్లు ప్రస్తావన ఉంది. శ్యాత నల్లగా, రుసతి అందంగా ఉంది.ఋగ్వేదంలో (1-117.5), కుందన్వర్ణ ఆరాధన యొక్క మోక్షానికి అశ్విన్ ప్రశంసించబడ్డాడు. ఋగ్వేదంలో (9-3.9) ఒక ఆర్య రక్తపిపాసి రంగు మరియు రాగి రంగుతో సద్గుణుడైన కొడుకు కోసం దేవతలను ప్రార్థించాడు.ఆర్యులు కుల వివక్షకు మద్దతుదారులు కాదని ఈ ఉదాహరణలు రుజువు చేస్తున్నాయి. వారు దీన్ని ఎందుకు చేస్తారు? వారు రాగి రంగు, తెలుపు, నలుపు మొదలైన అనేక కులాలను కలిగి ఉన్నారు. దశరథుని కుమారుడైన రాముడు మరియు యదు వంశస్థుడైన కృష్ణుడు ముదురు రంగులో కనిపించారు. అతను ఆర్యుడు. దిఘంతమ ఋషి ఋగ్వేదంలోని అనేక మంత్రాల సృష్టికర్త. అవి శ్యామ్ యొక్క ఋగ్వేదంలోని మంత్రాలు 10.31.11. దీని ప్రకారం, కణ్వ ఋషి కూడా ముదురు రంగులో ఉన్నాడు.

ఇప్పుడు చివరి అంశం వర్ణ పదానికి అర్థం. ముందుగా ఋగ్వేదంలో దీనిని ఏ అర్థంలో ఉపయోగించారో చూద్దాం. ఋగ్వేదంలో 'వర్ణం' అనే పదం 22 సార్లు

కనిపిస్తుంది. ఇది ఉష, అగ్ని, సోమ మొదలైన దేవతల రూపం, ఆకారం లేదా రంగు అనే అర్థంలో 17 సార్లు ఉపయోగించబడింది. ఇది దేవతలను పూజించడానికి ఉపయోగించబడుతుంది కాబట్టి, ఋగ్వేదంలో మానవులకు వర్ణం అనే పదం ఎప్పుడు ఉపయోగించబడిందో ఊహించడం మంచిది కాదు. ఇది ఋగ్వేదంలో జీవుల కోసం నాలుగైదు సార్లు ఉపయోగించబడింది. మంత్రం చూడండి:-

(1) 1-104.2. (2) 1-179.6,(3) 7-12.4,(4) 3-34.5 (5) 9-76.2ఋగ్వేదంలో వర్ణం అనే పదం శరీర రంగు కోసం ఉపయోగించబడిందా లేదా అనేది ఇది వెల్లడించలేదు.

ఋగ్వేదం (3-34.5) మంత్రం నుండి సందేహం పుడుతుంది. దీని వివరణ విన్యాస్ శుక్ల వర్ణం యొక్క వృద్ధి అక్షర అలంకారం. ఒక అర్థం ఏమిటంటే, ఇంద్రుడు తన కాంతితో శుక్ల రంగును పెంచమని ఉషను ఆదేశించాడు అంటే కాంతిని పెంచండి మరియు మరొక అర్థం శుక్లాంగుల సంఖ్య పెరుగుతుంది.

ఋగ్వేదం అసుర వర్ష నికందన్ మంత్రం 9-71.2 యొక్క వివరణ స్వయంగా స్పష్టంగా లేదు. ఈ సూక్తం సోమపావనానికి సంబంధించినది. సోమాన్ని అసుర వర్ణ నికందన్‌గా అభివర్ణించడాన్ని గుర్తుంచుకోవాలి. ఇక్కడ వర్ణం అంటే రూపం. పద్యములోని రెండవ భాగము తన నలుపు లేదా నలుపు కవచమును తీసివేసి, ఆకర్షణీయమైన కవచమును ధరించెను. ఇక్కడ వర్ణం అంటే నలుపు రంగు అని అర్థం.

ఋగ్వేదంలోని మంత్రం (1-179.6) చాలా సహాయకారిగా ఉంది. దీని ప్రకారం, అగస్త్య మహర్షి ప్రజలు, సంతానం మరియు బలాన్ని పొందడానికి లోభముద్రతో లైంగిక సంబంధం పెట్టుకున్నాడు మరియు దాని నుండి రెండు వర్ణాలు పుట్టాయి. ఆ రెండు వర్ణాలు ఎవరో ఈ శ్లోకం ద్వారా స్పష్టంగా తెలియనప్పటికీ, రెండు వర్ణాలు ఆర్యులు మరియు దాసులు అని ఇప్పటికీ చెప్పవచ్చు. ఇది అంగీకరించబడితే, నిస్సందేహంగా వర్ణం అంటే రంగు మరియు శరీరం యొక్క రంగు కాదు.ఋగ్వేదంలోని 1-104.2 మరియు 2-12.4 మంత్రాలలో వర్ణ అనే పదాన్ని బానిసల కోసం ఉపయోగించారు. ప్రశ్న ఏమిటంటే, బానిసల సందర్భంలో ఉపయోగించే వర్ణ పదానికి అర్థం ఏమిటి? దాస్ ముదురు రంగుతో ఉన్నాడని లేదా అతని స్వంత రంగును కలిగి ఉన్నాడని దీని అర్థం తీసుకోవాలా? రెండు అర్థాలలో ఏది సరైనదో తెలియదు. అందువల్ల ఎటువంటి నిర్ధారణకు రాలేము.

ఋగ్వేదం యొక్క సాక్ష్యం అసంపూర్ణం. ఈ విషయంలో, ఇండో-ఇరానియన్ సాహిత్యంలో వర్ణ అనే పదాన్ని అన్వేషించడం సహాయకరంగా ఉంటుంది. అవును అయితే, ఏ రూపంలో?అదృష్టవశాత్తూ, ఈ పదం జాండ్ అవెస్తాలో వరణా లేదా వరేనా రూపంలో అందుబాటులో ఉంది. దీని సాహిత్యపరమైన అర్థం మతపరమైన సిద్ధాంతం మరియు శాఖ యొక్క నమ్మకం లేదా విశ్వాసం. ఈ పదం యొక్క మూలం వర్ నుండి వచ్చింది మరియు వర్ యొక్క సాధారణ అర్థం మత విశ్వాసం, నమ్మకం మరియు ఆలోచన. 'వర్' లేదా 'వారే' అనే పదాన్ని 'గాథస్'లో అదే అర్థంలో 6 సార్లు ఉపయోగించారు.

ఇది గాథా అహూనవైతి – యస్నాహ 30వ శ్లోకం 2లో పేర్కొనబడింది. దాని అనువాదం క్రింది విధంగా ఉంది:-

"నేను చెప్పే సత్యాన్ని ఏకాగ్రతతో వినండి. మీ పదునైన మనస్సుతో ధ్యానం చేయండి. ప్రతి వ్యక్తి తన విశ్వాసాన్ని బలపరచుకోవాలి. మహాకాల్ ముందు, ప్రతి వ్యక్తి మనం చెప్పిన రూపం గురించి తెలుసుకోవాలిప్రతి వ్యక్తి తన బుద్ధి బలంపై తన విశ్వాసాన్ని నిర్ణయించుకోవడానికి స్వతంత్రంగా ఆలోచించాలని జరతుష్ట్ర ప్రతి వ్యక్తిని ఉద్బోధించిన ఈ కథలోని చాలా ప్రసిద్ధ ఉపన్యాసం ఇది. ఇందులో అవరేనాన్ అనే పదానికి విశ్వాసం అని అర్థం మరియు విచి తహ్యా అనే పదానికి ఎంపికకు ముందు చర్చ అని అర్థం.

ఇది గాథా అహూనవేతి-యస్నాహ 31వ శ్లోకం 11లో పేర్కొనబడింది. 'వరనెంగ్' అనే పదం 'వరన్' యొక్క బహువచనం, అంటే విశ్వాసం, విశ్వాసం, ఈ శ్లోకంలో జరతుష్ట్ర మానవ సృష్టిని వివరించాడు. మానవ సృష్టిని ప్రస్తావిస్తూ, చివరి పంక్తిలో (మానవులకు) స్వచ్ఛంద విశ్వాసం ఇవ్వబడింది అని చెప్పాడు.ఇది ఎంపికకు సంబంధించి గాథా ఉద్యాతవైసి-యస్నహ 45వ శ్లోకం ఒకటిలో పేర్కొనబడింది. ఉపన్యాసంలోని చివరి పంక్తిలో, జరతుష్ట్రుడు మొండితనం దెయ్యం యొక్క నాలుక అని చెప్పాడు.

ఇది గాథా ఉద్యాతవైతి యస్నాః 45వ శ్లోకం రెండులో పేర్కొనబడింది. పైన చెప్పినట్లుగా, 'వరం' అంటే నమ్మకం, మతం మరియు విశ్వాసం మొదలైనవి. పాపం మరియు పుణ్యాల విశ్లేషణకు జరతుష్ట్ర తాత్విక వివరణ ఇచ్చాడు. మనుషుల భావోద్వేగాలను చిత్రించాడు. ఈ పద్యంలో మనస్సు యొక్క పుణ్య మరియు పాప ధోరణులు ప్రస్తావించబడ్డాయి. చెప్పిన ప్రతిదానికీ సంబంధించి, మన మనస్సు లేదా మన మాటలు, మన మేధో విశ్వాసాలు లేదా మన మాటలు లేదా మన చర్యలు,

మన స్పృహ లేదా మన ఆత్మ దానితో ఏకీభవించవు.ఇది గాథా స్పెంట మైన్యు-యస్నాహా 48వ వచనంలో పేర్కొనబడింది, వరేనెగ్ అంటే మతం, విశ్వాసం. ఈ శ్లోకంలో, జరతుష్ట్ర, తన మనస్సును స్వచ్ఛంగా మరియు స్వచ్ఛంగా మార్చుకుని, తన భావోద్వేగాలను మరియు చర్యలను స్వచ్ఛంగా ఉంచుకునే వ్యక్తి, అతని కోరికలు అతని విశ్వాసానికి అనుగుణంగా ఉంటాయని చెప్పాడు.

ఇది గాథా స్పెంట మైన్యు యస్నాహ 49వ శ్లోకం 3లో ప్రస్తావించబడింది. మతం అంటే డేటివ్ కేసులో వరనేయిని ఉపయోగించారు. ఈ పద్యంలో థెసై అనే పదం కనిపించింది, దాని అర్థం కూడా మతపరమైన సంఘం మరియు మతపరమైన కోడ్. ఈ రెండు పదాలు ఒకే పద్యంలో ఉన్నాయి మరియు మన వాదనను ధృవీకరిస్తాయి. జైయా కి థేసా అంటే మతం, ఆహుర్కేస అంటే మతం అని కూడా అర్థం. థెసా యొక్క పహ్లావి అనువాదం అంటే మతం.

'అన్యో వరణ్' జరస్తా ధర్మ పుస్తకంలో వెండిడాడ్ అవెస్తా భాషలో కనిపిస్తుంది. ఇక్కడ 'అన్యో' అంటే ఇతర, వరం అంటే మతం. , కాబట్టి 'అన్యోవరన్' అనే పదానికి మరొక మతాన్ని అనుసరించేవాడు అని అర్థం. వెండిడాడ్, అన్యో థీసాలో కూడా ఒక పదం ఉంది, దీని అర్థం ఇతర మతాలను అనుసరించేవారు.గాథా నుండి ఉద్భవించిన క్రియల యొక్క అనేక రూపాలు అహునవేతి గాథా యస్నహా 31 వ శ్లోకం 31 జరస్తు చెప్పారు లేదా జ్యాతో విస్పెంగ్ వాయురయ అనే పదానికి నేను అన్ని జీవుల దేవునిపై అకిదా (విశ్వాసం) సృష్టిస్తాను. యస్నహ 28వ పద్యం 5లో బోరోయిమీడి అనే పదం ఉంది, మనం నమ్ముదాం. గాథా బహిష్ట తైరిత్రస్తే యస్నహ 53 వ శ్లోకం 9 డుజ్ వరేనిస్‌లో మనకు ఒక పదం కనిపిస్తుంది. ఇది ఆసక్తికరమైన బహువచనం, దుజ్ అనే ఉపసర్గ అంటే అన్యాయమైన లేదా చెడ్డ మతాన్ని అనుసరించేవాడు.

జరస్తా మతంలో, వాసనా 12, ఫ్రవారన్‌లో హక్కు ఒప్పుకోలులో ఒక పదం ఉంది, దాని అర్థం నేను భజదయాసనో జొరాస్ట్రియన్ (మాజ్దా) ఆరాధన లేదా జరస్తా మతంలో ఒప్పుకోలు. యస్న 12కి య వరణ ఉంది. ఇక్కడ య అనేది బంధుత్వ కారకం అంటే విశ్వాసం, ఇది ధర్మం 1 లేదా వారణా యస్న 12లో తొమ్మిది సార్లు వచ్చింది మరియు దాని స్పష్టమైన అర్థం మతం మరియు విశ్వాసం. అప్పుడు కైషాతో వరణ్ అనే పదాన్ని ఉపయోగించడం వల్ల మతం అనే అర్థం వస్తుంది.యస్న 16లోని జరతు అనే పదం 'వరణ్మచ క్షేమచ యజ్మేదే' అని ఇది జరతు పూజను నిరోధిస్తుంది.ప్రస్తావించబడింది. ఈ పరిభాష అంటే

జొరాస్ట్రియనిజం మరియు దాని అర్థం అని స్పష్టమైన అభిప్రాయాన్ని ఇస్తుందివిశ్వాసం కలిగి ఉండండి. పైన పేర్కొన్న దాని అనువాదం మేము జొరాస్ట్రియన్ విశ్వాసం మరియు మతాన్ని ఆరాధిస్తాము. జెండావస్థ యొక్క ఈ సాక్ష్యం వర్ణ అనే పదం గురించి ఎటువంటి సందేహం లేదు, ప్రాథమికంగా ఇది విశ్వాసాన్ని సూచిస్తుంది మరియు రంగు లేదా రూపంతో సంబంధం లేదు.

ముగింపు ఏమిటంటే, మనం పాశ్చాత్య సిద్ధాంతాన్ని సమీక్షిస్తే అది కనిపిస్తుంది:-

1. వేదాలలో ఆర్య జాతికి సంబంధించిన సూచన లేదు.

2. భారతదేశం యొక్క ఆదిమ నివాసులుగా పరిగణించబడే దాసులను లేదా దస్యులను ఆర్యులు ఓడించినట్లు భారతదేశంపై ఆర్యుల జాతి దండయాత్ర గురించి వేదాలలో ఎటువంటి ఆధారాలు లేవు

3. ఆర్యులు, దాసులు లేదా దస్యుల మధ్య జాతి భేదం ఉన్నట్లు ఎటువంటి ఆధారాలు లేవు.4. ఆర్యులు మరియు దాస్ దస్యుల ఛాయలో ఏదైనా తేడా ఉందని వేదాల నుండి నిరూపిం

5.

ఆర్యులకు వ్యతిరేకంగా ఆర్యులు

ఆర్యన్ జాతికి సంబంధించి పాశ్చాత్య పండితులు ప్రతిపాదించిన సిద్ధాంతాలు నిరాధారమైనవి మరియు బ్రాహ్మణులు వాటిని సంతోషంగా ఎలా అంగీకరించారనే దానిపై వారు చాలా ఆలోచించారు. అయినప్పటికీ, ఈ సూత్రం ప్రజలపై చాలా లోతైన ప్రభావాన్ని చూపుతుంది, వారు దీనికి వ్యతిరేకంగా ఏమీ చెప్పడానికి ఇష్టపడరు. వాటిని పూర్తిగా నాశనం చేయాలి. ఈ పరిస్థితిలో, పాశ్చాత్య సిద్ధాంతం యొక్క పొత్తును విశ్లేషించడం అవసరం.

ఆర్యులు బయటి నుండి వచ్చి బానిస దస్యు కులాలను ఓడించే సిద్ధాంతాన్ని సమర్థించే వారు ఋగ్వేదంలోని ఈ క్రింది మంత్రాలను విస్మరిస్తారు. ఈ మంత్రాలకు నిర్ణయాత్మక ప్రాముఖ్యత ఉంది. ఈ మంత్రాల ప్రస్తావన లేకుండా బయటి నుండి భారతదేశానికి వచ్చిన ఆర్యుల సిద్ధాంతాన్ని అంగీకరించడం మరియు స్థానిక నివాసులను ఓడించడం అన్యాయం. నేను ఈ మంత్రాలను అందిస్తున్నాను.

1. ఋగ్వేదం (5-33.3) - ఓ ఇంద్రా, నీవు మా ప్రత్యర్థులైన దాసులు మరియు ఆర్యులిద్దరినీ చంపావు

2. ఋగ్వేదం (6-60.3) - ఇంద్రుడు మరియు అగ్ని, మతం మరియు న్యాయ రక్షకులు, దాసులు మరియు దస్యులను అణచివేయండి. మమ్మల్ని బాధపెడుతున్నాయి.

3. ఋగ్వేదం (7-81.1) - ఇంద్రుడు మరియు వరుణుడు సుదాస్ శత్రువులు దాస్ మరియు ఆర్యులను చంపి సుదాసుని రక్షించారు.

4. ఋగ్వేదం (8-24.27) - ఓ ఇంద్రా, సింధు తీరప్రాంతాలలో నివసించే రాక్షసుల నుండి మరియు ఆర్యుల నుండి నీవు మమ్మల్ని రక్షించావు, ఇప్పుడు నీవు బానిసలను కూడా ఆయుధరహితుడిని చేస్తున్నావు.

5. ఋగ్వేదం (10-38.3) - ఓ అత్యంత పూజ్యమైన ఇంద్రా, బానిసలు మరియు ఆర్యులు మతవిశ్వాసులు మరియు మాకు శత్రువులు. వాటిని అణచివేయడానికి మీ ఆశీస్సులు మాకు అందించండి. మీ సహాయంతో మేము వారిని చంపుతాము.

6. ఋగ్వేదం (10-86.19)- ఓ మామాయు, నీ ఆరాధకులకు బలాన్ని ఇవ్వు. నీ సహాయంతో మన శత్రువులైన ఆర్యులను, బానిసలను నాశనం చేస్తాం

ఈ మంత్రాలను చదవడం ద్వారా మరియు చల్లని మనస్సుతో ఆలోచిస్తే, పాశ్చాత్య సిద్ధాంతం యొక్క వాస్తవికత తెలుస్తుంది. ఈ మంత్రాల రచయితలు ఆర్యులైతే, ఈ మంత్రాల సాక్ష్యం పాశ్చాత్య మనస్సును నిరాధారం చేస్తుంది. అదే సమయంలో, ఆర్యుల యొక్క రెండు వర్గాలు భిన్నమైన మరియు ఒకరిపై ఒకరు ద్వేషం కలిగి ఉన్నారని స్పష్టమవుతుంది. రెండు ఆర్య జాతుల ఉనికి ఊహాత్మకం కాదు, వాస్తవమే. దానికి అనుకూలంగా అనేక ఆధారాలు కూడా అందుబాటులో ఉన్నాయి.

II

వివిధ వేదాల పవిత్ర స్వభావాన్ని గుర్తించడంలో వివక్ష చూపడం మొదటి సాక్ష్యం. వేద పండితులకు రెండు వేదాలు మాత్రమే ఉన్నాయని తెలుసు: ఋగ్వేదం మరియు అథర్వవేదం. సామవేదం మరియు యజుర్వేదం ఋగ్వేదానికి భిన్నమైన రూపాలు. చాలా కాలంగా బ్రాహ్మణులు అథర్వవేదాన్ని ఋగ్వేదంతో సమానంగా భావించారని అందరికీ తెలిసిందే.

దానిని పవిత్రంగా భావించలేదు. ఇంత వివక్ష ఎందుకు కనిపించింది? ఋగ్వేదం ఎందుకు పవిత్రమైనది మరియు అథర్వవేదం అపవిత్రమైనది? వేదాలు రెండూ రెండు వేర్వేరు కులాల ఆర్యులచే రచించబడినవని నేను దీనికి సమాధానం చెప్పాలనుకుంటున్నాను. తర్వాత రెండు కులాలు కలిసిపోయి ఒక్కటైనప్పుడు అథర్వవేదం ఋగ్వేదం వలె పవిత్రమైనదిగా పరిగణించబడింది.

ఇది కాకుండా, వివిధ ఆలోచనా విధానాలలో రెండు వేర్వేరు ఆర్యన్ కులాల ఉనికికి సంబంధించి అన్ని బ్రాహ్మణ సాహిత్యాలలో తగిన ఆధారాలు అందుబాటులో ఉన్నాయి. సృష్టిలోని వ్యత్యాసం రెండు వేర్వేరు తరగతులు లేదా కులాలను సూచిస్తుంది. వీటిలో ఒకటి రెండవ అధ్యాయంలో వివరించబడింది. రెండవ భావజాలం యొక్క వివరణ మాత్రమే మిగిలి ఉంది. దీని కోసం మనం వేదాల నుండి ప్రారంభిస్తాము:-

తైత్తిరీయ సంహితలోని 6-5.6.1 శ్లోకంలో ఈ క్రింది వివరణ ఉంది:-

పుత్రులు కావాలని అదితి దేవతలకు మరియు సధ్యులకు బ్రహ్మాదాన నైవేద్యాన్ని సిద్ధం చేసింది. అతను తన కవిత్వాన్ని ఆమెకు (అదితి) ఇచ్చాడు, అది ఆమె తిన్నాడు.

ఆమె గర్భం దాల్చింది మరియు నలుగురు ఆదిత్యులు జన్మించారు. రెండో బ్రహ్మోదన ఐతిని సిద్ధం చేసి, జూతన్ వల్ల చనిపోయిన నలుగురు కొడుకులు పుట్టారని, నేను మొదట తింటే చాలా ప్రతిభావంతులైన కొడుకులు పుడతారని భావించాడు. ఇలా ఆలోచిస్తూ ముందుగానే నైవేద్యాన్ని తిన్నాడు. ఆమె గర్భం దాల్చింది మరియు అసంపూర్ణమైన గుడ్డుకు జన్మనిచ్చింది. అందులోంచి ఆదిత్యులకు మూడో నైవేద్యాన్ని సిద్ధం చేశాడు. దాని వల్ల ఆదిత్య వైవస్వత్ ఉద్భవించాడు. ఈ సంతానం అంటే యాగం చేసే మానవుడు సాఫల్యం పొంది దేవతలకు ఇష్టమైన పాత్ర అవుతాడు.

ఇప్పుడు బ్రాహ్మణ గ్రంథాల సృష్టి కథలను చూడండి:-

1. శతపథ బ్రాహ్మణుడు 8.1.1- ప్రజలు ఉదయాన్నే చేతులు కడుక్కోవడం వల్ల మనువు చేతులు పొద్దున్నే కడగడానికి నీళ్లు తెచ్చారు. అతను చేతులు కడుక్కుంటూ ఉండగా, ఒక చేప అతని చేతికి వచ్చింది.

వెళ్ళాను. నన్ను రక్షించమని ఆమె వారిని కోరింది. నేను నిన్ను రక్షించగలను. ఎలా కాపాడతావు అని మనువు అడిగాడు చేప సమాధానమిచ్చింది:- సమస్త విశ్వం వరదలో మునిగిపోతుంది మరియు నేను మిమ్మల్ని దాని నుండి రక్షిస్తాను. మనువు అడిగాడు, నువ్వు ఎలా తప్పించుకోగలవు? నేను చిన్నగా ఉన్నంత వరకు నన్ను కుండలో ఉంచు అని చేప చెప్పింది. I పెద్ద చేప చిన్నదానిని తింటుంది కాబట్టి నేను చాలా బాధపడ్డాను. నేను కుండలో నివసించడానికి సరిపోనప్పుడు,

నన్ను చెరువులో పడేయండి, ఆపై నన్ను సముద్రానికి తీసుకెళ్లండి. అప్పుడు నేను భయం నుండి విముక్తి పొందుతాను. వెంటనే దాని పరిమాణం పెరిగింది. నీటి ఎద్దడి ఎక్కువగా ఉన్నప్పుడు మీరు పడవ ఎక్కి రండి. నేను నిన్ను తీసుకెళ్తాను. ఆ విధంగా మనువు చేపను కాపాడి సముద్రానికి తీసుకెళ్లాడు. అదే సంవత్సరంలో మను

పడవను తయారు చేశాడు. వరదలు వచ్చినప్పుడు మనువు పడవ ఎక్కాడు. వారి దగ్గర చేపలు ఆమె వచ్చింది. వారు చేపల కొమ్ముకు పడవ లంగరు కట్టారు. ఈ విధంగా వారు ఉత్తర పర్వతం వైపు వెళ్ళారువచ్చారు. నిన్ను ఇక్కడికి తీసుకొచ్చాను అని చేప చెప్పింది. పడవ యొక్క యాంకర్‌ను చెట్టుకు కట్టండి. ఎక్కడో నీరు మిమ్మల్ని తీసుకుపోనివ్వండి. మీరు పర్వతానికి వెళ్లి, నీరు తగ్గినప్పుడు దాని నుండి బయటకు రండి రండి. ఈ విధంగా, మొత్తం సృష్టి నాశనం అయినప్పుడు, మనువు ఒక్కడే మిగిలాడు. మీ వంశాన్ని పెంచడానికి మనువు జల త్యాగాలు మరియు మతపరమైన ఆచారాలు చేస్తూనే ఉన్నాడు. పవిత్ర త్యాగాలు కూడా చేశాడు. వారు

వెన్న, స్వచ్ఛమైన నెయ్యి, మజ్జిగ, పెరుగు నైవేద్యాలు కూడా సమర్పించారు. ఒక సంవత్సరం తర్వాత ఒక స్త్రీ జన్మించింది.

ఆమె సున్నితంగా ఉంది. అతని పాదాలకు నెయ్యి అంటుకుంది. అతను స్నేహితులు మరియు వరుణ్‌ని కనుగొన్నాడు మరియు వారు అతనిని అడిగారు మీరు?మీరు ఎవరు? అతను మనువు కుమార్తె అని సమాధానమిచ్చాడు. మీరు మా వారు. అన్నాడు. ఆమె చెప్పింది, లేదు, నేను కూడా అలాంటి వాడినినన్ను సృష్టించినది నేనే. అతడిని కూడా దత్తత తీసుకోవాలనుకున్నాడు. వాగ్దానం చేసాడో లేదో కానీ అతను

అక్కడి నుంచి వెళ్లిపోయారు. తర్వాత ఆమె మను దగ్గరకు వచ్చింది. మనువు అడిగాడు, నువ్వు ఎవరు? ఆమె చెప్పింది, మీరు నాకు గ్రీజు వేశారు,ఇది పాలు మరియు పెరుగు సమర్పించి సృష్టించబడింది. నేను ఆశీర్వాద సమర్పణ. నన్ను యాగంలో బలి ఇవ్వండిరెండు. నన్ను యాగంలో బలి ఇస్తే సంతానం, పశుపక్ష్యాదులు ప్రసాదిస్తావు.కళ్ళు 160లో 70

నీకు ఏ వరం కావాలో అది నా ద్వారానే లభిస్తుంది. దాని ప్రకారం అతన్ని ఇంటికి పంపించాడు. దీని తరువాత అతను హవన్‌కుండ్ నుండి తన తుది రూపంలో కనిపించాడు. అతనితో కలిసి పూజలు, మతపరమైన ఆచారాలు నిర్వహించారు. ఏ వరాలను కోరినా వాటిని పొందాడు. ఆమె ఇడా అయింది. దీని తర్వాత మను మరియు ఇడా పిల్లలు పుట్టారు. అతనితో అతను కోరిన వరాలు పొందాడు.

2. శతపథ బ్రాహ్మణుడు 6.1.2.11- ప్రజాపతి భూమిపై జీవరాశులను సృష్టించాడు. అతని కోసం మూడు మందులు సిద్ధం చేశారు. అతను దానిని తిన్నాడు. అతను గర్భవతి అయ్యాడు. అతను ఎగువ గాలి నుండి దేవతలను మరియు దిగువ గాలి నుండి జీవులను సృష్టించాడు. ప్రజాపతి తన ఇష్టానుసారం సృష్టించాడు. ప్రజాపతి ప్రపంచాన్ని సృష్టించాడు.

3. శతపథ బ్రాహ్మణుడు 7.5.2.6- ఆదిలో ప్రజాపతి ఒక్కడే. అతను ఆహార ధాన్యాలను సృష్టించే ఆలోచనను రూపొందించాడు మరియు దానిని నిజం చేశాడు. జంతువులు వారి శ్వాసతో, మానవులు వారి ఆత్మలతో, గుర్రాలు వారి కళ్ళతో,శ్వాస ద్వారా ఎద్దును, చెవుల ద్వారా గొర్రెను మరియు స్వరం ద్వారా మేకను సృష్టించారు. అతను తన శ్వాస నుండి జంతువులను సృష్టించాడు కాబట్టి, ఈ మానవుడు శ్వాసను జంతువు అని పిలిచాడు. అందువల్ల, మానవులు జంతువుల

కంటే గొప్పవారు మరియు శక్తివంతులు. అన్ని శ్వాసలు ఆత్మపై ఆధారపడి ఉంటాయి కాబట్టి ఆత్మ శ్వాస. తన ఆత్మ నుండి మనిషిని సృష్టించాడు కాబట్టి, మనిషి కూడా ఒక జంతువు అని చెప్పాడు. అందుకే అందరూ మనుషులే.

4. శతపథ బ్రాహ్మణుడు 10.1.3.12- ప్రజాపతి జీవులను సృష్టించాడు. అతను తన శరీరం యొక్క పై భాగం నుండి దేవతలను మరియు దిగువ శరీరం నుండి జీవులను సృష్టించాడు మరియు తరువాత వినాశకరమైన మరణానికి జన్మనిచ్చాడు.

5. శతపథ బ్రాహ్మణుడు 10.4.2.13- ఆదిలో ఈ విశ్వం పురుష రూపంలో ఉన్న ఆత్మ మాత్రమే.జాగ్రత్తగా చూసేసరికి ఒక్కడే ఉన్నాడు. అతను అహం (నేను) అని చెప్పాడు కాబట్టి అతని పేరు హమ్ (నేను)వెళ్ళాను. అందుకే ఒక వ్యక్తి తన గురించి మొదటి వ్యక్తిలో మాట్లాడినప్పుడు, అతను ఆహ్ మరియు ప్రెజెంట్ అంటాడు.అతను జరిగినప్పుడు, అతను మరొక వ్యక్తి పేరు పిలుస్తాడు. అసత్యాన్ని నాశనం చేశాడు. అతన్ని మనిషి అంటారుఉంది. నేను తప్ప మరేమీ లేదని అతనికి తెలుసు కాబట్టి ఒంటరిగా ఉన్నప్పుడు అతను భయపడ్డాడు. అప్పుడు అతని

ఎందుకు భయపడాలి అని ఆలోచించగానే భయం పోయింది. ఎవరూ ఎవరికీ భయపడరు. కానీ అతను సంతోషంగా లేడుదొరికింది. భాగస్వామి కావాలని ఆకాంక్షించారు. అతను తనకు తోడు కావాలని మరియు ఈ లక్ష్యాన్ని సాధించాలని కోరుకున్నాడురెండు భాగాలుగా విభజించబడింది. ఫలితంగా భార్యాభర్తలు పుట్టారు. ఇద్దరి సహాయంతోమనుషులు పుట్టారు. ఆ వ్యక్తి తనకు జన్మనిచ్చాడని, అందుకే అతనితో సరదాగా గడిపాడని భావించి భార్య అదృశ్యమవుతుంది.

అది జరిగి ఆవు అయింది. మనిషి ఎద్దుగా మారాడు మరియు సంభోగం తరువాత అతను ఆవులకు జన్మనిచ్చాడు. ఆడ మగబక బన్నీ, ఒక వ్యక్తి గుర్రం అయ్యాడు, ఒక స్త్రీ గాడిదగా, ఒక వ్యక్తి గాడిదగా మారాడు. ఈ సంభోగం నుండి గడ్డకట్టిన డెక్కలు కలిగిన జంతువులు జన్మించాయి.ఆ తర్వాత స్త్రీ మేకగా, పురుషుడు మేకగా మారాడు. స్త్రీ గొర్రెగా, పురుషుడు దూడగా మారాడు. ఈ చీమ లాగా

వారి నుండి అన్ని రకాల మగ మరియు ఆడ జన్మించారు.

1. తైత్తిరీయ బ్రాహ్మణం 2.2.9.2- ఆదిలో ఈ విశ్వం శూన్యం. ఆకాశం, భూమి, గాలి అనేవి లేవు. ఈ శూన్య బ్రాహ్మణుడు నేను విస్తరించాలని కోరుకున్నాడు. వారి నుండి కీర్తి వచ్చింది. ఆ ప్రకాశం నుండి పొగ కనిపించింది. అప్పుడు ఒక వెలుగు

కనిపించింది. దాని నుండి వెలుగు వచ్చింది. అప్పుడు తేజ్ కనిపించాడు. ఆ వెలుగులోంచి మంట వచ్చిందా? మరోసారి తీవ్రత పుంజుకుని దాని నుంచి కిరణాలు వెలువడ్డాయి. దీని తర్వాత, తేజ్ మళ్లీ కనిపించాడు మరియు అతని నుండి మంటలు వచ్చాయి. తర్వాత అది తీవ్రమై మేఘాలు ఏర్పడ్డాయి. మబ్బులు కమ్ముకున్నాయి. ఇది సముద్రాన్ని సృష్టించింది. అప్పటి నుండి మానవులు సముద్రపు నీటిని త్రాగరు, ఎందుకంటే వారు దానిని పునరుత్పత్తి ప్రదేశంగా భావిస్తారు. దీని తరువాత, దాస్ మరియు హోత్రి జన్మించారు. ప్రజాపతి దాస్ ఒక హోత్రి. తపస్సు యొక్క శక్తిని తెలుసుకుని దానిని ఆచరించే వ్యక్తి విజయం సాధించాలని ఆకాంక్షిస్తాడు. నీరు ద్రవరూపం దాల్చినప్పుడు, ప్రజాపతికి కన్నీళ్లు వచ్చాయి. నీళ్లలో పడిన కన్నీరు భూమి అయింది, అతను తుడిచినది గాలి అయింది, తుడిచి విసిరినది ఆకాశమైంది. ఆయన కన్నీళ్లు పెట్టుకున్న పరిస్థితులను ఆరోదిత అంటారు. ఆ ప్రాంతాన్ని రోడ్డు అని కూడా అంటారు. దీని రహస్యం తెలిసిన వారు ఇంట్లో ఎప్పుడూ ఏడవరు. ఇదే ఈ పదాలకు మూలం.

వారు ఈ ప్రపంచపు పుట్టుక గురించి తెలుసుకుంటారు మరియు ఏ ప్రాపంచిక దుఃఖం వారిని ప్రభావితం చేయదు. అతను భూమికి మద్దతు ఇచ్చాడు

తయారు చేయబడింది. అతను కోరుకున్నాడు - నేను విస్తరించవచ్చు. తపస్సు చేసి గర్భవతి అయ్యాడు. అతను అతను తన గర్భం నుండి రాక్షసులకు జన్మనిచ్చాడు మరియు మట్టి పాత్రలలో వాటిని పోషించాడు. దీంతో అంధకారం వ్యాపించింది. అప్పుడు అతను విస్తరించాలని కోరుకున్నాడు మరియు తపస్సు చేసాడు. మళ్ళీ గర్భం

ఆగిపోయింది. ఆమె తన యోని ద్వారా ప్రజలకు జన్మనిచ్చింది. చెక్క పాత్రలో వారికి ఆహారం పెట్టాడు. అతను ఇది

ధారణ పూర్తి కాగానే వెన్నెల వచ్చింది. అతను కోరుకున్నాడు, నేను విస్తరించవచ్చు. అతను ధ్యానం చేసాడు గర్భం దాల్చడానికి. తన చంకలోంచి ఋతువులకు జన్మనిచ్చాడు. వెండి పాత్రలో నెయ్యి ఇచ్చాడు. అతను అప్పుడు అతను ఒక శరీరాన్ని తీసుకున్నాడు, ఈ సమయం నుండి పగలు మరియు రాత్రిని సృష్టించినది. అతను కోరుకున్నాడు

నేను విస్తరిస్తాను, ఆమె తపస్సు చేసింది, తద్వారా ఆమె గర్భం దాల్చింది. అతను తన నోటి నుండి దేవతలకు జన్మనిచ్చాడు. ఇచ్చాడు. అతనికి బంగారు పాత్రలో సోమము ఇచ్చాడు. మృతదేహాన్ని పట్టుకున్నాడు. ఈ రోజు చేసింది. ఈ సృష్టికర్త

యొక్క సృష్టి. ఇది తెలిసినవాడు సంతానాన్ని ఉత్పత్తి చేస్తాడు. దైవత్వమే మనకు దోహదపడుతుంది. ఈ విధంగా ఏదైవత్వాన్ని ఎరిగినవాడు దానిని పొందుతాడు. మనిషి శూన్యం నుండి సృష్టించబడ్డాడు. మానవుని నుండి ప్రజాపతి అయ్యాడు.

ప్రజాపతి వంశం పెరిగింది. ఉన్నది. మనోలోకంలో నివసిస్తుంది. బ్రహ్మ దానిని స్వవాస్య అని పిలిచాడు

ఉష మరియు సధ్య ప్రకాశవంతంగా ఉన్నారని వ్యక్తికి తెలుసు, అతని సంతానం విస్తరిస్తుంది మరియు సంపదతో సంపన్నుడు అవుతాడు. పరమేష్ఠి అవుతాడు.

2. తైత్తిరీయ బ్రాహ్మణుడు 2.3.8.11- ప్రజాపతి నేను విస్తరించాలని కోరుకున్నాడు. తపస్సు చేసాడు. వారు గర్భవతి అయ్యారు. అవి పసుపు-రాగి రంగులోకి మారాయి. ఉదాహరణకు, గర్భిణీ స్త్రీ లేత మరియు రాగిగా మారుతుంది. పిండాన్ని మోసిన తర్వాత వారు అలసిపోయారు.

అలసట తర్వాత, అలసిపోయిన వ్యక్తి వలె నలుపు గోధుమ రంగు వారిలో ప్రబలంగా ఉంటుంది. అతని శ్వాస తీవ్రమైంది. శ్వాస (అసు) నుండి రాక్షసులు జన్మించారు. అలా రాక్షసులకు భూత ప్రవృత్తి ఉంటుంది. శ్వాస అతనిని విడిచిపెట్టదు. రాక్షసుల సృష్టికర్త అయినందున, అతను తనను తాను వారి తండ్రిగా భావిస్తాడు. దీని తరువాత అతను పూర్వీకులను కూర్చాడు. అంటే తండ్రుల తండ్రి అని అర్థం. తండ్రుల పూర్వీకుల రహస్యాలు తెలిసిన వారు వారి స్వంత తండ్రి అవుతారు. తండ్రి అతని అర్పణలను స్వీకరిస్తాడు. పితరుల సృష్టి తర్వాత వారిలో వెలుగు పుట్టింది. దీని తరువాత అతను మానస్ కంపోజ్ చేశాడు. ఇది మనుషుల మానవత్వం. మనిషిలోని మానవత్వం తెలిసిన వారు తెలివైనవారు. మానవులు వారిని విడిచిపెట్టరు. అతను మానవులను సృష్టిస్తున్నప్పుడు, స్వర్గంలో ఒక రోజు ఉదయించింది. ఆ తర్వాత దేవతలను సృష్టించాడు. దేవతల దివ్యత్వము తెలిసినవారికి ఇదిగో స్వర్గములో ఉదయించినది. ఇవి దేవ్, మానవ్, పిట్ మరియు అసుర అనే నాలుగు ప్రవాహాలు. వీటన్నింటిలో నీరు గాలి లాంటిది.

3. తైత్తిరి బ్రాహ్మణుడు 3.2.3.9- శూద్రుని నుండి పుట్టిన శూద్రుడు. తైత్తిరీయ ఆరణ్యక సృష్టి ప్రారంభం గురించి ఈ క్రింది వివరణ ఇచ్చింది:-

తైత్తిరీయ ఆరణ్యక 1.2.3.1- ప్రతిచోటా నీరు ఉంది, ప్రజాపతి తామర ఆకుపై ఒంటరిగా ఉన్నాడు. మనిషి ఏదైతే కోరుకుంటాడో దానిని నేనే సృష్టించాలి అని మనసులో అనుకున్నాడు. ఈ విధంగా ఈ మంత్రం ఉద్భవించింది, మొదటి కోరిక పుడుతుంది, ఇది మనస్సు యొక్క మొదటి ఫైబర్. ఋషులు తమ తెలివితేటలతో

పరిశోధనలు చేసి ధ్యానిస్తారు. వర్తమానం మరియు ఉనికిలో లేని వాటి మధ్య వలె. ఋగ్వేదం 10-129.4. మానవుని మనస్తత్వంలో కోరికలు పుడుతాయని తెలిసిన వారు తపస్సు చేసి తపస్సు ద్వారా శరీరాన్ని స్వీకరించారు. అతని శరీర మాంసము నుండి అరుణుడు, కేతువు మరియు వటార్సన్ ఋషులు జన్మించారు. గోళ్ళ నుండి వైఖానసుడు మరియు జుట్టు నుండి బాల్ఖిల్య జన్మించాడు. నీటిలో కదులుతూ రక్తం తాబేలు రూపాన్ని సంతరించుకుంది. ప్రజాపతి కచపతో అన్నాడు - నువ్వు నా మాంసము మరియు చర్మం నుండి పుట్టావు. కచాప్ చెప్పాడు- లేదు, నేను ఇంతకు ముందు కూడా ఉన్నాను. అప్పుడు వెయ్యి ముఖాలు, కళ్లు, వేయి కాళ్లు ఉన్న వ్యక్తి జన్మించాడు. (ఋగ్వేదం 10. 90.1.). ప్రజాపతి అన్నాడు- నువ్వు నాకంటే ముందే పుట్టావు కాబట్టి విశ్వాన్ని సృష్టించావు.

ఆ వ్యక్తి అంజలిలో నీటిని తీసుకొని తూర్పు వైపు విసిరి చెప్పాడు - మీరు సూర్యుడు అవుతారు. సూర్యుడు పుట్టిన దిక్కును తూర్పు అంటారు. అరుణుడు కేతువుకు దక్షిణం వైపు నీటిని విసిరి, 'ఓ అగ్ని' అని చెప్పినప్పుడు, అగ్ని పుట్టింది. పడమర దిక్కున నీరు పోసి 'ఓ వాయు' అంటూ వాయువు పుట్టాడు. ఉత్తరం వైపు నీరు సమర్పించినప్పుడు, ప్రజలు 'ఇంద్ర' అని చెప్పినప్పుడు, ఇంద్రుడు జన్మించాడు. ఆ తరువాత, అరుణ్ కేతువు మధ్యలో నీటిని ఉంచి, పుషన్‌కు జన్మనిచ్చింది. నీటిని పైన ఉంచి దేవతలు, మానవులు, పూర్వీకులు, గంధర్వులు మరియు అప్సరసలను సృష్టించాడు. పైనుండి పడిన నీటి బిందువుల నుండి రాక్షసులు, రాక్షసులు, పిశాచాలు పుట్టాయి. అవి చుక్కల నుండి ఉద్భవించాయి కాబట్టి అవి అదృశ్యమయ్యాయి. అందుకే అతను ఇలా అన్నాడు - మహా జలం గర్భవతి అయినప్పుడు, బుద్ధి వృద్ధి చెంది ఖుద్భుకి జన్మనిచ్చింది. అతని నుండి విశ్వం సృష్టించబడింది. ఇవన్నీ నీటి నుండి ఉద్భవించాయి, అందుకే ఇదంతా బ్రహ్మ-ఖుద్భు. ఈ విధంగా అదంతా వదులుగా, అస్థిరంగా ఉంది. అతడే ప్రజాపతి. అతను తన స్వయాన్ని సృష్టించుకున్నాడు మరియు సమీకరించబడ్డాడు. అప్పుడు ఈ మంత్రం జపించబడింది, ప్రపంచాన్ని సృష్టించడం ద్వారా, వర్తమానాన్ని సృష్టించడం ద్వారా, సుదూరాన్ని సృష్టించడం ద్వారా, ప్రజాపతి మొదట ఉద్భవించి, తానే సమీకరించాడు.

VI

కాబట్టి, మహాభారతం కూడా ప్రపంచ సృష్టికి సంబంధించిన వర్ణన, మహాభారతం యొక్క వన మహోత్సవం యొక్క మూలం మనువుకు ఆపాదించబడింది: - వైవస్వత్ మనువు యొక్క కుమారుడు మను, ప్రజాపతి వంటి

తెలివైన ఋషి. నీటి మధ్యలో ఒంటికాలిపై నిలబడి, చేతులు పైకెత్తి, పదివేల సంవత్సరాలు నిరంతరాయంగా విస్తీర్ణ బద్రిలో తన పూర్వీకుల కంటే కఠోరమైన తపస్సు చేసాడు. వెంట్రుకలు, వెంట్రుకలు నిగనిగలాడాయి. చిరానీ నది ఒడ్డున ఒక చేప అతని దగ్గరికి వచ్చి, ఓ ప్రభూ! నేను నిర్భయమైన మీనరాశిని

పెద్ద చేపలు చిన్న చేపలను మింగేస్తాయి కాబట్టి పెద్ద చేపల నుండి నన్ను రక్షించండి. నా ఆత్మ అది చేయండి. దీనికి నేను మీకు ప్రతిఫలమిస్తాను. దయార్ద్రి మనువు నీటిలో నుండి చేపను తీసి ఒక పాత్రలో ఉంచాడు.

ఉంచారు. దాని పరిమాణం పెరిగినప్పుడు, చెరువు రెండు యోజనాలు మరియు ఒక యోజన పొడవు ఉన్నప్పటికీ, దానిని ఒక చెరువులో ఉంచారు.

వెడల్పుగా ఉండేది. ఆ కమలం మీనరాశికి చిన్నగా అనిపించి గంగానదికి తీసుకెళ్లింది. అప్పుడు చేప ఇలా చెప్పింది. ఈ స్థలం చిన్నది. మనువు అతన్ని సముద్రపు నీటిలో వదిలి వెళ్ళాడు. సముద్రపు నీటిని తాకిన వెంటనే మత్స్య

మనుష్య భాషలో మనసుతో అన్నాడు – నువ్వు నన్ను అన్ని విధాలా కాపాడావు. కాబట్టి నేను మీకు చెప్తాను మొత్తం సృష్టి కష్టాల్లో ఉందని ఆమె కోరుకుంటుంది. సమీప భవిష్యత్తులో, అన్ని జీవులు మరియు పదార్థాలు

ఇది సెట్ అవ్వబోతోంది. ఇప్పుడు ప్రపంచ ప్రక్షాళన సమయం ఆసన్నమైంది. నేను మీకు చెప్తున్నాను, ఏమి శుభం ఉంటుంది. మీరు త్వరగా ఒక బలమైన పడవను నిర్మించవచ్చు మరియు సప్తఋషులతో అన్ని రకాల జీవుల విత్తనాలను తీసుకువెళ్లవచ్చు.

సముద్రపు ఒడ్డుకు వచ్చి నా కోసం వేచి ఉండండి. నా కొమ్ము ద్వారా మీరు నన్ను గుర్తిస్తారు. నేను నీవాడినిపలకరిస్తారు. వచ్చి త్వరపడండి. ఇలా చెప్పి ఆ చేప నీళ్లలో కనిపించకుండా పోయింది. మనువు ఋషులు మరియు అన్ని విషయాల విత్తనాలతో బలమైన ఓడలో త్వరగా తిరిగి వచ్చాడు.

సముద్ర తీరానికి చేరుకున్నారు. మత్స్య వారి కోసం వేచి ఉంది. మను త్వరగా బయలుదేరాడు చేపల కొమ్ముకు తాడు కట్టాడు. సముద్రపు అలలు అధిక వేగంతో గర్జిస్తున్న చేపలు కానీ అతను పడవను లాగుతూనే ఉన్నాడు. సముద్రపు అలజడిలో పడవ మత్తులో ఉన్న స్త్రీలా ఊగుతోంది.

వెళ్ళాను. భూమి కనుమరుగైంది. గాలి మరియు ఆకాశం కాకుండా, ప్రతిచోటా నీరు మరియు ఆ నీరు ఉన్నాయిఅక్కడ సప్తఋషులతోపాటు మనువు, మత్స్య కూడా ఉన్నారు. అనేక సంవత్సరాల అవిశ్రాంత ప్రయత్నాలతో, మత్స్య వాటిని

జయించగలిగాడు.అతన్ని తూర్పున ఎత్తైన శిఖరానికి చేర్చి, చిరునవ్వుతో ఋషులను పడవను పర్వతానికి దించమని అడిగాడు.

పీక్ కు పట్టం కట్టాలని కోరారు. పడవ ఆగగానే అతని స్నేహితుడు మత్స్య ఋషులను ఉద్దేశించి చెప్పాడు.

అతను చెప్పాడు- నేను బ్రహ్మ, ప్రజాపతి, బ్రహ్మ. నేను నిన్ను నీటి నుండి రక్షించాను. ఇప్పుడు మనువు సమస్త ప్రాణులను, పదార్థాలను సృష్టిస్తాడు,

దేవతలు రాక్షసులు, మానవులు మరియు కదిలే మరియు కదలని వస్తువులను సృష్టిస్తారు. ఈ మత్స్య అంతర్ధ్యానాన్ని చెబుతోంది

వెళ్ళాను. మనువు తపోబల నుండి అంతర్దృష్టిని పొందాడు. కఠోర తపస్సు చేసి సృష్టిని ప్రారంభించాడు.మహాభారతంలోని ఆది పర్వంలో సృష్టి కథ పూర్తిగా భిన్నమైనది:-

వైశంపాయనుడు ఇలా అన్నాడు:- ప్రజాపతిచే దేవతలు మరియు ఇతర జీవుల సృష్టి మరియు నాశనం యొక్క కథను నేను వివరించాను:-

బ్రహ్మకు మరీచి, అత్రి, అంగీరస, పులస్త్య, పుల మరియు కృత్ అనే ఆరుగురు కుమారులు ఉన్నారు. మరీచి కుమారుడైన కశ్యపుని నుండి సమస్త ప్రాణులు పుట్టాయి. దక్ష్ ప్రజాపతికి అదితి, దితి, దను కలా, దన్యు, సిముక్, క్రోధ్, ప్రాత, విశ్వ, వినత, కపిల, ముని మరియు కుద్ర అనే పదమూడు మంది ఉత్తమ కుమార్తెలు ఉన్నారు. అతనికి అసంఖ్యాక యోధుల కుమారులు మరియు శక్తివంతమైన మనవళ్లు ఉన్నారు.

మహర్షి దక్షుడు బ్రహ్మ కుడి చేతి బొటనవేలు నుండి మరియు అతని భార్య ఎడమ బొటనవేలు నుండి జన్మించారు. మహర్షి భార్య నుండి 50 కన్యారత్నాలు పొందారు. మహర్షి దక్షుడు ఈ మతాలలో పదిని ఇరవై ఏడు ఇంద్ర (సోమ)కి ఇచ్చాడు.మరియు దైవ సంప్రదాయం ప్రకారం కశ్యపునికి పదమూడు ఇవ్వబడ్డాయి.

పితామహ ప్రజాపతి వారసుడు మనువు అతని కుమారుడు. (అతను ఎవరి కుమారుడో స్పష్టంగా లేదు). మనువుకి ఎనిమిది మంది కుమారులు. బ్రహ్మ యొక్క కుడి రొమ్ము నుండి మతం పుట్టింది. తేజస్వి ధర్మకు ముగ్గురు కొడుకులు. సమస్త ప్రాణులకు ప్రీతిపాత్రమైన సామ, కామ మరియు హర్ష (శాంతి, ప్రేమ, ఆనందం) తమ శక్తితో ప్రపంచాన్ని ఉత్తేజపరుస్తాయి. భృగువు కుమారుడు చ్యవనుని భార్య మనువు కుమార్తె అరుషి. బ్రహ్మ యొక్క మరో ఇద్దరు కుమారులు ధాత్రి మరియు విధాత్రి మనువు యొక్క సహచరులు. కమలంలో నివసించే లక్ష్మి, అత్యంత

అందమైన మహిళ, అతని సోదరి. అతని మెదడు నుండి పుట్టిన కొడుకులు ఆకాశంలో తిరిగే గుర్రాలు. ఆకలితో ఉన్న జీవులు ఒకదానికొకటి ఆహారంగా మారడం వల్ల అధర్మం పుట్టింది. నిరుతి అతని భార్య. నిరుతి అనే పేరుతో ఆ రాక్షసుడిని నైరుత్ అని పిలిచేవారు. నిరుతి అతని భార్య. నిరుతి భయం, మహాభయ మరియు మృత్యువు అనే ముగ్గురు దుర్మార్గపు కుమారులకు జన్మనిచ్చింది. మరణానికి భార్య లేదా కొడుకు లేరు, ఎందుకంటే అతనే అన్నింటినీ అంతం చేస్తాడు.

"ప్రచేతసుకు పదిమంది ఋషి కుమారులు జన్మించారు. అతని నోటి నుండి వచ్చిన అగ్నికి మహాపురుషులందరూ కాలిపోయారు. అతని నుండి దక్ష ప్రచేతలు జన్మించారు మరియు దక్షుని నుండి అన్ని జీవులు జన్మించాయి. వేయి మంది కొడుకులను పొందారు. దేవర్షి నారదుడు అతన్ని విడిపించి సాంఖ్యాన్ని ప్రబోధించాడు. సంతానం కావాలనే కోరికతో దక్ష ప్రజాపతి యాభై మంది కుమార్తెలకు జన్మనిచ్చాడు. వీరిలో పది మంది ధర్మానికి, పదమూడు మంది కశ్యపునికి, 27 మంది ఇంద్రుని (సోమ) వద్దకు వెళ్లారు. మరీచి కుమారుడు కశ్యపుడు తన పదమూడు మంది భార్యలలో దాక్షాయణి నుండి ఇంద్రుడు, ఆదిత్యుడు మరియు వివస్వత్‌లకు జన్మనిచ్చాడు. వివస్వత్ కుమారుడు యమ్ మార్తాండ నుండి వైవస్వత్ అయ్యాడు (సూర్యుడు వివస్వత్) మనువు మరియు యముడు. మనువుతో మానవ జాతి ప్రారంభమైంది. బ్రాహ్మణులు మరియు క్షత్రియులు జన్మించారు. బ్రాహ్మణులకు వేదాలపై అవగాహన ఏర్పడింది. మనువుకి యేన, ఘృష్ణు, నరిష్యంత్, నాభాగ్, ఇక్ష్యకు, క్రిష్, సారయతి, ఇలా, పోరిశూద్ర మరియు నభగరిష్ట అనే పదిమంది కుమారులు ఉన్నారు. మరియు ఇతర మానవులు జన్మించారు. మనువుకు ఇంకా యాభై మంది కుమారులు ఉన్నారు, వారు ఎప్పుడూ తమలో తాము పోరాడుకునేవారు. తరువాత ఇలకు పురూరవుడు జన్మించాడు. ఇలా అతని తల్లి మరియు తండ్రి ఇద్దరూ అని చెప్పబడింది.

VII

రామాయణం రెండవ భాగంలో, విశ్వం యొక్క సృష్టి క్రింది విధంగా వివరించబడింది:-

వశిష్ఠుడు రామునితో చెప్పాడు - జగత్తు వినాశనం మరియు పునఃసృష్టి యొక్క మూలం కూడా జాబాలికి తెలుసు, అయితే ఓ భూపతి దేవా, దయచేసి ప్రపంచం యొక్క ఆవిర్భావం గురించి నా నుండి వినండి. మొదట్లో ఎక్కడ చూసినా నీరు ఉండేది. భూమి నీటి నుండి ఏర్పడింది. ఆ తరువాత, స్వయం ప్రకటిత బ్రహ్మ

ఆరాధకులతో పాటు జన్మించాడు. అవి పన్నెండు పందులయ్యాయి. అతను భూమిని ఎత్తాడు మరియు తన ఏడుగురు కుమారులతో ప్రపంచాన్ని సృష్టించాడు. బ్రహ్మ నుండి మరీచి, మరీచి నుండి కశ్యపుడు జన్మించారు. మనువు కశ్యపుని కుమారుడు వివస్వత్ నుండి జన్మించాడు. మనువు కుమారుడు

ఇక్ష్వాకు జరిగింది. ఇక్ష్వాకు జరిగింది. అయోధ్యకు మొదటి రాజు ఇక్ష్వాకుడు.

విశ్వోత్పతి యొక్క మరొక కథ మూడవ ఘట్టంలో ఈ క్రింది విధంగా ఉంది:-

రాముని మాటలు విని, జటాయువు తన జాతి మరియు సమస్త జీవరాశి యొక్క మూలాన్ని చెప్పాడు - వినండి, నేను మొదట జన్మించిన ప్రజాపతుల ఆవిర్భావ వృత్తాంతాన్ని వివరిస్తాను. కర్దం మొదటి ప్రజాపతి. అతని తరువాత, నికృత్, మిగిలిన సంసారాయిలు తేజస్వి బహుపుత్ర, స్థను మరీచి, అత్రి, కృతి, పులస్త్య, అంగీరస్, ప్రచేతస్, పుల, దక్ష్, వివస్వత్ మరియు అరిష్టనేమి మరియు చివరి ప్రజాపతి యశస్వి కశ్యప్. ప్రజాపతికి అరవై మంది కుమార్తెలు. కశ్యపుడు అదితి, దితి, దను, కలక్, తామ్ర, క్రోధ్వాస, మను మరియు అనల అనే ఎనిమిది మంది కుమార్తెలను వివాహం చేసుకున్నాడు మరియు త్రిభువన ఎదుగుదలకు తనలాంటి ప్రసిద్ధ కుమారులు జన్మించాలని ప్రార్థించాడు.

అదితి, దితి, దను మరియు కలక మినహా అందరూ విభేదించారు, అదితి నుండి ముప్పై మూడు దేవతలు, ఆదిత్య, బసు, రుద్ర మరియు ఇద్దరు అశ్వినీ కుమారులు జన్మించారు. కశ్యపుని భార్య మనువు నోటి నుండి బ్రాహ్మణులను, ఆమె వక్షస్థలం నుండి క్షత్రియులను, ఆమె తొడల నుండి వైశ్యులను మరియు ఆమె పాదాల నుండి శూద్రులను జన్మనిచ్చింది. ఇది వేదాలలో చెప్పబడింది. అన్ని వృక్షాలు మరియు పండ్లు అజాల నుండి ఉద్భవించాయి.

VIII

ఉదాహరణగా, ఇప్పుడు మనం పురాణాలను మరియు వాటిలో పేర్కొన్న వాటిని చూద్దాం. మొదటి విశ్వనీయంత హిరణ్యగర్భ బ్రహ్మ అని విష్ణు పురాణంలో వ్రాయబడింది, అతను ఋుక్, యజుస్, సామస్ మరియు అథర్వవేదంతో సమానమైన విష్ణువు. ప్రజాపతి దక్షుడు బ్రహ్మ కుడి బొటనవేలు నుండి జన్మించాడు. దక్షుడికి అదితి అనే కూతురు ఉంది. అదితి వివస్వత్‌కు జన్మనిచ్చింది. వివస్వత్ మనువు అయ్యాడు. మనువుకు ఇక్ష్వాకు, నృగ్, దృష్ట, సరయతి, నరిష్యంత్, ప్రాంశు, నభాగనేదిష్ట, క్రిష్ మరియు పృషద్ర అనే కుమారులు ఉన్నారు.

మనువు తన మిత్రుడు మరియు వరుణుని కొరకు ఒక యాగం చేసాడు. కానీ పూజారి తప్పిదం వల్ల ఇలా అనే అమ్మాయి పుట్టింది. మిత్ర మరియు వరుణుడి

దయతో, ఆమె మనువు కుమారుడు సుఘుమ్న రూపంలో వచ్చింది. తరువాత, దేవుని (మహాదేవ్) కోపం కారణంగా, ఆమె స్త్రీగా మారింది మరియు బుధుని కుమారుడైన సోమ (చంద్రుడు) ఆశ్రమం దగ్గర సంచరించడం ప్రారంభించింది. బాద్ సాస్‌పై మోజు పెంచుకున్నాడు. మరియు అతనితో లైంగిక సంబంధం కలిగి పురూరవుడికి జన్మనిచ్చింది. ఋషుల అభ్యర్థన మేరకు, యజ్ఞ దేవత మళ్లీ ఇలా సుధామ్నను చేసింది.విష్ణు పురాణంలో మనువు కుమారుల వర్ణన ఇలా ఉంది: (అ) గురువు గోవు సంహారం వల్ల పృషద్రుడు శూద్రుడు అయ్యాడు. (బి) క్రిష్ నుండి క్షత్రియులు జన్మించారు. (సి) నేదిష్ఠ కుమారుడు నాభాగ్ వైశ్యుడు అయ్యాడు. ఇది సూర్యవంశ కథ. విష్ణు పురాణంలో మరొక సమాంతర కథ ఉంది, దాని ప్రకారం చంద్రవశ యొక్క పెరుగుదల అత్రికి ఆపాదించబడింది. సూర్యవంశం మనువు నుండి ప్రారంభమైనట్లే.

అత్రి బ్రహ్మ కుమారుడు మరియు సోమ (చంద్రుడు) తండ్రి. బ్రహ్మ సోమ (చంద్రుడు)కి వృక్ష, బ్రాహ్మణ మరియు నక్షత్రాల రాజ్యాన్ని ఇచ్చాడు. రాజసూయ యాగం తరువాత, సోముడు గర్వించబడ్డాడు మరియు దేవ పూజారి బృహస్పతి భార్య అయిన తారను అపహరించాడు. ఋషులు మరియు దేవతలు ఒప్పించిన తర్వాత కూడా బ్రహ్మ దానిని తిరిగి ఇవ్వడానికి అంగీకరించలేదు. ఉషాన సోముని పక్షం వహించగా, అంగీర శిష్యుడు రుద్రుడు బృహస్పతి పక్షం వహించాడు. దేవతలు ఒకవైపు, రాక్షసులు మరోవైపు సహాయం చేయడంతో ఇరువర్గాల మధ్య భీకర యుద్ధం జరిగింది. బ్రహ్మ మధ్యవర్తిత్వం వహించి, తారను బృహస్పతికి తిరిగి ఇవ్వమని సోముడిని బలవంతం చేశాడు. తారా తిరిగి వచ్చింది కానీ అప్పటికి ఆమె గర్భం దాల్చింది. ఆమె బుధుడికి జన్మనిచ్చింది. విచారణలో, అతను సోమ్‌ను మెర్క్యురీ యొక్క తండ్రిగా అంగీకరించాడు. మనువు కుమార్తె ఇళకు ఈ బుధుడు నుండి పురుర్వ అనే కుమారుడు జన్మించాడు. పురూరవుడికి 6 మంది కుమారులు ఉన్నారు, వారిలో ఆయుస్ పెద్దవాడు. ఆయుస్‌కు నహుష, క్షత్రబుద్ధ, రభ, రాజి మరియు అనేనాస్ అనే ఐదుగురు కుమారులు ఉన్నారు. క్షత్రబుద్ధుడికి సునహర్ అనే కొడుకు ఉన్నాడు. సునహోత్రకు కసలేస్ మరియు గ్రితసాగద్ అనే ముగ్గురు కుమారులు ఉన్నారు. నాలుగు వర్ణాల కుల వ్యవస్థను ప్రారంభించిన సౌనక్ అనే కుమారుడు గత్సమదాకు ఉన్నాడు. కసలేస్‌కు కాశీరాజు అనే కుమారుడు మరియు అతని కుమారుడు దిరిఘంటమ మరియు దీర్ఘాత్తమ కుమారుడు ధన్వంతరి.

ప్రపంచం యొక్క మూలానికి సంబంధించిన ఈ కథలను పోల్చడం ద్వారా, ఈ పుస్తకంలోని రెండవ అధ్యాయంలో చర్చించబడిన వివరాల నుండి క్రింది రెండు ఆలోచనలు స్పష్టమవుతాయి.

1) ఒక కథ ప్రాపంచికమైనది మరియు మరొకటి సహజమైనది.
2) ఒకరు మనువు మానవుడని మరియు అతని నుండి జీవరాశులు వచ్చాయని, మరొకరు బ్రహ్మ లేదా అని చెప్పారు ప్రజాపతి ద్వారా విశ్వ సృష్టిని నమ్ముతారు.
3) ఒకటి చారిత్రక సత్యం మరియు మరొకటి దైవికం.
4) ఒకటి హోలోకాస్ట్ గురించి వివరిస్తుంది మరియు మరొకటి విషయంపై మౌనంగా ఉంది.
5) ఒకరి లక్ష్యం చాతుర్వర్ణ్యాన్ని వివరించడం మరియు మరొకరి లక్ష్యం సమాజం యొక్క అసలు మూలాన్ని వివరించడం.

ఇవి ముఖ్యంగా చాతుర్వర్ణ్యానికి సంబంధించి ప్రాథమిక భేదాలు. ప్రాపంచిక ఆలోచన ఏమిటంటే, చాతుర్వర్ణ్య దేవతగా పరిగణించబడుతుంది, అయితే సహజ ఆలోచన దానికి విరుద్ధంగా ఉంటుంది. రామాయణం మరియు పురాణాలలో, చాతుర్వర్ణ్య వ్యవస్థ మనువు నుండి ఉద్భవించిందని నిరూపించే ప్రయత్నం జరిగింది, ఇది రెండు విభిన్న ఆలోచనా విధానాలను మిళితం చేసి, ఈ ప్రయత్నం ఉద్దేశపూర్వకంగా మరియు ముందుగా ప్రతిపాదించిన ఆలోచనను అనుసరించింది. ఈ రెండు ఆలోచనల మధ్య చాలా ప్రాథమిక వ్యత్యాసం ఉంది, ఈ ప్రయత్నం తర్వాత కూడా రెండు ఆలోచనల మధ్య వ్యత్యాసం స్పష్టంగా కనిపిస్తుంది. మన ముందున్న రెండు సూత్రాలు స్థాపించబడ్డాయి.

మొదటిది ఇది పురాణాల ద్వారా ప్రచారం చేయబడిన దైవిక వ్యవస్థ మరియు రెండవది మను పుత్రులలో సహజంగా మరియు అభివృద్ధి చెందినది. వారి ఫలితాలు చాలా విచిత్రంగా ఉన్నాయి, రెండు సిద్ధాంతాల మధ్య ప్రాథమిక వ్యత్యాసం ఉంది. బ్రాహ్మణ సాహిత్యంలో వివరించబడిన ఈ రెండు పరస్పర విరుద్ధమైన సిద్ధాంతాలను పరిశోధకులు అర్థం చేసుకోలేకపోవడం విచారకరం.

కానీ పట్టించుకోలేదు. అయినప్పటికీ, వారి ఉనికి మరియు వాస్తవికతను విస్మరించలేము. ఈ రెండు వ్యతిరేక అభిప్రాయాల మధ్య వ్యత్యాసం అంటే ఆర్యన్ ప్రజల యొక్క రెండు వేర్వేరు వర్గాలు. ఒకరు చాతుర్వర్ణ్యాన్ని విశ్వసిస్తే మరొకరు ఈ వ్యవస్థతో ఏకీభవించలేదు. తర్వాత ఇద్దరూ కలిసిపోయి ఒక్కటయ్యారు.

IX

మానవ శాస్త్రంపై నా అభిప్రాయాలకు మూడవ మరియు తిరుగులేని వాదన సర్ హెర్బర్ట్ రిస్లీ. ద్వారా. ఇది 1901లో భారతీయులపై నిర్వహించిన సర్వే. ఈ శీర్షిక ప్రకారం భారతీయులు (1) ఆర్యన్, (2) ద్రావిడ, (3) మంగోల్ మరియు (4)

అని పట్టిక నుండి నిర్ధారించబడింది. సిథియన్లు అని పిలువబడే నాలుగు వేర్వేరు కులాల మిశ్రమం ఉంది. అతను వారి మూలాన్ని కూడా వివరంగా చెప్పాడు

ఇచ్చిన వివరాలు మరియు వారి సర్వే సాధారణమైనవి. డాక్టర్ గుహ తన ఆలోచనను విశ్లేషించారు 1936లో. భారతీయ మానవ శాస్త్రంలో ఈ సర్వేకు ముఖ్యమైన సహకారం ఉంది. అతను (డా. గుహ) ఎవరు భారతీయ ప్రజల తల కొలిచే విషయంపై చాలా వెలుగులు నింపే మ్యాప్‌ను సిద్ధం చేశారు. ఉంది. డాక్టర్ గుహ ప్రకారం, భారతీయులు పొడవాటి తల మరియు పొట్టి తల ఉన్న రెండు జాతుల మిశ్రమం.

పొడవాటి తల ఉన్న కులం దేశంలోని మధ్య భాగంలో మరియు పొట్టి తలలు కలిగిన కులం సరిహద్దు ప్రాంతాలలో నివసిస్తుంది. ఉన్నారు. ఈ ఆలోచన భారతదేశంలోని వివిధ ప్రాంతాలలో కనుగొనబడిన మానవ పుర్రెల ద్వారా ధృవీకరించబడింది. వైద్యుడు గుహ చెప్పారు:- పైన పేర్కొన్న ప్రాంతంలో చరిత్రపూర్వ అవశేషాలు చాలా తక్కువగా ఉన్నప్పటికీ, సింధు లోయ

దీన్ని మినహాయిస్తే, సమకాలీన భారతీయ జాతి-చరిత్ర యొక్క రూపురేఖలు కనిపిస్తాయి. క్రీస్తు నుండి నాలుగు మిలియన్ల సంవత్సరాల క్రితం, పొడవాటి తలలు మరియు సన్నని ముక్కులతో కూడిన జాతి వాయువ్య భారతదేశంలో ఆధిపత్యం చెలాయించింది. దీనితో పాటు, పొడవాటి ముఖం మరియు చదునైన ముక్కుతో మరొక బలమైన మానవ జాతి ఉనికికి ఆధారాలు ఉన్నాయి.

వెలుగులోకి కూడా వస్తుంది. ఇద్దరి నాసికా రంధ్రాల మధ్య కొద్దిగా తేడా ఉన్నప్పటికీ."హరప్పాలో కనుగొనబడిన మానవ పుర్రెలు విశాలమైన తల గల మానవుల యొక్క మూడవ వర్గం ఉనికిని వెల్లడిస్తున్నాయి." సంక్షిప్తంగా చెప్పాలంటే, భారతీయ జాతులు మధ్యధరా లేదా 'ఆల్పైన్' ప్రాంతం వైపు పొడవాటి తల లేదా చిన్న-తల కలిగి ఉంటాయి.మధ్యధరా ప్రాంతపు జాతికి సంబంధించి, వారు ఐరోపా నుండి భారతదేశానికి వచ్చి ఆర్యన్ భాషలు మాట్లాడేవారని చెబుతారు. వారు మధ్యధరా ప్రాంతం నుండి భారతదేశానికి వచ్చినట్లు భావిస్తున్నారు. ఇది ఖచ్చితంగా ఆల్పైన్ రేసు తర్వాత భారతదేశానికి వచ్చి ఉంటుందని దాని స్థానం నుండి స్పష్టమవుతుంది. అదేవిధంగా ఆల్పైన్ జాతికి సంబంధించి ఆధారాలు సేకరించాల్సి ఉంటుంది. మొదటి ప్రశ్న ఆల్పైన్ జాతి అసలు నివాసం ఎక్కడ ఉంది మరియు రెండవది వారు ఏ భాష మాట్లాడేవారు. ప్రో. రిప్లీ ప్రకారం, ఈ ప్రదేశం ఆసియాలోని హిమాలయాల చుట్టూ ఎక్కడో ఉంది. వారి తర్కం వారిది

ఈ క్రింది మాటలలో:-

"ఈ వలసలు ఇప్పటికే జరుగుతున్నాయని చెప్పడానికి మనకు ఏ హక్కు ఉంది - కొంత విజయం అక్కడ లేదు. ఇది క్రమంగా శాంతియుత వలస అని ప్రతిదీ సూచించడం లేదా? తరచుగా నిర్జన ప్రాంతాలలో స్థిరపడటం వలన, వలసలు ఆసియా దిశలో ఉన్నాయని ఇది సూచిస్తుందా? నుండి జరిగింది? దీనికి రుజువు ముఖ్యంగా ఖండంలోని నివాసితుల సమాచారంపై ఆధారపడి ఉంటుంది

పశ్చిమ హిమాలయాల పామిర్ పీఠభూమి ప్రజల గురించిన సమాచారం. దీనినే ప్రపంచపు పైకప్పు అంటారు. మాక్స్ ముల్లర్ మరియు ప్రారంభ పండితులు దీనిని ఆర్య మాత యొక్క ప్రారంభ బాల్య ప్రదేశంగా అభివర్ణించారు. ఆల్పైన్ మరియు సెల్టిక్‌లను పోలి ఉండే మానవ జాతి ఎక్కడ నివసించింది

మరియు ఇతరులు వారి చుట్టూ ఉన్న వింత విషయాలను పరిశోధించారు.

ప్రాంతాల నివాసి అని సూచిస్తుంది. గల్చా, లాజిక్ పర్వత శ్రేణి మరియు దాని పరిసరాలు.ప్రజలు విశాలమైన కళ్ళు, నల్లటి జుట్టు, మంచి శరీరాకృతి, సెఫాలిక్ కొలత చాలా భాగాలలో 86. ఈ ప్రాంతం నుండి ఒకే విధమైన భౌతిక వర్గానికి చెందిన వ్యక్తుల శ్రేణి నిరంతరం పశ్చిమం వైపు ఆసియా వైపు కదిలింది.

మైనర్ మరియు ఐరోపాలో వ్యాపించింది. పశ్చిమాసియాలోని విస్తృత ప్రాంతాలను ఆల్పైన్ ప్రజలు ఆక్రమించారు ప్రాంతాలలో పరిశోధన యొక్క ఏకైక అంశం ఏమిటంటే, ఇది ఈ జాతుల విశిష్టత యొక్క సామీప్యాన్ని చూపుతుంది.పై ఉద్ఘాటిస్తుంది. ప్రకారం, ఇది ఆసియా నుండి వలసలకు ప్రత్యక్ష సాక్ష్యం కాదు. ఎప్పుడు

విశాలమైన వ్యక్తుల మూలాన్ని మనం కనుగొనాలనుకుంటే, మొదట మన దృష్టి ఉండాలి దారి తీస్తుంది. ఈ కులం పుట్టుక గురించి అస్పష్టమైన సూచనలు ఉన్నాయి. అతను పశ్చిమానికి ఎదురుగా లేడు ఎందుకంటే ఈ జాతి క్రమంగా అట్లాంటిక్ నుండి కనుమరుగైంది. ఆఫ్రికా అంటే నీగ్రో జాతిగా మాత్రమే మనకు తెలుసు.

పొడవాటి తల ఉన్న కులం కనిపిస్తుంది. అందువలన ఆల్పైన్ జాతి యొక్క మూలం మొదటిది మరియు మధ్యధరా జాతి యొక్క మూలం దక్షిణాన ఉందని నిరూపించబడింది. ఆర్యన్ భాష ఐరోపాలోకి నార్డిక్స్ (ఇండో-జర్మన్లు) లేదా ఆల్పైన్ జాతుల ద్వారా ప్రవేశపెట్టబడిందా అనే విషయంలో కొంత భిన్నాభిప్రాయం ఉంది. కానీ పండితులు అందరూ ఆల్పైన్ ప్రజల భాష ఆర్యన్ అని అంగీకరిస్తారు. అందువల్ల ఆల్పైన్స్ ఆర్యులు.

X

పైన పేర్కొన్న వాస్తవాలు ఋగ్వేదం యొక్క ప్రకటనను ధృవీకరిస్తాయి, మానవ శాస్త్ర మరియు చారిత్రక దృక్కోణంలో భారతదేశంలో ఆర్యుల యొక్క రెండు తెగలు ఉన్నాయి మరియు ఒకటి కాదు. అక్కడ, ఋగ్వేదం మరియు పాశ్చాత్య సిద్ధాంతం యొక్క రుజువుల మధ్య వైరుధ్యం ఉందనే వాస్తవాన్ని తిరస్కరించలేము ఎందుకంటే పాశ్చాత్య సిద్ధాంతం ఆర్యన్ జాతి గురించి మాట్లాడుతుంది, అయితే ఋగ్వేదం రెండు వేర్వేరు జాతులను వివరిస్తుంది. అందువల్ల ఈ లోతైన విషయంపై పాశ్చాత్య సిద్ధాంతం ఋగ్వేదం నుండి భిన్నంగా ఉంటుంది. వారి ఆలోచనలను అంగీకరించరు చేయవచ్చు.

ఈ వైరుధ్యం 'దండయాత్ర' మరియు 'విజయం' గురించిన అభిప్రాయ భేదాలకు కూడా దారి తీస్తుంది. ఏ జాతి ఆర్యులు భారతదేశానికి మొదట వచ్చారో మనకు తెలియదు. అయితే హిమాలయాల సమీపంలోని ప్రాంతాల్లో నివసించే ఆల్పైన్ జాతి మొదట వచ్చిందంటే, ఆయన బయటి నుంచి వచ్చి దాడి చేశారనే సిద్ధాంతం తప్పని రుజువైంది. భారతదేశంలోని స్థానిక నివాసుల ఆక్రమణకు సంబంధించినంతవరకు, ఈ ప్రశ్నకు సమాధానం పాశ్చాత్య పండితులు అర్థం చేసుకున్నంత సులభం కాదు. దాస్ మరియు దస్యు భారతదేశంలోని అసలు నివాసులు మరియు ఆర్యుల నుండి భిన్నమైన జాతి అని తరచుగా వ్యక్తీకరించబడింది. అయ్యో వారిని ఓడించారు, ఇది కేవలం ఊహల విమానం. ఆర్యులు ఆర్యులను జయించే అవకాశం కూడా ఉంది. కావున ఈ నేపథ్యంలో బానిస, దస్యు కులాలను ఏ ఆర్య జాతి జయించిందో పరిశోధించవలసి ఉంది.

స్పష్టంగా ఉన్నట్లుగా, ఈ ముగింపులు పాశ్చాత్య రచయితల సైద్ధాంతిక వాస్తవాల యొక్క తగినంత పరిశోధన నుండి తీసుకోబడిన తొందరపాటు తీర్మానాలపై ఆధారపడి ఉన్నాయి. పురాతన ఆర్యుల నమ్మకాలు మరియు ఇండో-జర్మానిక్ జాతుల వారసులు అని పిలవబడే వారి నమ్మకాల ఆధారంగా సారూప్యత గురించి గతంలో స్థాపించబడిన ఆలోచన ఆధారంగా ఇది సరైనదని అంగీకరించబడింది. ఈ సిద్ధాంతం తుది సాక్ష్యంగా కొన్ని వింతలను మాత్రమే పరిగణించడం ద్వారా నిర్ణయించబడింది. నిజానికి, ఈ పాశ్చాత్య సిద్ధాంతం, నిరూపించబడని ప్రాతిపదికన, తీవ్రమైన ఆలోచనాపరులు మరియు పరిశోధకులకు చాలా కాలం పాటు చెల్లుబాటులో ఉంది, ఇది అసాధారణమైనది. ఈ అధ్యాయంలో చర్చించిన కొత్త సాక్ష్యం ముందు ఇది నిలబడదు. అందువల్ల చెల్లదు.

6.

శూద్ర మరియు దాస్

పాశ్చాత్య సిద్ధాంతాలు ఎంత నిరాధారమైనవో మొదటి అధ్యాయంలో రుజువైంది. ఇప్పుడు ఆ సిద్ధాంతానికి సంబంధించి ఒక భాగం మాత్రమే మిగిలి ఉంది:- శూద్రులు ఎవరు? శ్రీ ఎ. దాస్ మరియు దస్యులు అరణ్యవాసులు లేదా ఆర్యన్ గిరిజనులు వైదిక ఆర్యన్ కులానికి భిన్నంగా ఉన్నారని సి.దాస్ చెప్పారు. వారిలో యుద్ధ ఖైదీలుగా మారిన వారిని బహుశా బానిసలుగా చేసి శూద్ర కులంగా మార్చారు.

మరొక వేద నిపుణుడు మరియు పాశ్చాత్య దేశాల రచయితల అభిప్రాయాలను సమర్థించే శ్రీ కేన్, తరువాతి సాహిత్యంలో దాస్ అంటే వ్యవసాయ బానిస లేదా కార్మిక బానిస మాత్రమే అని అభిప్రాయపడ్డారు. దీని అర్థం ఏమిటంటే, ఋగ్వేదం ప్రకారం, దాసులు ఆర్యులను ఎదిరించారు మరియు వారు నిరంతర యుద్ధాలలో ఓడిపోయారు మరియు ఆర్యులకు సేవ చేయవలసి వచ్చింది. బ్రాహ్మణులకు సేవ చేయడానికే శూద్రులను బ్రహ్మ సృష్టించాడని మనుస్మృతి (8.4.13)లో పేర్కొనబడింది. తైత్తిరీయ సంహిత, తైత్తిరీయ బ్రాహ్మణ మరియు ఇతర బ్రాహ్మణ గ్రంథాలలో, శూద్రుల స్థితి స్మృతులలో ఉన్నట్లుగా వివరించబడింది. కాబట్టి దాసులు లేదా దస్యులు ఆర్యుల చేతిలో ఓడిపోయి ఆ తర్వాత శూద్ర కులంగా మారారని భావించాలి.

ఈ ఆలోచన ప్రకారం బానిసలు మరియు దస్యులు మాత్రమే శూద్రులు. అలాగే, శూద్రులు ఆర్యులు కాని వారు మరియు వారు భారతదేశ ప్రాచీన నాగరికత యొక్క ఆదిమ కులం. మేము ఈ ఆలోచనను విశ్లేషిస్తాము.

మొదటి విషయం కూడా రెండు రకాలు. దాసు, దస్యులు ఒకరే అన్నది మొదటి ఆలోచన కాగా, దాసు, దస్యులు శూద్రులని రెండో ఆలోచన. దాస్ మరియు దస్యు ఒకటే అనే మొదటి ఆలోచన సందేహాస్పదంగా ఉంది. ఋగ్వేదంలో అతని గురించి కనుగొనబడిన కథనాలు నిశ్చయాత్మకమైనవి కావు. కొన్ని చోట్ల దాసుల గురించి, దస్యుల గురించి చేసిన వర్ణనలలో వీళ్ళకి తేడా లేదనిపిస్తుంది. శంబర్, భూషణ్,

వృత్ర మరియు పిపులను దాస్ మరియు దస్యు అనే అర్థంలో వర్ణించారు. బానిసలు మరియు దస్యులు ఇంద్రుడు మరియు ఇతర దేవతలకు, ముఖ్యంగా అశ్విని కుమార్‌లకు శత్రువులుగా పరిగణించబడతారు. ఇంద్రుడు మరియు దేవతలు ఈ ఇద్దరి నగరాలను నాశనం చేశారని కూడా వర్ణించబడింది. బానిసలు మరియు బందిపోట్ల ఓటమికి సమానం

ప్రభావం చూపింది. అంటే కాంతి పెరుగుదల మరియు నీటి విడుదల. దభీతి విముక్తిని వర్ణిస్తూ దాసు, దస్యులు ఇద్దరూ కలిసి వర్ణించబడ్డారు. ఒక చోట దాభితి బానిసల నుండి రక్షించబడ్డాడని మరియు మరొక చోట బందిపోట్ల నుండి రక్షించబడ్డాడని చెబుతారు.

పై వర్ణనలను బట్టి దాస్ మరియు దస్యు ఒక్కరే అని తెలుస్తోంది. మిగతా చోట్ల రెండూ వేర్వేరుగా వివరించబడ్డాయి. ఋగ్వేదంలో 'దాస్' అనే పదం 54 సార్లు మరియు 'దస్యు' పదం 78 సార్లు మరియు విడిగా కనిపించింది. రెండూ వేర్వేరుగా ఉన్నాయనే వాస్తవాన్ని ఇది వెల్లడిస్తుంది, ఎందుకంటే రెండూ వేర్వేరు కాకపోతే వాటి వివరణలో ఎందుకు తేడా ఉంది? ఇద్దరూ వేర్వేరు సంఘాలు లేదా కులాలకు చెందిన వారు కావచ్చు.

శూద్రుల విషయానికొస్తే, వారు కూడా బానిసలు మరియు దస్యుల కులానికి చెందిన వారని చెప్పడం నిరాధారం. శూద్ర అనే పదాన్ని వివరించినప్పుడు, శుక్ (దుఃఖం) మరియు (విజిత్) యొక్క అర్థం శోక్ (విజిత్) నుండి వచ్చింది. దీనికి సంబంధించి వేదాంత సూత్రం (1.3.34)లో జనశ్రుతి కథ ఉంది. ఇందులో రాజహంసలు తన గురించి చేసిన ద్వేషపూరిత వర్ణనకు దిగులు చెందాడు. విష్ణు పురాణంలో కూడా ఇదే కథ ఉంది.

పై వివరణలు ఎంత ప్రామాణికమైనవి? శూద్ర అనే పదం స్వతంత్ర పదం కాదని, దాని నుండి ఉద్భవించిందని భావించడం పదాలకు అన్యాయమైన వివరణ. 'మిథ్య' లేదా 'అబద్ధం' అనే పదాలను రూపొందించడంలో బ్రాహ్మణవాద రచయిత ప్రవీణుడు. ఎవరి వ్యుత్పత్తిని వారు వేరే విధంగా ప్రదర్శించలేని పదం లేదు. ప్రొఫెసర్ మాక్స్ ముల్లర్ బ్రాహ్మణ రచయితలచే ఉపనిషత్ అనే పదం యొక్క వివిధ రకాల వ్యుత్పత్తి గురించి ఇలా అన్నారు:-

"ఉపనిషత్ అనే పదం యొక్క శబ్దవ్యుత్పత్తి శాస్త్రం స్థానిక విద్యార్థికి అర్థంకాని విధంగా విరుద్ధమైన వివరణల చట్రంలో తెలివిగా నిర్మించబడింది. చదువుకోని వ్యక్తికి కూడా అర్థమయ్యే ఏ పదానికి ప్రసిద్ధమైన అర్థాలైనా అప్పడే వ్యుత్పత్తికి

ప్రాతిపదికగా ఉపయోగించాలి. అరణ్యక పదం ఈ వ్యుత్పత్తిలో కనిపించదు మరియు ఉపనిషత్తు అనే పదానికి సంబంధించినది కానప్పటికీ, ఇది సాధారణ అర్థంలో సరిపోతుంది.

వేదాంత సూత్రం మరియు వాయు పురాణంలో శూద్ర అనే పదానికి సంబంధించి అదే విషయం కనిపిస్తుంది, దీనిలో శూద్రుడు అనే అర్థం దుఃఖంతో బాధపడుతున్న వ్యక్తులుగా స్థాపించబడింది. కాబట్టి, మనం ఈ అర్థాన్ని అర్థరహితంగా మరియు మూర్ఖంగా తిరస్కరించవలసి ఉంటుంది.

ఈ ప్రకటనకు సంబంధించి శూద్ర అనేది వంశం లేదా తరగతికి సరైన నామవాచకం అని మనకు ప్రత్యక్ష సాక్ష్యం ఉంది. ఈ పదం చెప్పినట్లుగా ఏ స్వభావాన్ని సూచించదు.

ఈ ప్రకటనకు అనుకూలంగా వివిధ ఆధారాలు ఉన్నాయి. అలెగ్జాండర్ దండయాత్ర సమయంలో భారతదేశానికి వచ్చిన చరిత్రకారులు అనేక స్వతంత్ర రిపబ్లిక్‌లతో అలెగ్జాండర్ పోరాడవలసి వచ్చింది. అనేక స్వతంత్ర మరియు ప్రభావవంతమైన రిపబ్లిక్‌లు ఉన్నాయి. నిస్సందేహంగా ఈ తెగలను అనేక పేర్లతో పిలుస్తారు.

వెళ్ళడం అలవాటు. వారిలో సోద్రి కూడా ఒకరు. ఇది అలెగ్జాండర్‌ను ఎదుర్కొన్న చాలా ప్రసిద్ధ తెగ. అయితే అతని చేతిలో ఓడిపోయాడు. వీరిని ప్రాచీన శూద్రులుగా నమ్మేవారు చాలా తక్కువ. పతంజలి తన మహాభాష్యంలోని 1,2,3 శ్లోకాలలో శూద్రులను పేర్కొన్నాడు మరియు వారిని అభిరాస్‌తో చెప్పాడు. మహాభారతంలోని సభా పర్వ 32వ అధ్యాయంలో శూద్ర గణతంత్ర ప్రస్తావన ఉంది. విష్ణు పురాణం, మార్కండేయ పురాణం మరియు బ్రహ్మ పురాణంలో, ఇది అనేక ఇతర తెగల మాదిరిగానే ఒక తెగగా వర్ణించబడింది మరియు వారిని వింధ్యాచల్ యొక్క దక్షిణ భాగంలో నివాసితులు అని పిలుస్తారు.

II

ఇప్పుడు మనం రెండవ అంశానికి వచ్చి దాని వివిధ అంశాలను వివరిస్తాము. ఈ విషయంలో రెండు వాస్తవాలు ఉన్నాయి. మొదటిది, దస్యు మరియు దాస్ అనే పదాల ఉపయోగం ఆర్యన్యేతర తెగల యొక్క ఏదైనా కులాన్ని సూచిస్తుందా? రెండవది, ఇది అలా అని మనం భావించినప్పటికీ, వారు భారతదేశంలోని అసలు తెగ అని అంగీకరించడానికి వేరే కారణం ఉందా? ఈ రెంటికి సానుకూల సమాధానాలు దొరికితే తప్ప దస్యులు, దాసులను శూద్రులు అనలేరు. దస్యుల

విషయానికొస్తే, వారిని ఆర్యుయేతర కులంగా పరిగణించవచ్చనడానికి ఎటువంటి ఆధారాలు లేవు. మరోవైపు, ఆర్యుల మతాన్ని అనుసరించని వ్యక్తుల కోసం దస్యు అనే పదాన్ని ఉపయోగించారనే నిర్ధారణకు అనుకూలంగా బలమైన ఆధారాలు ఉన్నాయి. దీనికి సంబంధించి, మహాభారతంలోని శాంతి పర్వ 65వ అధ్యాయంలోని 23వ శ్లోకాన్ని చూడవచ్చు:

మనుషుల లీకేజీలో అన్ని కులాల దొంగలు కనిపిస్తున్నారు.
ఆమె లింగాల మధ్య నాలుగు ఆశ్రమాలలో ఉండేది.

అంటే దస్యు అన్ని తరగతులలోనూ, అన్ని ఆశ్రమాల్లోనూ ఉంటాడు.

దస్యు అనే పదానికి మూలం ఏమిటో చెప్పడం కష్టం? అయితే ఇవి భారతీయ ఇరానియన్ల పట్ల భారతీయ ఆర్యులు చేసిన 'దుర్వినియోగాలు' అని ఒక అభిప్రాయం ఉంది, ఎందుకంటే ఇది చరిత్రలో ఇద్దరి మధ్య వైరుధ్యాల వివరణలు ఉన్నాయి. కాబట్టి, భారతీయ ఆర్యులు ఈ పదాన్ని తమ శత్రువులకు దుర్భాషలాడుతూ ఉండే అవకాశం ఉంది మరియు ఇది వాస్తవం. అందువల్ల, బందిపోట్లు భారతీయ మూలాలు కాకూడదు.

దాస్ అనే పదానికి సంబంధించి, 'జైద్ అవెస్తా'లో పేర్కొన్న 'అజీ దహక్'కి 'దాస్'కి ఏమైనా సంబంధం ఉందా అనే ప్రశ్న తలెత్తుతుంది. అజిదహక సమ్మేళనం, దీనికి రెండు పద్యాలు ఉన్నాయి. దీనికి అన్వయించినప్పుడు అజీ అంటే పాము మరియు దహక్ యొక్క మూలమైన దాహ్ అంటే బాతుని చంపడం. అజిదాహక అంటే కుట్టే పాము. జోహక్ అనేది ఇండో-ఇరానియన్లలో సరైన నామవాచకం. ఈ పదం యష్ట్ సాహిత్యంలో చాలా చోట్ల ఉపయోగించబడింది. జోహక్ అందమైన రాజభవనాలను నిర్మించాడని మరియు విద్యాశాలను నిర్మించారు. అంగర్ మైన్యు, శక్తివంతమైన దెయ్యం యొక్క చీఫ్, ప్రపంచం యొక్క స్వచ్ఛతను నాశనం చేయడానికి అజిదాక్‌ను సృష్టించాడు మరియు ఈ అజిదాక్ యుద్ధంలో ఇండో-ఇరానియన్ల చక్రవర్తి యిమాను ఓడించి చంపాడు.

యిమాను అవెస్తాలో క్షేతా అని పిలుస్తారు, దీని అర్థం ప్రకాశవంతమైన లేదా పాలకుడు. దీని మూలమైన 'క్షి'కి రెండు అర్థాలు ఉన్నాయి (1) ప్రకాశవంతం (2) పాలించడం. యిమాను హ్వాంత్వా అని కూడా పిలుస్తారు, అంటే పెద్ద సమాజానికి చెందిన అధికారి. అవెస్టాలోని ఈ యిమా ప్రాంతం పర్షియన్ భాషలో జంషెడ్‌గా మారింది. వివఘ్వంత్ కుమారుడు జంషీద్ ఇరాన్ చరిత్రలో పర్షియన్ నాగరికత అభివృద్ధికి గొప్ప వీరుడు. ఇతడు యష్టియన్ వంశానికి చక్రవర్తి. యస్నా 9

మరియు 5 (కోయమా యాషి)లో భౌతిక ప్రపంచంలో హష్మా (సక్ సస్మా)ని చుట్టుముట్టి వరం పొందిన మొదటి మానవుడు వివాన్ష్ అని చెప్పబడింది. దీని నుండి, సూర్యునితో పాటు మానవులలో ప్రకాశవంతుడైన కుమారుడు యిమ జన్మించాడు మరియు అతనితో అమర మానవులు, జంతువులు, పక్షులు, పండ్లు మరియు సతత హరిత వృక్షాలు మరియు మొక్కలు జన్మించాయి. యిమా వ్యక్తిత్వం దివ్యమైనది లేదా ఎప్పటికీ వాడిపోలేదు, ఎల్లప్పుడూ తాజాదనంతో నిండి ఉంటుంది. అతని రాజ్యంలో విపరీతమైన చలి లేదా వేడి లేదా లేదు

వృద్ధాప్యం, మరణం మరియు అనారోగ్యం ఎవరినైనా వెంటాడాయి.

జింద్ అవెస్తా యొక్క దహక్ ఋగ్వేదానికి బానిసనా? పేర్ల సారూప్యతను మనం సాక్ష్యంగా పరిగణించినట్లయితే, ఖచ్చితంగా దాస్ మరియు దహక్ ఒకటే. అవెస్తాలో దాస్ అనే సంస్కృత పదం ఉపయోగించడం సహజం. పర్షియన్ భాషలో, సంస్కృతం సాధారణంగా ఆమోదించబడుతుంది. ఋగ్వేదంలోని దాస్ మరియు జిందా అవెస్తాలోని దహక్‌లోని పదాల సారూప్యత మాత్రమే సాక్ష్యం అయితే, దానిని కేవలం ఊహాగానాలు అని పిలుస్తారు. యస్నా 9 (హార్న్ యాషెహ్ లాగా) అజిదాహక్‌కు మూడు నోళ్లు, మూడు తలలు మరియు 6 కళ్ళు ఉన్నట్లు వివరిస్తుంది. (ఋగ్వేదం 10.99.6) దాస్ మూడు తలలు మరియు ఆరు కళ్ళు కలిగి ఉన్నట్లు కూడా వర్ణించబడింది. దీనితో పాటు, పైన పేర్కొన్న విధంగా, దాస్ మరియు దహక్ ఒకటిగా పరిగణించబడితే, దాస్ భారతదేశంలోని పురాతన గిరిజన స్థానికులుగా నిరూపించబడలేదు.

వారు నాగరికత లేని అటవీ వాసులారా? దాస్ మరియు దస్యులు ఆదిమ కులాలు కాదని రుగ్వేదం రుజువు చేస్తుంది. నిజానికి వారు భారతీయ ఆర్యుల కంటే నాగరికత మరియు శక్తివంతులు. శ్రీ అయ్యంగార్ ఇలా వ్రాశారు:-

దస్యులు నగరాల్లో నివసించారు (ఋగ్వేదం 1.53.8.1., 1.103.3.) మరియు వారి స్వంత చక్రవర్తులు ఉన్నారు, వారి వివరాలు అందుబాటులో ఉన్నాయి. అతను ఆవులు, గుర్రాలు మరియు రథాల రూపంలో చాలా సంపదను కలిగి ఉన్నాడు (2-15.4) (8.40.6.). వంద ద్వారాలు (X. 99.8.) ఉన్న నగరాలు ఉన్నాయి. ఇంద్రుడు వారి సంపదనంతా తీసుకుని తన భక్తులైన ఆర్యులకు ఇచ్చాడు (1.176.4.). బందిపోట్లు ధనవంతులు (1.33.4.). అతను మైదానాలు మరియు పర్వత శిఖరాలపై ప్రైవేట్ ఆస్తిని కలిగి ఉన్నాడు (60.69.6.). అతని వస్త్రధారణ బంగారు రత్నాలతో పొదిగింది (1.33.8). అతను అనేక దర్గాలకు ప్రభువు (1.33.13,

8.17.18.)7 దస్యు అసురులు మరియు ఆర్య దేవగణాలు బంగారం మరియు వెండిలో సమానంగా ఉన్నారు

మరియు ఇనుప కోటలలో నివసించారు (సం. రా. 6.23; అథర్వవేదం 5.28.9; ఋగ్వేదం 2.20.8). తన భక్తుడైన దివోదాసు ప్రార్థనను తిరస్కరించిన ఇంద్రుడు బందిపోట్ల వంద రాతి కోటలను ధ్వంసం చేశాడు. (5.30.20.). ఆర్యుల ఆరాధనతో తృప్తి చెందిన అగ్ని, దస్యుల కోటలను కాల్చివేసి నాశనం చేశాడు (7.5.3.). బృహస్పతి ఆర్యులు నిర్బంధించబడిన రాతి చెరసాలను బద్దలు కొట్టాడు (4.67.3). దస్యులకు ఆర్యుల వంటి రథాలు ఉన్నాయి, వాటిపై వారు పోరాడారు (8.24.27, 3.30.5., 2.15.4.)."

దాసు, దస్యు శూద్రులతో సమానం. ఈ థియరీ ఊహాగానాల ఆధారంగా ఉన్నట్లు అనిపిస్తుంది. ఇవి కేవలం భ్రమలు మరియు వాటిని విశ్వసించే వారు గౌరవనీయమైన పండితులైనందున మాత్రమే సహించబడ్డారు. సాక్ష్యాల విషయానికొస్తే, దానిలోని ఏ భాగాన్ని సాక్ష్యంగా సమర్పించలేము. ఇంతకు ముందు చెప్పినట్లుగా, ఋగ్వేదంలో దాస్ 54 సార్లు మరియు దస్యు 78 సార్లు ఉపయోగించబడింది. తరచుగా దాస్ మరియు దస్యు కలిసి ఉపయోగించారు. శూద్రుడు ఒక్కసారి మాత్రమే ఉపయోగించబడింది మరియు అది కూడా బానిస లేదా బందిపోటు అనే అర్థంలో కాదు. పై వాస్తవాల దృష్ట్యా, దాస్ మరియు దస్యు ఇతర వేద సాహిత్యం నుండి అదృశ్యమయ్యారని నిరూపించడం ఎవరికైనా కష్టం. వారు వైదిక ఆర్యులచే విలీనం చేయబడ్డారని ఇది సూచిస్తుంది. కానీ శూద్రుని విషయంలో అలా జరగలేదు. నిజానికి, ఇది తరువాతి పదక్ సాహిత్యంలో పుష్కలంగా ఉంది. శూద్రులు బానిసలు మరియు దస్యుల కంటే భిన్నంగా ఉన్నారని ఇది స్పష్టంగా చూపిస్తుంది.

III

శూద్రులు ఆర్యులు కాదా? కేన్ యొక్క ప్రకటన:-

"శూద్ర మరియు ఆర్య మధ్య స్పష్టమైన సరిహద్దు రేఖ బ్రాహ్మణ సాహిత్యం మరియు వేదాంతశాస్త్రంలో కూడా కనిపిస్తుంది. తాండయ బ్రాహ్మణం శూద్రులు మరియు ఆర్యుల మధ్య జరిగిన ప్రాక్సీ యుద్ధాన్ని వివరిస్తుంది. ఆర్యులు మాత్రమే విజయం సాధించే విధంగా ప్రదర్శించబడింది. ఒక బ్రహ్మచారి భిక్షాటన చేసి తెచ్చిన ఆహారాన్ని తినలేకపోతే, మిగిలిన దానిని తన గురువు యొక్క బానిస (సేవకుడు) దగ్గర ఉంచుకోవాలని అపరత్ ధర్మ సత్రంలో (1.1.3.40-41) వివరించబడింది. శూద్రుడు కావచ్చు అతనికి ఇవ్వండి. అదేవిధంగా గౌతమ్

సూత్రం (10.69)లో శూద్రుడికి 'అనార్య' అనే పదం ఉపయోగించబడింది. శూద్ర మరియు ఆర్యల మధ్య సరిహద్దును గీయడం అనే ప్రశ్నను జాగ్రత్తగా పరిశీలించవలసి ఉంటుంది. శూద్రులు పనికిరారు అనే వాదనను బలపరిచేందుకు, ఈ క్రింది ప్రకటనను గమనించాలి: -

"అథర్వవేదం (4.20.4) విచారకరమైన కన్నులతో భగవంతుడు ఈ మొక్కను నా కుడి వైపున ఉంచుతాడు. నేను దాని

దీని ద్వారా నేను శూద్రులు మరియు ఆర్యులందరినీ చూస్తున్నాను. కథక్ సంహిత (34.5) శూద్రుడు మరియు ఆర్యులు తోలు కోసం పోరాడారు. దేవ్ మరియు అసుర సూర్య కోసం పోరాటాలు. దేవతలు గెలిచి సూర్యుని బంధించారు. ఆర్యులు (శూద్రులతో జరిగిన పోరాటంలో) గెలిచారు. ఆర్యులు బలిపీఠం (ప్రార్థనా స్థలం) లోపల ప్రవేశించారు మరియు శూద్రులు బయట ఉన్నారు. ఆర్యుల చర్మం సూర్యుడిలా తెల్లగా మారింది.

వాజసనేయి సంహిత (23-30.30) - ఒక జింక పొలంలో బార్లీ పంటను తిన్నప్పుడు, ఆ పొలం యజమాని ఆ జింకతో సంతోషపడడు, అదే విధంగా ఆర్య స్త్రీ శూద్రుని ప్రేమికుడైనప్పుడు ఆనందించదు. (ఆమె భర్త).

పొలంలో ఉన్న బార్లీ పంటను జింక తిన్నట్లు (పొల యజమాని) అది లావుగా మారినప్పుడు సంతోషించదు. అదేవిధంగా, శూద్ర పురుషుడు ఆర్య స్త్రీని తన ప్రేమికుడిగా (ఆర్యన్ భర్త) తీసుకుంటే, అతను సంతోషంగా లేడు. ఈ శ్లోకాలు శూద్రులను మరియు ఆర్యులను విడివిడిగా వివరిస్తాయి మరియు శూద్రులను ఆర్యులు కానివారు అని పిలవాలనే ఆలోచనను వ్యతిరేకిస్తాయి. అందువల్ల, వారి నుండి ఏదైనా నిర్ధారణకు రావడం తార్కికం కాదు. రెండు ఆలోచనలు గుర్తుంచుకోవాలి, మొదటిగా ఋగ్వేదం యొక్క మొదటి ప్రకటన మరియు రుజువు ప్రకారం, ఆర్యులలో రెండు వర్గాలు ఉన్నాయి - వైదిక మరియు రెండవది అవేదం. ఈ వాస్తవం ఆధారంగా, ఒక వర్గానికి చెందిన ఆర్యుడు మరొక వర్గానికి చెందిన వారిని ఆర్య అని పిలవడం సులభం. రెండూ ఒకదానికొకటి భిన్నంగా మరియు విరుద్ధంగా ఉన్నప్పటికీ. శూద్రులు ఆర్యులను వ్యతిరేకించారని ఈ రకమైన వర్ణన నుండి, శూద్రులు ఆర్యులు కాదని అర్థం కాదు. వాస్తవానికి వారు వేరే తరగతి లేదా సమూహానికి చెందిన ఆర్యులు.

ఇది హిందువుల పవిత్ర గ్రంథాల నుండి రుజువు చేయబడింది:-

1. అథర్వ వేదం (19.32.8.) - ఓ దుర్వా (గడ్డి), నన్ను బ్రాహ్మణులు, రాజన్యులు, క్షత్రియులు, శూద్రులు మరియు ఆర్యులు మరియు మనం ప్రేమించే వారికి మరియు చూడగలిగే ప్రతి ఒక్కరికీ నన్ను ప్రియమైన వ్యక్తిగా చేయండి.

2. అథర్వవేదం (19.62.1.) - దేవతలకు, రాజ పురుషులకు మరియు శూద్రులను మరియు ఆర్యులను చూడగలిగే వారికి నన్ను ప్రియమైనదిగా చేయండి.

3. వాజసనేయీ సంహిత (1.18.48) - (ఓ అగ్ని) నాకు బ్రాహ్మణులు, రాజులు, వైశ్యులు మరియు శూద్రుల వంటి కీర్తిని ప్రసాదించు. నాకు మరింత తీవ్రతను ఇవ్వండి.

4. వాజసనేయి సంహిత (20.17.) - గ్రామంలో, అడవిలో, అసెంబ్లీలో మనం చేసిన పాపాలు. మనలో ఎవరైనా (యాగం చేసే వ్యక్తి మరియు అతని భార్య) ఏ పాపం చేసినా, శూద్రులు లేదా ఆర్యులు తమ విధి నిర్వహణలో (ఇతరుల పట్ల) తెలిసి చేసి ఉండవచ్చు.

5. వాజసనేయి సంహిత (18.48) - నేను ప్రజలను, బ్రాహ్మణులను, రాజులను, శూద్రులను, ఆర్యులను మరియు నా వ్యక్తిగత శత్రువులను ఆశీర్వదించినట్లే. అలాగే నేను ఈ లోకంలో దేవతలకు, దక్షిణాది ఇచ్చేవారికి ప్రీతిపాత్రుడిని కావాలి. నా ఈ కోరికను అంగీకరించాలి. నా శత్రువు నా క్రింద ఉండనివ్వండి. పై ప్రకటనల నుండి ఏమి స్పష్టంగా తెలుస్తుంది? మొదటిది, ఆర్యులు మరియు బ్రాహ్మణుల మధ్య వ్యత్యాసం స్పష్టంగా ఉండేది

ఉంది. బ్రాహ్మణులు ఆర్యులు కాదని చెప్పవచ్చా? రెండవ ప్రకటనలో, శూద్రులకు ప్రేమ మరియు సద్భావన శుభాకాంక్షలు. శూద్రులు ఆర్యులు కానివారు అయితే, అలాంటి కోరిక కోసం ప్రార్థించడం సాధ్యమేనా? దీన్ని బట్టి శూద్రులు ఆర్యులు కాని వారు అని స్పష్టంగా తెలియదు.

ధర్మశాస్త్రము శూద్రులను ఆర్యులు కానివారిగా వర్ణిస్తుంది మరియు వాజసనేయి సంహిత శూద్ర స్త్రీలపై దాడి చేస్తుంది. ఇవి పనికిరాని విషయాలు. ధర్మ సూత్రాల వివరణకు సంబంధించి రెండు వాదనలు ఉన్నాయి - మొదటిది ధర్మ సత్రం మరియు ఇతర గ్రంథాలు శూద్రుల వ్యతిరేకులచే వ్రాయబడ్డాయి. కాబట్టి వీటిని సాక్ష్యంగా పరిగణించలేము. రెండవ విషయమేమిటంటే, ఈ గ్రంథాలలో ఇవ్వబడిన వర్ణనలు అశాస్త్రీయంగా మరియు ఇతర పుస్తకాలలో ఇవ్వబడిన ఆలోచనలకు విరుద్ధంగా ఉన్నాయి.

మతపరమైన మూలాధారాల ప్రకారం, శూద్రుడు ఉపనయన సంస్కారానికి అర్హుడు కాదు, అయితే గణపతి సంస్కారం ప్రకారం, అతనికి దాని హక్కు ఉంది. ధర్మ సూత్రాలు శూద్రుడిని వేదాలను అధ్యయనం చేయడానికి యోగ్యుడిగా పరిగణించవు. కానీ ఛందోగ్యోనిషద్ (6-1-2)

కథ ఏమిటంటే - జనశ్రుతి శూద్రుడికి రైక్వా వేదాలు నేర్పాడు. ఇంకా ముఖ్యమైన విషయం ఏమిటంటే కవాష్ ఐలుష్ ఋషి శూద్రుడు. పైన పేర్కొన్న విధంగా మరియు ఋగ్వేదంలోని పదవ విభాగంలో ఆయన రచించిన అనేక మంత్రాలు ఉన్నాయి. శూద్రుడు వైదిక ఉత్సవాలు మరియు యాగాలలో పాల్గొనే అర్హత లేదని ధర్మ సూత్రాలు చెబుతున్నాయి. మొదటి మీమాంస కర్త జైమిని బద్రి అనే ఉపాధ్యాయుని గురించి (ఈయన రచనలు ధ్వంసం చేయబడ్డాయి) ఆయనే చివరి మీమాంస శాస్త్రి అని చెప్పారు. బద్రి ప్రకారం, శూద్రులు వైదిక యాగం చేయవచ్చు. భరద్వాజ శ్రోత సూత్రం (5.28) ప్రకారం శూద్రుడు ఒక యాగంలో మూడు మంటలను వెలిగించగలడు. అదేవిధంగా, కాత్యాయన శ్రోత సూత్రం (1.4.16) వ్యాఖ్యాత ప్రకారం, శూద్రుడు వైదిక కర్మలకు అర్హులు. పవిత్ర సోమరాలను త్రాగడానికి శూద్రుడికి అర్హత లేదని ధర్మ సూత్రం చెబుతుంది, అయితే అశ్విని కుమారుల కథ ప్రకారం, శూద్రుడు దైవిక సోమరాలను త్రాగడానికి అర్హులు. అశ్విని కుమారుల కథనం ప్రకారం, అశ్విని కుమార్‌లు స్నానం చేస్తుండగా సుకన్య అనే అమ్మాయిని నగ్నంగా చూశారు. ఆమె చ్యవన మహర్షి భార్య, అతను ఈ రోజు చనిపోతే రేపు చనిపోతాడు. ఆమె అందానికి ముగ్ధుడై మాలో ఒకరిని భర్తగా ఎన్నుకోమని కోరాడు. నీ అందాన్ని ఇలా నాశనం చేసుకోకు. పెంపకం బాధ్యతను దృష్టిలో ఉంచుకుని సుకన్య అతని ప్రతిపాదనను తిరస్కరించింది. అశ్వినీ కుమారులు మళ్లీ సుకన్యను దృష్టి మరల్చడానికి ప్రయత్నించారు, తాము దేవతల వైద్యులమని మరియు ఆమె భర్తను యవ్వనంగా మరియు అందంగా మార్చగల సామర్థ్యం ఉందని ఆమెకు ప్రతిపాదించారు. అందుచేత వారిలో ఒకరిని భర్తగా స్వీకరించాలి. సుకన్య తన భర్త చ్యవనుని వద్దకు వెళ్లి అశ్విని కుమార్‌ల పరిస్థితుల గురించి అతని అనుమతి కోరగా, చ్యవనుడు అలా చేయమని చెప్పాడు. షరతు ప్రకారం చ్యవనుడు యవ్వనం మరియు అందాన్ని పొందాడు. ఇక్కడ అశ్విని కుమార్ సోమరస్ పాన్ కు అర్హుడా అనే ప్రశ్న తలెత్తుతుంది. చ్యవనుడు సంతోషించి, అశ్వినీ కుమారులకు పల్టీ కొట్టమని ఇంద్రుడిని అభ్యర్థించాడు. అశ్వినీ కుమారులు శూద్రులు అయినందున ఇంద్రుడు వారిపై సున్నితంగా ప్రవర్తించినప్పటికీ, చ్యవనుడు ఇంద్రుడిని ఒప్పించి వారిని చల్లార్చాడు. డెలివరీ అయింది.

మతపరమైన మూలాలు శూద్రులను ఆర్యులు కానివారిగా ప్రకటించాయని ఈ ప్రకటనకు వ్యతిరేకంగా స్పష్టమైన ఆధారాలు కూడా ఉన్నాయి. మరి వీటిని అంగీకరించకూడదని అంటున్నారు. ముందుగా ఇది మను అభిప్రాయాలకు

విరుద్ధం. శూద్రులు ఆర్యులా లేదా ఆర్యులేనా అని నిర్ణయించేటప్పుడు, మనుస్మృతిలోని ఈ క్రింది మంత్రాలను గుర్తుంచుకోవాలి:

ఇవ్వడానికి అర్హులు:-

శూద్ర స్త్రీకి పుట్టిన ఆడపిల్ల బ్రాహ్మణుడిని పెళ్లాడి ఇక్కడ కూడా ఈ క్రమం కొనసాగితే, ఏడవ తరంలో ఆమె నీచ జీవితం నుండి విముక్తి పొంది బ్రాహ్మణురాలు అవుతుంది.శూద్రుడు బ్రాహ్మణత్వాన్ని, బ్రాహ్మణుడు శూద్రత్వాన్ని పొందినట్లే, క్షత్రియుడి నుండి పుట్టిన శూద్రుడు మరియు వైశ్యుడు కూడా క్షత్రియ మరియు వైశ్యత్వాన్ని పొందుతాడు.

బ్రాహ్మణునికి ఇష్టపడే (పెళ్లికాని) కొడుకు, శూద్ర అమ్మాయికి మరియు (పుట్టిన కొడుకు) శూద్రుడికి చెందిన బ్రాహ్మణ అమ్మాయికి ఇద్దరిలో ఎవరు ఉత్తముడు? అటువంటి సందేహంపై-బ్రాహ్మణ పురుషుని నుండి మరియు శూద్ర బాలిక నుండి జన్మించిన శూద్రుడు పకాడి యాగ గుణాలు కలిగి ఉండటం వలన శ్రేష్ఠుడు. శూద్ర పురుషుడు మరియు బ్రాహ్మణ అమ్మాయికి పుట్టిన కొడుకు ప్రతిలోమజుడు కావడం వల్ల అసభ్యకరం. ఇదీ నిర్ణయం.

గౌతమ ధర్మ సూత్రం (22)లో కూడా ఇదే విధమైన పద్యం 64 పైన ఉంది. ఈ పద్యం యొక్క ఖచ్చితమైన అర్థం వివాదాస్పదమైనది. ఈ వివాదాలకు సంబంధించి బుహ్లర్ యొక్క ప్రకటన:-మేఘ్, గాబ్, కుల్ మరియు రాఘ్ వంటి పాశ్చాత్య పండితుల ప్రకారం, శ్లోకం యొక్క అర్థం ఏమిటంటే - బ్రాహ్మణుడి కుమార్తె మరియు శూద్రుడు మరియు అతని వారసులు అందరూ బ్రాహ్మణుడిని వివాహం చేసుకుంటే, ఆరవ తరానికి చెందిన జంట బ్రాహ్మణులుగా పరిగణించబడతారు. ఆ అర్థం హర్దత్తా యొక్క వ్యాఖ్యానాన్ని పోలి ఉన్నప్పటికీ, నార్ మరియు నాన్ పూర్తిగా భిన్నమైన వివరణ ఇచ్చారు. వారి ప్రకారం, ఒక పార్శవ (శూద్ర తల్లి మరియు బ్రాహ్మణ తండ్రి సంతానం) కుమారుడు మరొక ఉన్నత, సద్గుణ, మంచి లక్షణాలు ఉన్న, పార్శవ అమ్మాయి మరియు అతని వారసులు కూడా అదే వివాహం చేసుకుంటే, ఆరవ తరంలో పుట్టిన బిడ్డ బ్రాహ్మణుడిగా పరిగణించబడుతుంది. .

నందన్ కూడా ఈ అర్థాన్ని రుజువు చేసినట్లు భావించారు. బౌధాయన (1.16.13. 14) ప్రకారం, నిషాద నుండి నిషాదికి జన్మించిన శిశువు ఐదు తరాల తర్వాత శూద్రత్వం నుండి విముక్తి పొందుతుంది లేదా ఆరవ తరం వరకు తీసుకోవచ్చు. మద్రాసు యొక్క కొత్త వ్రాతప్రతిలో, బౌధాయనుడు బ్రాహ్మణ పురుషుడు మరియు శూద్ర స్త్రీ నుండి జన్మించిన పిల్లలను ఆర్యుల వర్గంలోకి

తీసుకురావడానికి బౌధాయన అనుమతి ఇచ్చాడని వ్రాయబడింది. మనుస్మృతి శ్లోకానికి కూడా ఈ అర్థం ఉండడం అసాధ్యం కాదు. ఒక బ్రాహ్మణ పురుషుడు మరియు ఒక శూద్ర స్త్రీకి ఒక బిడ్డ జన్మించినట్లయితే, అప్పుడు తక్కువ కుల బ్రాహ్మణ పురుషుడు మరియు పార్శవ స్త్రీ ఏడవ తరంలో ఉన్నత కులానికి చేరుకుంటారు.

వివరణ ఏమైనప్పటికీ, ఏడవ తరంలో, ప్రత్యేక పరిస్థితులలో శూద్రుడు బ్రాహ్మణుడు అవుతాడనే వాస్తవం ఇప్పటికీ స్పష్టంగా ఉంది. శూద్రులు ఆర్యులు కాకపోతే ఈ రకంగా ఊహించలేము.అర్థశాస్త్రాల ప్రకారం శూద్రులు ఆర్యులు కాని వారు కాదు. ఈ విషయంలో కౌటిల్యుని అర్థశాస్త్రం ఒక ముఖ్యమైన సాక్ష్యం. ఈ ఆచారాన్ని రద్దు చేస్తూ కౌటిల్యుడు ఇలా అంటాడు:-

పుట్టుకతో బానిసగా ఉండని, యుక్తవయస్సు రాని, పుట్టుకతో ఆర్యుడైన శూద్రుడిని ఎవరైనా బంధువు అమ్మినా లేదా తాకట్టు పెట్టినా, అమ్మిన బంధువు పన్నెండు పనాల జరిమానా చెల్లించాలి. ఒక బానిస ఆర్థిక మోసానికి పాల్పడితే లేదా ఆర్య (ఆర్యభవ)గా హక్కులు ఇవ్వకపోతే, ఆర్థిక శిక్ష విధించవలసి ఉంటుంది (ఆర్యను బానిసలుగా చేసినందుకు ఇచ్చిన శిక్షతో పోలిస్తే).తగిన మొత్తం పొందిన తర్వాత కూడా ఎవరైనా బానిసను విడిపించకపోతే, అతను పన్నెండు పనాల జరిమానా చెల్లించాలి. ఎటువంటి కారణం లేకుండా ఒకరిని బందీగా ఉంచినందుకు అదే శిక్ష విధించబడుతుంది (సమ్రోధాస్ చక్రమత్).ఎవరైనా తనను బానిసగా అమ్ముకున్నట్లయితే, అతని పిల్లలు ఆర్యులుగా పరిగణించబడతారు. బానిస తన యజమానికి తన పనిలో సహాయం చేసి సంపాదించిన డబ్బు అంతా అతని వారసునికి ఇవ్వాలి.ఈ విధంగా కౌటిల్యుడు (చాణక్యుడు) తన అర్థశాస్త్రంలో శూద్రులను ఆర్యులుగా స్పష్టంగా ప్రకటించాడు.

IV

ఇది అబద్ధం కాకపోతే, ఆర్యుల బానిసలుగా ఉన్న ప్రజలను మాత్రమే శూద్రులు అని చెప్పడం ఖచ్చితంగా అర్థరహితం. ఈ విషయంలో రెండు వాదనలు ఇవ్వబడ్డాయి. మొదటిది, ఋగ్వేదంలో, బానిసలను బానిసలు మరియు దస్యులుగా వర్ణించారు మరియు రెండవది, బానిసలు మరియు శూద్రులు ఒకటే.

ఋగ్వేదంలో శూద్రుడిని దస్యుడు లేదా సేవకుడు అనే అర్థంలో పేర్కొనడం నిజం. కానీ ఈ పదం ఈ అర్థంలో ఐదుసార్లు మాత్రమే ఉపయోగించబడింది. ఇంతకంటే ఎక్కువ కాదు. అలాగే ఐదుసార్లకు మించి వాడితే కేవలం శూద్రులను

మాత్రమే బానిసలుగా మార్చినట్లు రుజువవుతుందా? వారిద్దరూ (శూద్రుడు మరియు దాసులు) ఒక్కరే అని రుజువు చేయకపోతే, శూద్రులను దాస్ అని నిర్ణయించడం అవివేకం. ఇది తెలిసిన వాస్తవాలకు కూడా విరుద్ధంగా ఉంటుంది.క్షత్రియ రాజుల పట్టాభిషేకానికి శూద్రులు హాజరయ్యేవారు. తరువాతి వేద బ్రాహ్మణ కాలంలో, ప్రజలు పట్టాభిషేకం సమయంలో చక్రవర్తికి పట్టాభిషేకం చేసేవారు, ఇది వాస్తవానికి రాజుకు ఆధిపత్యాన్ని ఇచ్చింది. రత్నాలు ఉన్నందున ప్రజాప్రతినిధులను రత్ని అని పిలిచేవారు. రాజు తన ఆధిపత్యాన్ని సూచించే రత్నాలను పొందినప్పడే ఆధిక్యతను పొందగలడు. దీని తరువాత రాజు ప్రతి రత్నుని నివాసానికి వెళ్లి బహుమతులు ఇచ్చేవాడు. ఈ రత్నాలలో ముఖ్యంగా శూద్రుడు ఉండటం గమనార్హం.

నీతి మయూఖ్' రచయిత నీలకంఠుడు తదుపరి పట్టాభిషేకం గురించి వివరించాడు. దీని ప్రకారం, నాలుగు వర్ణాల (బ్రాహ్మణ, క్షత్రియ, వైశ్య మరియు శూద్ర) మంత్రులు కొత్త రాజుకు పట్టాభిషేకం చేసేవారు. ఆ తరువాత, అన్ని తరగతుల మరియు కులాల ప్రజలు రాజును పవిత్ర జలంతో అభిషేకించి, జై ద్విజ అని జపించేవారు.యుధిష్ఠిరుని పట్టాభిషేక మహోత్సవానికి బ్రాహ్మణులతో పాటు శూద్రులను కూడా ఆహ్వానించినట్లు మహాభారతంలో ఆధారాలు ఉన్నాయి.ప్రాచీన కాలంలో జానపద మరియు పౌర్ అనే రెండు మండలాలు ఉండేవి. వీరిలో శూద్ర ప్రతినిధులను కూడా బ్రాహ్మణులు విశేషంగా గౌరవించేవారు.మనుస్మృతిలోని 4వ అధ్యాయం 61వ శ్లోకం మరియు శూద్రులు పాలించే రాష్ట్రంలో బ్రాహ్మణులు నివసించకూడదనే విష్ణుస్మృతి (21, 64) ఆదేశం శూద్రులు కూడా రాజులేనని రుజువు చేస్తున్నాయి. లేకుంటే మనువు ఈ ఆజ్ఞ ఇవ్వడం అర్థరహితం.

'మహాభారతం' యొక్క శాంతి పర్వంలో, భీష్ముడు (ప్రతి కులానికి మరియు వర్ణానికి ప్రాతినిధ్యం వహించడాన్ని విశ్వసించేవాడు) యుధిష్ఠిరునికి ఈ రాజకీయ సలహా ఇచ్చాడు: -"రాజుకు నిర్భయ వేద పండితుడు, లోపల మరియు వెలుపల పట్టభద్రుడు, నలుగురు బ్రాహ్మణులు, ఆయుధాలు ధరించిన ఎనిమిది మంది క్షత్రియులు, ఇరవై ఒక్క మంది వైశ్యులు ధనవంతులు, ముగ్గురు శూద్రులు వినయ ప్రవర్తన మరియు పవిత్రమైన ప్రవర్తన, ఎనిమిది సద్గుణాలు కలిగిన సూత అవసరం. పౌరాణిక జ్ఞానం, వారందరినీ మంత్రివర్గంలో నియమించాలి.

శూద్రులు మంత్రులుగా ఉన్నారని మరియు బ్రాహ్మణుల సంఖ్యతో సమానమైన ప్రాతినిధ్యం పొందారని ఇది రుజువు చేస్తుంది.శూద్రులు తక్కువ మరియు పేదవారు

కాదు. వారు ధనవంతులు. ఈ వాస్తవం మైత్రాయని సంహిత (4-2-7-10) మరియు పంచవిష్ బ్రాహ్మణ (1.11) నుండి నిరూపించబడింది.ఈ ప్రశ్నకు మరో రెండు కోణాలు ఉన్నాయి. శూద్రులను బానిసలుగా మార్చారని భావించినట్లయితే, శూద్రులను బానిసలుగా చేయడంలో అర్థం ఏమిటి అనే ప్రశ్న తలెత్తుతుంది. వారికి గతంలో ఆర్యులను బానిసలుగా మార్చే జ్ఞానం లేకుంటే లేదా ఆర్యులను బానిసలుగా మార్చడానికి సిద్ధంగా లేకుంటే, వారి ఉద్దేశ్యం మాత్రమే స్పష్టంగా ఉండేది. కానీ వాస్తవం ఏమిటంటే, ఆర్యులకు బానిసలను చేసే జ్ఞానం ఉంది మరియు వారు ఆర్యుల నుండి కూడా బానిసలను చేసారు. ఋగ్వేదం (7.86.7), (8.19.36) మరియు (8.66.3)లో ఆర్యులు తమ ప్రజలను కూడా బానిసలుగా మార్చుకున్నారని స్పష్టమైన ఆధారాలు ఉన్నాయి. అలాంటప్పుడు ముఖ్యంగా శూద్రులను ఎందుకు బానిసలుగా మార్చుకున్నారనే ప్రశ్న తలెత్తుతుంది. మరీ ముఖ్యంగా శూద్ర బానిసల కోసం ప్రత్యేక చట్టాలను ఎందుకు రూపొందించాడు?

తీర్మానం ఏమిటంటే, పాశ్చాత్య ఆలోచనాపరులు మన ప్రశ్నలకు సమాధానమివ్వడంలో సహాయపడరు లేదా అసమర్థులు: శూద్రులు ఎవరు మరియు వారు భారతీయ ఆర్యుల సంఘంలో నాల్గవ వర్ణంగా ఎలా మారారు?

7.

శూద్రులు ఎవరు - శూద్రులు క్షత్రియులా?

ఇప్పుడు మన ముందున్న ప్రశ్న ఏమిటంటే శూద్రులు అసలు ఆర్యులు కాకపోతే ఇంకెవరు? - నా అభిప్రాయం ప్రకారం, దీనికి మూడు సమాధానాలు ఉన్నాయి: -

1. శూద్రులు ఆర్యులు.

2. శూద్రులు క్షత్రియులు.

3. శూద్ర క్షత్రియులలో గొప్ప మరియు ముఖ్యమైన కులాలు ఉన్నాయి, ప్రాచీన ఆర్యుల సంఘంలో చాలా మంది శూద్ర తెలివైన మరియు శక్తివంతమైన రాజులు ఉన్నారు.

శూద్రుల ఆవిర్భావానికి సంబంధించిన ఈ సిద్ధాంతం ఆశ్చర్యకరంగా లేకుంటే అది ఖచ్చితంగా ఉత్తేజకరమైనదే. చాలా మంది పండితులు ఈ ఆలోచనను అంగీకరించరు. అయితే దీన్ని నిర్ధారించేందుకు తగిన ఆధారాలు అందుబాటులో ఉన్నాయి. అందువల్ల, సాక్ష్యాలను సమర్పించడం మరియు దాని నిర్ణయాన్ని నేర్చుకున్న పాఠకుల విచక్షణకు వదిలివేయడం నా బాధ్యతగా నేను భావిస్తున్నాను.

మొదటి సాక్ష్యం మహాభారతంలోని శాంతి పర్వం (అధ్యాయం 60 శ్లోకాలు 38-40): - పురాతన కాలంలో, పంజ్వాన్ అనే శూద్ర రాజు తన యాగంలో ఆంద్రాగ్ని నియమాల ప్రకారం లక్ష పూర్ణపాత్ర దక్షిణ ఇచ్చాడని మనం విన్నాము.

ఈ ఉదాహరణ నుండి క్రింది మూడు ముఖ్యమైన ఆధారాలు వెలువడ్డాయి:-

1. పైజ్వాన్ శూద్రుడు,

2. శూద్ర పైజ్వాన్ యాగం చేసాడు, మరియు

3. పైజ్వాన్ కోసం బ్రాహ్మణులు యాగం చేసి దక్షిణ తీసుకున్నారు.

పై కొటేషన్ శ్రీ రే ద్వారా మహాభారతం యొక్క భాష్య టికా నుండి తీసుకోబడింది. ముందుగా చూడాల్సింది టెక్స్ట్ అసలైనదా లేక అందులో ఏదైనా తేడా ఉందా అనేది. దాని వాస్తవికత గురించి, మిస్టర్ రాయ్ మాట్లాడుతూ, నా

ఎడిషన్ విషయానికి వస్తే, ఇది బెంగాల్‌లోని కొంతమంది పండితుల సహాయంతో తయారు చేయబడిన రాయల్ ఏషియాటిక్ సొసైటీ ఆఫ్ బెంగాల్ యొక్క యాభై సంవత్సరాల నాటి ఎడిషన్ ఆధారంగా రూపొందించబడింది. ఇది ప్రముఖ ఆంగ్ల ఓరియంటలిస్ట్ చేత కంపోజ్ చేయబడిందని నేను అనుకుంటున్నాను. మాన్యుస్క్రిప్ట్‌లు భారతదేశం అంతటా (దక్షిణాదితో సహా) సేకరించబడ్డాయి మరియు జాగ్రత్తగా క్రోడీకరించబడ్డాయి. మార్గం ద్వారా ఇవి జాగ్రత్తగా ఎడిట్ చేయబడ్డాయి కానీ సొసైటీ ఎడిషన్‌లో అందుబాటులో ఉన్న వాటిని నేను సరిగ్గా కాపీ చేయలేదు. నేను దానిని చాలా జాగ్రత్తగా ఎడిట్ చేసిన వర్ధ్వాన్ మహారాజా బెంగాలీ పాత్రతో జాగ్రత్తగా పోల్చాను. 18 మాన్యుస్క్రిప్ట్‌లను భారతదేశంలోని వివిధ ప్రాంతాల నుండి (దక్షిణంతో సహా) తీసుకువచ్చారు మరియు వర్ధ్వాన్ పండితులు జాగ్రత్తగా క్రోడీకరించారు. ఒక పద్యం అతనికి నిజం అనిపించింది.

మహాభారతం యొక్క క్రిటికల్ ఎడిషన్ యొక్క పాండిత్య సంపాదకుడు ప్రొఫెసర్ సుక్తాంకర్ మహాభారతం యొక్క వివిధ రూపాలను వివరిస్తూ ముగించారు. అతని ప్రకటన:- ఎడిసియో ప్రిన్సెప్ (కలకత్తా 1856) ఒక శతాబ్దం తర్వాత కూడా దీని ప్రామాణికత నిస్సందేహంగా ఉంది. శూద్రుల మూలాన్ని నిర్ణయించిన కంటెంట్ ఆధారంగా మాన్యుస్క్రిప్ట్‌ను సాక్ష్యంగా చూడాలనుకుంటున్నానని విమర్శకుడు చెబితే, దాని వల్ల ఎటువంటి నష్టం లేదు. అటువంటి పరీక్షను నిర్వహించడానికి రెండు విషయాలు అవసరం. మొదటిది, మహాభారతంలోని 18 పర్వాలకు సంబంధించిన ఒక్క పూర్తి మాన్యుస్క్రిప్ట్ లేదు. ప్రతి పండుగ భిన్నంగా ఉంటుంది, ఫలితంగా ప్రతి పండుగలో చాలా తేడాలు ఉంటాయి. అందుచేత ఒక్కో పండుగకు సంబంధించిన వ్రాతప్రతుల సంఖ్యను పరిశీలిస్తే, ఏది ప్రాతిపదికగా పరిగణించాలో చెప్పడం కష్టం.

గమనించవలసిన రెండవ విషయం ఏమిటంటే, మహాభారతంలో ఉత్తరాత్య మరియు దక్షిణాత్య అనే రెండు విభిన్న రూపాలు ఉన్నాయి, ఇవి ఉత్తరాపథం మరియు ఆర్యావర్త దక్షిణాపథం యొక్క విభిన్న లక్షణాలను కలిగి ఉన్నాయి.

అనేక రాతప్రతులు అందుబాటులో ఉన్నప్పుడే వాటిని దక్షిణాత్య, ఉత్తరాత్య అని వర్గీకరించినప్పుడే రాతప్రతుల పరిశీలన జరగడం సహజం. ఈ విషయాలను దృష్టిలో ఉంచుకుని, మహాభారతంలోని శాంతి పర్వంలోని 60వ అధ్యాయంలోని 38వ శ్లోకం వివిధ వ్రాతప్రతులలో ఈ క్రింది విధంగా ఉంది: -

1 . శూద్రుడిని పైజవానో అంటారు	(కుంభ కోణం) దక్షిణాట్య
2. శూద్రుడు: పైల్వానో పేరు	(/ 1 : 2) దక్షిణాట్య
3. శూద్ర: యలన్నో పేరు	(/3 : /4) దక్షిణాట్య
4. శూద్ర: వైజానో పేరు	(ఎల్)
5. శూద్రుడు కూడా యాగంలో పేరు పొందాడు దక్షిణాట్య	(ఎల్)
6. శూద్రుడు: పేరు పొంజలక్	ఉత్తరాత్య
7. శూద్రుల పేర్లు వైభవ్నో	పొందాడు దక్షిణాట్య
8. పుర వైజవనో పేరు	ఉత్తరాత్య/2
9. పురా వైజ్ఞానో నామ్	(కుంభ కోణం) దక్షిణాట్య

ఈ తొమ్మిది మాన్యుస్క్రిప్ట్‌లను సరిపోల్చడం వల్ల వచ్చే ఫలితం ఏమిటంటే, ఏ తేడాలు ఉన్నాయో సంకలనం చేయడానికి ఈ తొమ్మిది మాన్యుస్క్రిప్ట్‌లు సరిపోతాయా? మహాభారతంలోని వివిధ పండుగలలో తొమ్మిది అన్నది నిజ

100 కంటే ఎక్కువ వ్యాఖ్యానాలు ఉన్నాయి. మొత్తం మహాభారతం యొక్క కనీసం పది మాన్యుస్క్రిప్ట్‌లు తీసుకోబడ్డాయి. అందువల్ల తొమ్మిది సంఖ్య సరిపోదని చెప్పలేము. ఈ తొమ్మిది మాన్యుస్క్రిప్ట్‌లు భౌగోళిక విభాగాల ప్రకారం (ఉత్తరం, దక్షిణం). మహా (ఎం.) 1,2,3, 4, మరియు టి.సి. AMGD/2 ఉత్తరానికి చెందినది. ఈ రాతప్రతుల ఎంపికతో పండితులు సంతృప్తి చెందుతారు.

ఈ విచారణ ముగింపు ఏమిటంటే:-

1. పైజ్వాన్ వివరణలో వైవిధ్యం/భేదం ఉంది.

2. పైజ్వాన్ పేరులో వైవిధ్యం ఉంది.

3. తొమ్మిది వ్రాతప్రతులలో, 6 అతనిని శూద్రుడు అని, ఒకటి అతన్ని శూద్రుడు అని పిలుస్తుంది మరియు రెండు అతని కులాన్ని పేర్కొనలేదు, అయితే అతని కాలాన్ని వివరించేటప్పుడు పుర అనే పదాన్ని ఉపయోగించారు.

4. పేరుకు సంబంధించి ఏ రెండు మాన్యుస్క్రిప్ట్‌లలో సారూప్యత లేదు. ప్రతి ఒక్కరి పాఠం భిన్నంగా ఉంటుంది. ఇప్పుడు ప్రశ్న ఏమిటంటే సరైన పేరు ఏమిటి? పేరుకు సంబంధించి తలెత్తే మొదటి విషయం పేరు యొక్క అర్థం యొక్క ప్రశ్న. ఇది

వ్యాఖ్యానం లేదా సవరణ లేదా ప్రాధాన్యత యొక్క వివాదానికి దారితీయదు. ప్రశ్న ఏమిటంటే, ఏది సరైన పేరు మరియు ఏది తప్పు, ఇది టెక్స్ట్‌లో మార్పుకు దారితీసింది? సరైన పేరు పైజ్వాన్ అనడంలో సందేహం లేదు. ఇది దక్షిణాత్య మరియు ఉత్తరాత్య రెండింటికీ చెల్లుతుంది ఎందుకంటే ఎనిమిదవ క్రమం యొక్క పేరు బైజ్వాన్ పైజ్వాన్ వలె ఉంటుంది. అసలు ప్రతిని సరిగ్గా చదవలేకపోవడం వల్ల వచనంలో ఇతర మార్పులన్నీ జరిగాయి, అందులో లేఖకుడు తనకు అర్థమైన దానిని మాత్రమే వ్రాసాడు. పైజవాన్ వర్ణన విషయానికొస్తే, ఈ (పైజవాన్) శూద్రుని నుండి పురానికి మారడం కేవలం యాదృచ్ఛికంగా కాకుండా ఉద్దేశపూర్వకంగానే అనిపిస్తుంది. దీని వెనుక కారణాలు ఏమిటో చెప్పడం కష్టం. దీని నుండి ఇంకా రెండు విషయాలు స్పష్టంగా ఉన్నాయి:-

1. ఈ మార్పు స్వాధీనమైనది, మరియు 2. ఈ శూద్రుడు పైజ్వాన్‌కు వ్యతిరేకంగా వెళ్ళాడు.

పై ముగింపు మునుపటి 38-40 శ్లోకాల సందర్భం ఆధారంగా రూపొందించబడింది. చూడండి: యజమానికి ఎలాంటి ఇబ్బంది వచ్చినా, కష్టాలు వచ్చినా, శూద్రుడు అతన్ని విడిచిపెట్టకూడదు. యజమాని పేదవాడైనప్పుడు, శూద్రుడు అతనికి మరింత అంకితభావంతో సేవ చేయాలి. శూద్రుడికి సొంతంగా ఎలాంటి ఆస్తి ఉండదు. అతని వద్ద ఉన్నదంతా అతని యజమానికే చెందుతుంది. మిగిలిన మూడు తరగతులకు యాగం నిర్దేశించబడింది. శూద్రుడు కూడా యాగం చేయవచ్చు కానీ స్వాహా, స్వధా లేదా ఇతర మంత్రాలను జపించలేడు. అతను పవిత్రమైన యాగం ద్వారా భగవంతుడిని ఆరాధించవచ్చు. అటువంటి యాగము దక్షిణకు పూర్తిగా అర్హమైనది.

38 నుండి 40 వరకు ఉన్న శ్లోకాలను మునుపటి శ్లోకాల సందర్భంలో అధ్యయనం చేస్తే, మొత్తం సందర్భం శూద్రులకు సంబంధించినదని స్పష్టమవుతుంది. పైజ్వాన్ కథ ఒక ఉదాహరణ మాత్రమే. కాబట్టి పైజ్వాన్ పేరుకు ముందు శూద్ర అనే పదాన్ని ఉపయోగించడం అనవసరం. ఈ సందర్భం గురించి తెలుసుకుని, రచయిత శూద్ర అనే పదాన్ని ఇంతకు ముందు ఉపయోగించలేదు మరియు ప్రాచీన కాలంలో ఉన్నందున, అతను పురాన్ని వ్రాసాడు మరియు ఇది కూడా సహజమైనది.

పై విశ్లేషణ నుండి మహాభారతంలోని శాంతి పర్వంలో చర్చించబడిన వ్యక్తి పైజ్వాన్ అని మరియు అతను శూద్రుడు అని స్పష్టమైంది.

II

రెండవ ప్రశ్న పైజ్వాన్ ఎవరు? ఇది యాసక నిరుక్తంలో సూచించబడింది. నిరుక్త (1.24)లో యాసకుడు ఇలా అన్నాడు:-

అందరి స్నేహితుడైన ఋషి విశ్వామిత్రుడు పైజ్వాన్ కుమారుడు సుదాసుని పూజారి. సుదాస్ గొప్ప దాత. పిజ్వాన్ కుమారుడు పైజ్వాన్. పిజ్వాన్ అంటే దాని వేగం ఇండెక్స్ చేయదగినది.

యాసక నిరుక్త నుండి రెండు ముఖ్యమైన విషయాలు స్పష్టమయ్యాయి:-

1. పైజ్వాన్ విజ్వాన్ కుమారుడు.

2. సుదాసు పైజవాన్ కుమారుడు.

యాసక్ సహాయంతో, పైజవాన్ మహాభారతం (శాంతిపర్వ)లో నాట్యం చేసినది సుదాస్ యొక్క మరొక పేరు మాత్రమే అని మేము స్పష్టంగా చెప్పాము. ఇక్కడ ప్రశ్న తలెత్తుతుంది సుదాస్ ఎవరు మరియు అతని గురించి మనకు ఏమి తెలుసు? బ్రాహ్మణ సాహిత్యంలో సుదాస్ అనే ముగ్గురు వ్యక్తుల ప్రస్తావన మనకు కనిపిస్తుంది:-

ఋగ్వేదంలో ఒక సుదాసు కుటుంబ వివరాలు ఇలా ఉన్నాయి:-

1. ఋగ్వేదం, 7- 18.21 :- వందలాది రాక్షసులను నాశనం చేసే పరాశరుడు మరియు వశిష్ఠుడు నిన్ను పూజించారు. అందరి ముందు నిన్ను గర్వపడేలా చేశాడు. వారి స్నేహాన్ని విస్మరించవద్దు. అందువలన

నీతిమంతులపై ఆహ్లాదకరమైన ప్రభావం చూపడం సముచితం.

2. ఋగ్వేదం, 7-18.22 :- ఓ అగ్ని, రెండు వందల ఆవులను మరియు రెండు రథాలను దానం చేసిన దేవ్వాన్ యొక్క మనుమడు, మరియు ఇద్దరు భార్యలు కలిగిన పైజ్వాన్ కుమారుడు సుదాస్, లేదా నేను, ప్రధాన పూజారి, స్తుతులు పాడటం.

నేను నీకు రూపములో ప్రదక్షిణ చేస్తాను.

3. ఋగ్వేదం 7-18.23 :- పైజ్వాన్ కుమారుడైన సుదాస్ నాకు బంగారు జీనులతో అమర్చబడి, దుర్గమమైన రోడ్లపై వేగంగా పరుగెత్తే ఉత్తమ జాతికి చెందిన నాలుగు గుర్రాలను బహుమతిగా ఇచ్చాడు. నాకు సంతానం మరియు ఆహారం యొక్క ప్రయోజనాన్ని ఇవ్వండి.

4. ఋగ్వేదం, 7-18.24 :- సప్తలోకాలూ ఇంద్రుని వంటి సుదాసుని స్తుతిస్తాయి. అతని కీర్తి భూమి నుండి స్వర్గానికి ప్రతిధ్వనిస్తోంది. సమృద్ధిగా సంపదను ఇచ్చే సుదాసు కోసం, ప్రవహించే నదులు యుద్ధంలో యుధ్యమదిని నాశనం చేశాయి.

5. ఋగ్వేదం 7-18.25 :- ఓ మరుదగానా, సుదాసు తండ్రి దివోదాసు పట్ల నీవు దయ చూపినట్లే, యువ సుదాసు పట్ల కూడా అలాగే చేయి. పైజవాన్ కుమారుని ప్రశంసలతో సంతోషించండి మరియు అతని బలాన్ని మరియు శౌర్యాన్ని చెక్కుచెదరకుండా ఉంచండి.

సుదాస్ అనే మరో ఇద్దరు వ్యక్తుల వివరాలు విష్ణు పురాణంలో ఉన్నాయి. విష్ణు పురాణంలోని నాల్గవ అధ్యాయంలో, ఒక సుదాస్ రాజు సాగర్ వారసుడిగా వర్ణించబడింది.

కుటుంబ వృక్షం: కింగ్ సాగర్ నుండి సుదాస్ వరకు ఈ క్రింది విధంగా ఉంది:-

సాగర్ రాజు ఇద్దరు భార్యలు కశ్యపుని కుమార్తె సుమతి మరియు విదర్భ రాజు కుమార్తె కేశని. సంతానం లేని కారణంగా, రాజు అర్వ ఋషి సహాయం కోరాడు. మహర్షి తన భార్యలలో ఒకరికి ఒక కొడుకు, మరొకరికి అరవై వేల మంది కొడుకులు పుడతారని వరం ఇచ్చాడు. నిర్ణయం రాజు భార్యలకు వదిలివేయబడింది. కేశిని ఒక కొడుకు కావాలని తన కోరికను వ్యక్తం చేసింది మరియు సుమతి చాలా మందిని కలిగి ఉండాలని కోరుకుంది. కేశినికి అసమంజసుడు అనే కొడుకు పుట్టాడు. సాగర్ రాజవంశం గందరగోళంలో కొనసాగింది. వినత కూతురు సుమతి అరవై వేల మంది కొడుకులకు జన్మనిచ్చింది.

అస్మంజాస్‌కు ఒక కుమారుడు, అన్సుమాన్ మరియు అన్సుమాన్‌లకు దిలీప్ అనే కుమారుడు ఉన్నారు. దిలీపుని కొడుకు పేరు భగీరథుడు. అతను గంగను స్వర్గం నుండి భూమికి తీసుకువచ్చాడు, అందుకే గంగను అతని పేరుతో భాగీరథి అని పిలుస్తారు. భగీరథ కుమారుడు శ్రుస్, అతని కుమారుడు నాభాగ్, అతని కుమారుడు అంబరీష్ మరియు అంబరీష్ కుమారుడు సింధుద్వీపం. సింధుద్వీపం కుమారుడు అయుతాశ్వుడు, అయుతాశ్వ కుమారుడు ఋతుపర్ణుడు, ప్రసిద్ధ జూదగాడు నల్ స్నేహితుడు, ఋతుపర్ణ కుమారుడు సార్వకం, సార్వకం కుమారుడు సుదాసు, సుదాసు కుమారుడు సోదాస్. సోడాలను మిత్రషా అని కూడా అంటారు. ,

***

విష్ణు పురాణంలోని 19వ అధ్యాయంలో, పురు వంశస్థుడైన మరొక సుదాసుని వర్ణన ఇలా ఉంది:-పురు కుమారుడు జనమేజయుడు ప్రాచిన్వత్, అతని కుమారుడు ప్రవర, అతని కుమారుడు మనస్యు, అతని కుమారుడు భయద్, అతని కుమారుడు సుధామ్న, అతని కుమారుడు బహుగవ, అతని కుమారుడు సమ్మతి, అతని కుమారుడు. మంపతి కొడుకు రుద్రాశ్వుడికి ఋతేయుడు, కోక్షేయుడు,

స్థానాదిలేయుడు, ధృతేయుడు, జాలేయుడు, స్థలేయుడు, ధనేయుడు, వనేయుడు, వ్రతాయుడనే పదిమంది కుమారులు ఉన్నారు. రితేయుని కుమారుడైన రతీనార్‌కు తాన్స, అప్రితృత మరియు ధ్రువ అనే ముగ్గురు కుమారులు ఉన్నారు. కణ్వయన్ బ్రాహ్మణులు జన్మించిన రెండవ కుమారుడు కణ్వ మేఘితిథి అయ్యాడు. తన్సు కొడుకు అనిల్ నలుగురు కుమారులలో దుష్యంత్ పెద్దవాడు. దుష్యంతుని కుమారుడు భరత చక్రవర్తి రాజు అయ్యాడు.

భరత్ భార్యలు 9 మంది కుమారులకు జన్మనిచ్చారు. కానీ భరత్ తన వంతుగా పుట్టలేదని చెప్పడంతో, వారందరినీ వారి తల్లులు చంపారు. అనంతరం భారత్ ఎడారి ప్రజలను కొనియాడారు. మరుదగన్లు సంతోషించి, ఉతత్యుని భార్య మమత గర్భం నుండి బృహస్పతికి పుట్టిన కొడుకు భరద్వాజుని అతనికి ఇచ్చారు.

భరద్వాజ్ యొక్క మరొక పేరు వితత్. వితత కుమారుడు భవనమన్యుడు. అతనికి చాలా మంది కుమారులు ఉన్నారు. వీరిలో బృహత్క్షత్ర, మహావీర్య, నార్ మరియు గర్గ ప్రముఖులు. నారా కుమారులైన సంకృతికి రుచిరాధి మరియు రంతిదేవ్ జన్మించారు. గర్గ కుమారుడు సినీ వంశస్థులు సైనిక పుట్టుకతో గాగర్యులు మరియు క్షత్రియులు అయినప్పటికీ బ్రాహ్మణులుగా మారారు. మహావీర్యుని కుమారుడు ఉరక్షకు త్రయాయుర్ణుడు, పుష్కరన్ మరియు కపి అనే ముగ్గురు కుమారులు ఉన్నారు. కపి బ్రాహ్మణుడు అయ్యాడు. బృహత్క్షత్రం

కుమారుడు సుహౌత్రుడు. మరియు సుహోత్ర కుమారుడు హస్తిన్ హస్తినాపూర్ నగరాన్ని నిర్మించాడు. హస్తిన్‌కి అజమేధ్, ద్విమేధ్ మరియు పురుమేధ్ అనే కుమారులు ఉన్నారు. అజమేధుడికి కణ్వ అనే కుమారుడు ఉన్నాడు. కణ్వుడికి ఒక కుమారుడు మేధాతిథి మరియు మరొక కుమారుడు బృహదీష్ ఉన్నారు, అతని కుమారుడు బృహద్వసు, అతని కుమారుడు అహత్కర్మ, అతని కుమారుడు జయద్రథ, అతని కుమారుడు విశ్వజిత్, అతని కుమారుడు సెంజిత్ మరియు సేంజిత్‌లకు రుచిరాశ్వ, కశ్య, దృఢనాష్ మరియు వసహ్నులు ఉన్నారు. రుచిరాశ్వ కుమారుడు పృథసేనునికి పార్ మరియు పార్స్ నిప్ అనే కుమారులు ఉన్నారు. నిప్‌కు వంద మంది కుమారులు ఉన్నారు, వీరిలో కంపాల్య పాలకుడు సమర్ ముఖ్యుడు. సమర్ కుమారులు పరా, సాంప్ర మరియు సదాశ్వ. పరా కుమారుడు పృథు, అతని కుమారుడు సుకీర్తి, అతని కుమారుడు విభ్రాత్రి మరియు విభ్రాత్రి కుమారుడు అనుః. అనుః వ్యాసుని కుమారుడైన శుక్రుని కుమార్తె కృత్విని వివాహమాడింది. అతని నుండి బ్రహ్మదత్తుడు జన్మించాడు. బ్రహ్మదత్త

కుమారుడు విశ్వసేనుడు, అతని కుమారుడు ఉదక్సేన్, అతని కుమారుడు భల్లాత్. ద్విమిధ కుమారుడు యవినార్, అతని కుమారుడు తిమత్, అతని కుమారుడు సత్యకృతి, అతని కుమారుడు ధృఢ్నేమి, అతని కుమారుడు సుపార్శ్వ, అతని కుమారుడు మమతి, అతని కుమారుడు సన్నతిమత్, అతని కుమారుడు కృత. వీరికి హ్రణ్యానం యోగదర్శనం బోధించాడు మరియు సామవేదాన్ని అభ్యసించిన పర్వ బ్రాహ్మణులు ఉపయోగించిన 24 సంహితలను రచించాడు. క్షత్రియుల నిప వంశాన్ని నాశనం చేసిన కృత కుమారుడు ఉగ్రాయుధుడు. ఉగ్రయుద్ధుడు క్షేణుడు, అతని కుమారుడు సుబీరుడు, అతని కుమారుడు నృపంజయుడు, అతని కుమారుడు బహురథుడు. అతన్ని పౌరవ్ అని పిలిచేవారు. అజమేధుడికి నళిని అనే భార్య ఉంది, అతనికి నీల్ అనే కుమారుడు, అతని కుమారుడు శాంతి, అతని కుమారుడు సుశాంతి, అతని కుమారుడు పురుజన్, అతని కుమారుడు చక్షుడు, అతని కుమారుడు హర్యశ్వ, హర్యశ్వకు ఐదుగురు కుమారులు ముద్గల్, త్రింజయ్, బృహదీషుడు, ప్రవీర్ మరియు కంపిలయ ఉన్నారు. తన ఐదుగురు (ఐదుగురు) కుమారులు దేశాన్ని రక్షించగల సమర్థులని, అందుకే వారిని పాంచల్ అని పిలిచారని అతని తండ్రి చెప్పాడు. మౌద్గల్య బ్రాహ్మణ రాజవంశం ముద్గల్ నుండి ప్రారంభమైంది. అతనికి భవశ్వ అనే కుమారుడు కూడా ఉన్నాడు మరియు అతనికి ఇద్దరు కవల పిల్లలు, ఒక కుమారుడు మరియు ఒక కుమార్తె ఉన్నారు, వారి పేర్లు వరుసగా దివోదాస్ మరియు అహల్య.

***

దివోదాసు కొడుకు మిత్రాయుడు, అతని కొడుకు చ్యవనుడు, అతని కొడుకు సుదాసు, సహదేవ అని కూడా పిలువబడే అతని కొడుకు సొదాస్, అతని కొడుకు సోమక్, అతనికి వంద మంది కొడుకులు ఉన్నారు, వారిలో జంతు పెద్దవాడు, పేజ్ జూనియర్. పేజ్ ఎ కుమారుడు ద్రుపదుడు, అతని కుమారుడు దృష్టధుమ్నుడు, అతని కుమారుడు దృష్టకేతువు. అజమేఘానికి రిక్ష్ అనే మరో కొడుకు కూడా ఉన్నాడు. రిక్ష కుమారుడు సమవరన్, అతని కుమారుడు కురు. కురుని పేరు మీదుగా కురుక్షేత్రానికి పెట్టారు. అతనికి సుధాంశు, పరీక్షిత్ మరియు అనేకమంది కుమారులు ఉన్నారు. సుధాంశుని కుమారుడు సుహౌత్రుడు, అతని కుమారుడు చ్యవనుడు, చ్యవనుని కుమారుడు కితక మరియు కితక కుమారుడు ఉపరిచర్. ఉపరిచార (బాస్)కి బ్రహ్మద్రథుడు, ప్రత్యాగ్రుడు, కుశంభుడు, మావెల, మత్స్య మొదలైన ఏడుగురు కుమారులు ఉన్నారు. బ్రహ్మద్రయ కుమారుడు కుశాగ్రుడు,

కుశగ్రుని కుమారుడు ఋషభుడు, అతని కుమారుడు పుష్పవత్, అతని కుమారుడు అత్యధృత్, అతని కుమారుడు సుధన్వుడు మరియు సుధన్వ కుమారుడు జాంతుడు. వృహద్రష్టకు జరాసింధుడు అనే పేరుతో ప్రసిద్ధుడైన మరొక కుమారుడు కూడా ఉన్నాడు. జరాసింధుని సహదేవుడు, సహదేవుని సోమపాయ్ మరియు సోమపాయుని సురశ్రవ. అతను మగధ రాజు. క్లుప్తంగా, ముగ్గురు సుదాల వంశావళి ఈ క్రింది విధంగా ఉంది.

ఋగ్వేదంలో సుదాస్			ష్ణు పురాణంలో సుదాస్	
7-18.22 ప్రకారం	7-18.23 ప్రకారం	8-18.25 ప్రకారం	సాగర్వంశ్‌లో సుదాస్	పురువంశ్‌లో సుదాస్
దేవవ్రత పావురం సుదాస్	పావురం సుదాస్	డియోడాస్-పిజ్వాన్ సుదాస్	సీజన్ రంగు అన్ని పని సుదాస్ ఒప్పందాలు స్నేహితులతో	బాహ్య వాతావరణం దివోదాస్ మిత్ర్యు చ్యవనుడు సుదాస్ ఒప్పందాలు సోమక్

పై పట్టికల నుండి రెండు విషయాలు స్పష్టంగా ఉన్నాయి:-

1. విష్ణు పురాణంలోని సుదాస్‌కు ఋగ్వేదంలోని సుదాస్‌తో సంబంధం లేదు.

2. మహాభారతంలో చర్చించబడిన పైజ్వాన్ ఋగ్వేదంలోని సుదాస్‌ను పోలి ఉంటుంది.

పిజ్వాన్ కొడుకు కావడంతో సుదాస్‌ని పైజ్వాన్ అని కూడా పిలుస్తారు. వీరి మరో పేరు దివోదాస్. అదృష్టవశాత్తూ నా వివరణను ప్రొ. బేబర్‌తో సమావేశమయ్యారు. మహాభారతంలోని శాంతి పర్వానికి సంబంధించిన సంబంధిత శ్లోకాలపై వ్యాఖ్యానిస్తూ, ప్రొ. బాబర్ చెప్పారు:-

పైజ్వాన్ యొక్క ఒక ముఖ్యమైన కథ వివరించబడింది. యాగానికి ప్రసిద్ధి చెందిన పైజవాన్ లేదా సుదాస్ ఋగ్వేదంలో విశ్వామిత్రుని రక్షకుడిగా మరియు వశిష్ఠ శత్రువుగా వర్ణించబడింది. అతడు శూద్రుడు.ప్రొ. దురదృష్టవశాత్తు, బాబర్ ఈ ప్రకరణం యొక్క ప్రాముఖ్యతను అర్థం చేసుకోలేదు. నాకు అది కూడా

సరిపోతుంది మహాభారతంలోని పైజ్వాన్ మరియు ఋగ్వేదంలోని సుదాస్ ఇద్దరు వేర్వేరు వ్యక్తులు కాదు, ఒక్కరే అని అర్థం చేసుకుందాం.

III

సుదాస్-పైజ్వాన్ గురించి మనకు ఏమి తెలుసు?

- పైజ్వాన్ గురించి ఈ క్రింది వివరాలు అందుబాటులో ఉన్నాయి (1) సుదాస్ బానిస లేదా ఆర్యుడు కాదు. దాస్ మరియు ఆర్యులు అతని శత్రువులు. అంటే అతడు వైదిక ఆర్యుడు అని అర్థం.

(2) సుదాస్ తండ్రి డియోదాస్ వధ్యశ్వ యొక్క దత్తపుత్రుడు. దివోదాస్ రాజు టర్బాస్ మరియు యాద్ శంబర్ పర్వ్ మరియు కరంజ్ మరియు గుంగుతో చాలాసార్లు పోరాడాడు. దివోదాస్ మరియు తుర్యవనుల మధ్య యుద్ధం జరిగింది మరియు తుర్యవనుడు విజయం సాధించాడు. ఇంద్ర దివోదాస్‌పై యుద్ధం జరుగుతున్న సమయంలో తెలుస్తోంది

ఉంది. సుదాస్ తన పూజారి భరద్వాజకు చాలా బహుమతులు ఇచ్చాడు. భరద్వాజ మోసం చేశాడు మరియు అతను దివోదాస్ యొక్క శత్రువు అయిన తుర్యవనుడిని కలుసుకున్నాడు. సుదాస్ తల్లి

అతని గురించి ఏమీ తెలియదు, కానీ అశ్వినీకుమారుల అనుగ్రహంతో పొందిన అతని భార్య పేరు సుదేవి అని చెప్పబడింది. (మూడు) సుదాసు రాజు మరియు అతని పట్టాభిషేకం బ్రహ్మఋషి వశిష్ఠచే చేయబడ్డాడు.

రాజుల మహాభిషేక ఉత్సవాలను నిర్వహించే పూజారుల వర్ణన ఐతరేయ బ్రాహ్మణంలో ఈ క్రింది విధంగా ఉంది.

భృగువు కుమారుడు చ్యవనుడు మనువు కుమారుడైన తిని అభిషేకించాడు. యయాతి భూమిని జయిస్తూ అశ్వమేధ యాగం చేసాడు.

వజ్రపాన కుమారుడైన సమాసుషం, సత్రాజిత్తు కుమారుడు షట్నిక్‌చే పవిత్రం చేయబడ్డాడు. సమస్త ప్రపంచాన్ని జయించి అశ్వమేధ యాగాన్ని చేశాడు.

పర్వతం, నారదులు అంబాష్టయ, అభిషేకం నిర్వహించారు. అంబస్థయ్య అన్నిచోట్లా గెలిచి అశ్వమేధ యాగం చేశాడు.

కశ్యపుడు భవాని కుమారుడైన విశ్వకర్మను అభిషేకించాడు. విశ్వకర్మ మొత్తం భూమిని జయించి అశ్వమేధ యాగం చేసాడు. విశ్వకర్మను స్తుతిస్తూ పృథ్వీ ఇలా అన్నాడు:-

ఓ విశ్వకర్మా, ఏ మనుష్యుడు నాకు ఇలా దానమివ్వలేడు. మీరు నాకు దానం చేసారు. నేను సముద్రంలో కలిసిపోతాను. కశ్యప్‌కి ఇచ్చిన మాట ఫలించలేదు.

వశిష్ఠుడు పిజ్వాన్ కొడుకు సుదాసుని అభిషేకించాడు. గ్రహాలన్నిటినీ జయించి అశ్వమేధ యాగం చేశాడు.

అంగీర పుత్రుడు సంవర్తుడు మరుత్తును ప్రతిష్ఠించాడు. మరుత్ అన్ని గ్రహాలను జయించి అశ్వమేధ యాగం చేసాడు.

పై జాబితాలో, వశిష్ఠుడు సుదాసుని పవిత్రం చేయడం గురించి స్పష్టమైన మరియు నిర్దిష్టమైన ప్రస్తావన ఉంది. సుదాస్ ప్రసిద్ధ దశ రాజన్ (పది రాజులు) యుద్ధంలో హీరో. ఈ యుద్ధం యొక్క వివరణ ఋగ్వేదంలోని ఏడవ అధ్యాయంలోని అనేక శ్లోకాలలో కనిపిస్తుంది. ఇది సూక్తం 83లో చెప్పబడింది

4. ఓ ఇంద్రా, వరుణా, నీ ఘోరమైన గ్రంథాలతో భేదుడు అనే శత్రువును సంహరించి సుదాసుని రక్షించావు. యుద్ధం సందర్భంగా, త్రిత్సస్ ప్రార్థనలను నేను విన్నాను, అది వారికి నా అర్చకత్వం ఫలవంతం కావచ్చు.

6. ఓ ఇంద్రా మరియు వరుణా, సుదాస్ మరియు విత్సుడు యుద్ధం ద్వారా ధనాన్ని సంపాదించడానికి నిన్ను ఆశ్రయించారు. పది మంది రాజులు వారిపై దాడి చేసినప్పుడు, మీరు వారిద్దరినీ (సుదాస్ మరియు త్రిత్సు) రక్షించారు.

7. ఓ ఇంద్రా, వరుణా, పదిమంది అధర్మ రాజులు ఏకమైనా సుదాసుల ముందు నిలబడలేరు.

భక్తుల మూలంగా ద్రవాలతో కూడిన యాగం విజయవంతమైంది. అతని యాగంలో దేవతలందరూ ఉన్నారు.

9. ఓ ఇంద్రా మరియు వరుణా, మీలో ఒకరు యుద్ధంలో శత్రువులను చంపుతారు మరియు మరొకరు ఎల్లప్పుడూ మతపరమైన ఆచారాలను రక్షిస్తారు. మేము నిన్ను స్తుతిస్తున్నాము మరియు మీకు విజ్ఞప్తి చేస్తున్నాము, దయచేసి మాపై దయ చూపండి.

సూక్త 33 ప్రకారం:-

పాషాదుమ్నా ఓటమిపై, సుదాస్ ఆలయాలకు నైవేద్యాలు సమర్పించాడు. అందుకు అంగీకరించే క్రమంలో ఇంద్రుడిని పిలిచారు. ఇంద్రుడు త్వరత్వరగా వాయత్ కుమారుడు పాశధుమ్న భాగపు సోమమును వశిష్ఠునిపై పోశాడు.

3. సుదాస్ అదే వేగంతో సింధు నదిని దాటి తన శత్రువులను ఓడించాడు. అదేవిధంగా, వశిష్ఠుడు, తన ప్రశంసలతో, పది మంది రాజుల నుండి సదాలను రక్షించడానికి ఇంద్రుడిని సిద్ధం చేశాడు.

దాహంతో బాధపడి, వర్ధంతిని ప్రార్థిస్తూ, దాశరాజుతో జరిగిన యుద్ధంలో, వశిష్ఠుడు, త్రిత్సల సహాయంతో, ఇంద్రుడిని సూర్యుడిలా ప్రకాశవంతంగా మార్చాడు. ఇంద్రుడు వశిష్ఠుని ప్రార్థనను ఆలకించి త్రిత్సులకు విశాలమైన భూములను ప్రసాదించాడు.

ఇది సూక్తం 19 లో చెప్పబడింది:-

3. ఓ ఇంద్రా, నైవేద్యాన్ని అర్పించిన సుదాసుని నువ్వు అన్ని విధాలుగా రక్షించావు. భూమిపై ఆధిపత్యాన్ని స్థాపించడానికి మీరు యుద్ధంలో పురుకుత్స కుమారుడు త్రిసదస్యుని మరియు పురుని ఓడించారు.

శత్రువుల నుండి రక్షించబడింది.

6. ఓ ఇంద్రా, ఉదారమైన సుదాసుపై నీ ఆశీస్సులు అనంతం. నీ రెండు శక్తివంతమైన గుర్రాలను నేను కట్టివేస్తాను. మా స్తోత్రము మీకు చేరును గాక.

ఏడవ మండలం సూక్తం 18లో ఇలా చెప్పబడింది:-

5. స్తుతింపదగిన ఇంద్రుడు యరుతని నదిలోని లోతైన జలాలను సుదాస్‌కు అందుబాటులోకి తెచ్చాడు. స్తోత కోసం, సాయంత్రం నదుల అలలు మరియు అడ్డంకులు తొలగించబడ్డాయి.

6. కేతారద్ వందే నివాసి అయిన తుర్వష్, నీటిలో ఒక చేప, డబ్బు కోసం సుదాస్ వద్దకు వెళ్ళాడు, అయితే ఒక చేపలాగా బాధపడుతూనే ఉన్నాడు మరియు అప్పుడు భృగు మరియు ద్రహ్యుడు అతన్ని సుదాస్‌ని కలుసుకునేలా చేసాడు. ఈ రెండూ మొత్తం భూమిని వివరించాయి. ఇంద్రుడు, సుదాసు స్నేహితుడు

దీని నుండి సుదాస్‌ను రక్షించాడు.

7. నైవేద్యాలను జీర్ణించుకునేవాడు, సద్బుద్ధి గల నోరు, తపస్సుచే బాధింపబడని రోగగ్రస్తమైన చేతులు మరియు మంగళకరమైన వ్యక్తులు ఇంద్రుని స్తుతించారు. ఇంద్రుడు ఆర్యుల గోవులను ఆవు స్మగ్లర్ల నుండి విడిపించాడు మరియు శత్రువులను చంపాడు.

8. దుష్ట మనస్ మరియు మందమతి శత్రువులు పరుష్ణి నదిని తవ్వి దాని రెండు ఒడ్డులను నాశనం చేశారు.

పడిపోయింది. కానీ ఇంద్రుని దయతో, సుదాస్ ప్రపంచ ప్రసిద్ధి చెందాడు మరియు చమ్మన్ కొడుకును సుదాస్ చంపాడు.

9. పరుష్ణి నది నీరు గమ్యం ప్రవాహంలో సాధారణంగా ప్రవహించడం ప్రారంభించింది. సుదాస్ రాజు గుర్రం కూడా తన గమ్యస్థానానికి వెళ్ళింది. ఇంద్రుడు సుదాస్ యొక్క అనేక శత్రువులను ఓడించాడు.

10. తన పూర్వపు వాగ్దానం ప్రకారం, అతని తల్లి ప్రిష్ని వివిధ రంగుల జంతువులపై అమర్చబడిన ఎడారిని ఇంద్రునికి పంపింది. కాపరులు తమ ఆవులు లేకుండా బార్లీకి వెళ్ళే వేగంతో ఎడారి ప్రజలు ఇంద్రుని వద్దకు వెళ్లారు. నియుత్ అనే మరుత్తుల గుర్రం వారిని వేగంగా అక్కడికి తీసుకెళ్లింది.

11, రాజుకు సహాయం చేయడానికి ఇంద్రుడు మరుదుగణాన్ని సృష్టించాడు. ఔత్సాహిక రాజు పురుషిణి నది ఒడ్డున 21 మంది మానవులను బలి ఇచ్చాడు.

12. ఓ ఇంద్రా, నీ భయంతో శ్రుత, కవశ వృద్ధ, ద్రహ్యులు నదిలో కొట్టుకుపోయారు. నిన్ను స్తుతించి నీ స్నేహాన్ని అంగీకరించిన వారు వర్ధిల్లారు.

13, శక్తిపూజ్ ఇంద్రుడు వారి ఏడు (7) అజేయ నగరాలను త్వరగా నాశనం చేశాడు. అతను అను కొడుకు నివాసాన్ని లాక్కొని త్రిత్సుకు బహుమతిగా ఇచ్చాడు. ఇంద్రుని కృపతో చెడు మాట్లాడే వారిని జయిద్దాం.

14. గొప్ప సుదాసుని పశువులను తీసుకెళ్ళాలని కోరుకున్న అరవై ఆరువేల ఆరువందల అరవై మంది అను మరియు ద్రహ్యుల యోధులు ఇంద్రుని మహిమాన్విత చర్యచే నాశనం చేయబడ్డారు.

15. ఉద్ధత్ పృత్సుడు అనుకోకుండా ఇంద్రునితో ఇబ్బందుల్లో పడ్డాడు కానీ తరువాత సుదాస్ కోసం అన్ని సంపదలను వదిలి నది యొక్క బలమైన ప్రవాహంలా పారిపోయాడు.

16. ఇంద్రుడు తన సీనియర్ సుదాస్ శత్రువులను నాశనం చేశాడు. ఇంద్రుడు సుదాస్ శత్రువులను ప్రేరేపించి, వారిని సుదాస్‌కు వ్యతిరేకంగా నిలబెట్టి, వారిని పారిపోయేలా చేశాడు.

17. ఇంద్రుడు అకించన్ దానాన్ని నెరవేర్చాడు, సింహాన్ని మేకతో మరియు సూది కొనతో చంపాడు.

యజ్ఞ స్థంభం నరికి శత్రువుల దోపిడీ ద్వారా లభించిన సంపదను సుదాసుకు అప్పగించారు. 18. ఓ ఇంద్రా, దుర్మార్గుడైన భేద్ తన అసంఖ్యాక శత్రువులను బానిసలుగా చేసుకున్నాడు. నిన్ను క్రూరంగా పిలిచే వారిని ఆయన రక్షిస్తాడు. పిడుగుపాటుతో కొట్టండి.

19. యమునా తీరాల నివాసులు మరియు విత్సులు యుద్ధంలో మేడను చంపడానికి ఇంద్రుడిని ప్రార్థించారు. అజ, శీఘ్రుడు, యక్షులు ఇంద్రుని కోసం యాగం చేసి గుర్రాల తలలను బలి ఇచ్చారు.

20. ఇంద్రా, నీ సైన్యం మరియు శ్రేయస్సు అపరిమితమైనవి. ప్రతి ప్రభావం యొక్క గణన వలె పాత మరియు కొత్త గణన అసాధ్యం. మన్యమాన్ మరియు శంబరుల కుమారుడైన దేవక్‌ను నీవు చంపావు

పర్వతం నుండి క్రిందికి నెట్టబడింది.

ఈ యుద్ధంలో సుదాసుతో పోరాడిన రాజులు ఇలా ఉన్నారు. :- 1. శిన్యు, 2. తుర్వశ, 3. ద్రుహ్యు, 4. కవాష్, 5. పురు, 6. అను, 7. మేడ్, 8. శంబరు, 9. వైకర్ణ, 10. వైకర్ణ (రెండవ), 11. యదు, . చ్యమన్ కవి, 25. సూతుక, 26. ఉచత, 27. శ్రుత, 28. వృద్ధ, 29. మన్యు మరియు 30 పృథ.

సహజంగానే యుద్ధం దాని పేరు కంటే చాలా పెద్దది మరియు భారతీయ ఆర్యుల చరిత్రలో ఒక ముఖ్యమైన సంఘటన అయి ఉండాలి. యుద్ధంలో విజేతగా నిలిచిన సుదాసును తన కాలంలోని గొప్ప వీరుడు అని పిలుచుకోవడంలో అతిశయోక్తి లేదు. యుద్ధానికి కారణం ఏమిటో ఖచ్చితంగా తెలియదు. ఋగ్వేదంలో (7.83.7), సుదాస్‌ను ఎదిరించే రాజులను అధర్మపరులుగా పిలుస్తారు. అందువల్ల, ఇది మతపరమైన యుద్ధమేనని భావిస్తున్నారు. (4) సాయనాచార్య మరియు జానపద కథల ప్రకారం, కింది రాజులు ఋగ్వేదంలోని క్రింది మంత్రాల సృష్టికర్తలు:-

10.9 :- బితవ్య (భరద్వాజ్)

10.75 :- సింధుద్వీపం, అంబరీష్ కుమారుడు (త్రిసరస్, యతవిష్ఠ కుమారుడు).

10.133 :- ప్రియమఘుని కుమారుడు సింధుక్షిత్.

10.134 :- పిజ్వాన్ కుమారుడు సుదాస్.

10.179 :- యువనాస్వా కుమారుడు మంధాత్రి.

10-148:- అసినార్ కుమారుడు శివి, కాశీ రాజు ప్రతర్ధన్, దివోదాసు కుమారుడు మరియు రోహిదశ్వ కుమారుడు వసుమనస్ పృథి వైన్యానికి చెందినవారుగా ప్రకటించబడ్డారు.

పై పట్టికలో, వేద మంత్రాల సృష్టికర్తగా సుదాస్ పేరు ప్రస్తావించబడింది.

(ఐదు) ఋగ్వేదం (3.53) ప్రకారం, సుదాసు అశ్వమేధ యాగం చేశాడు:-

9. మహాముని దేవగన్ జనకుని దేవతలను ఆకర్షించాడు. విశ్వామిత్రుడు సుదాస్ యాగం చేసినప్పుడు, అతను నదుల ప్రవాహాన్ని ఆపివేసాడు, ఇంద్రుడు మరియు కుశికుడు సంతోషించారు.

11. ఓ కుశిక్, నీవు ముందుకు సాగి సుదాసు గుర్రాన్ని ప్రోత్సహించి, రాజ్యం యొక్క శ్రేయస్సు కోసం విజయాన్ని సాధించేలా అతనిని ప్రేరేపించు. దేవరాజ్ ఇంద్రుడు తూర్పు, పడమర మరియు ఉత్తర దిశలలో వృత్రుడిని నాశనం చేశాడు. కావున సుదాసు భూలోకమున పుణ్యస్థలములలో ఇంద్రుని పూజించవలెను.

(6) బ్రాహ్మణుల పట్ల దాతృత్వానికి ప్రసిద్ధి చెందిన సుదాస్‌ను అతిజ్ఞ అని పిలుస్తారు. అతని దానధర్మం కారణంగా బ్రాహ్మణులు అతనిని ఎలా స్తుతించారో, ఋగ్వేదంలో చూడండి:- 47.6:- ఓ అశ్విన్, నీ రథంలో సంపదను ఎక్కించుకుని, సుదాలకు సంపదను, సముద్రం లేదా ఆకాశం ద్వారా సంపదను ఇవ్వండి.

మాకు అపారమైన దక్షిణ లభించేలా పంపండి.

63.7:- ఇంద్రుడు, పురుకుత్సలోని ఏడు నగరాలను నాశనం చేసేవాడు, సుదాసుల కష్టాలను నాశనం చేసేవాడు, ఇప్పుడు పురుపై వర్షం కురిపించాడు.

1.112.19:- ఓ అశ్విన్, కీర్తి మరియు బలాన్ని ప్రసాదించే శక్తితో సుదాస్ వద్దకు రా. 7.19.3:- ఇంద్రా, సుదాసుని స్తుతించినందుకు, నీవు ప్రతివిధమైన సహాయము చేసి అతనిని రక్షించావు. నీవు పురుకుత్స కుమారుడైన త్రసదస్యుని రక్షించి, పురుని శత్రువులను సంహరించడంలో తన శక్తి మేరకు సహాయం చేసావు.యొక్క.

7.20.2:- వృత్రనాశకుడైన ఇంద్రుడు తన భక్తులను రక్షిస్తాడు, సుదాసుకి స్థానం (గౌరవం) ఇస్తాడు మరియు తన భక్తులకు సంపదను ఇస్తాడు.

7.25.3:- సుదాస్‌కి వందసార్లు సహాయం చేయండి. కోరుకున్న బహుమతి ఇవ్వండి, శ్రేయస్సును ప్రసాదించండి. విధ్వంసక ఆయుధాలను నాశనం చేయండి. మాకు కీర్తి మరియు సంపదను ఇవ్వండి.

7.32.10:- ఇంద్రుడు, మరుత్తుల నుండి రక్షించబడిన సుదాసుని రథాన్ని ఆపే శక్తి ఎవరికీ లేదు. అతను జంతువులతో నిండిన పచ్చిక బయళ్లలో స్వేచ్ఛగా తిరుగుతాడు.

7.53.3- ఓ ఆకాశా మరియు వసుంధరా, సుదాస్‌కు అపారమైన సంపదను బహుమతిగా ఇవ్వండి.

7.60.8:- అదితి, మిత్ర మరియు వరుణుడు సుదాసులకు రక్షణ కల్పిస్తారు, కాబట్టి ఓ ఆరాధకులారా, మనం దేవతలపై ఎలాంటి నేరం చేయకూడదు. ఓ ఆర్యమాన్, మా శత్రువుల నుండి మమ్మల్ని విడిపించు. హే

దేవా, సుదాసుకి పుష్కలమైన నైవేద్యాలు అందించు.

ఇవి ఋగ్వేదం నుండి సంకలనం చేయబడిన పైజ్వాన్ జీవిత చరిత్ర నుండి సారాంశాలు మరియు మహాభారతంలోని శాంతి పర్వంలో వివరించబడ్డాయి.

ఉన్నాయి. అతని అసలు పేరు సుదాస్ అని ఋగ్వేదం ద్వారా మనకు తెలుసు. మహాభారతంలో అతన్ని శూద్రుడిగా వర్ణించారు, ఇది పూర్తిగా కొత్త విషయం. శూద్రుడు ఆర్యుడు, శూద్రుడు క్షత్రియుడు మరియు శూద్రుడు రాజు. ఇంతకంటే ఆశ్చర్యకరమైన విప్లవం ఏముంటుంది?

జీవిత చరిత్ర కోసం శోధనను ముగించే ముందు, మూడు ముఖ్యమైన ప్రశ్నలను పరిగణనలోకి తీసుకోవడం చాలా ముఖ్యం:

1. సుదాస్ ఆర్యనా?

2. సుదాస్ ఆర్యన్ అయితే అతని కులం ఏమిటి?

3. సుదాస్ శూద్రుడు అయితే శూద్రుడు అంటే ఏమిటి?

మేము రెండవ ప్రశ్నతో ప్రారంభించడం మంచిది. దీనిని పరిష్కరించడానికి మనం ఋగ్వేదాన్ని ఆశ్రయిస్తాము. ఋగ్వేదంలో, త్రిత్సు, భరత్, తుర్వష్, ద్రహ్యు, యదు, పురు మరియు అను మొదలైన అనేక కులాల వర్ణన ఉంది. ఋగ్వేదంలోని ఆధారాల ప్రకారం, సుదాస్ పురు, త్రిత్సు మరియు భరత కులాలకు సంబంధించినవాడు. అస్తు మాకు

మీ శోధనను ఈ మూడు కులాలకే పరిమితం చేస్తే బాగుంటుంది.

ఋగ్వేదంలో సుదాస్ మరియు త్రిత్సుల మధ్య సంబంధం ఈ క్రింది విధంగా చిత్రీకరించబడింది

1. మంత్రం 1.63.7లో, దివోదాస్‌ను పురు గణ రాజు అని పిలుస్తారు

2. దివోదాస్ పౌర్ మంత్రం 1.130.7లో వివరించబడింది. అంటే పురు వంశస్థుడు.

3. మంత్రం 7.18.15 ప్రకారం, సుదాస్ ట్రిట్సస్ యొక్క రహస్య ప్రదేశాలపై దాడి చేశాడు. త్రిత్సుడు పారిపోయాడు మరియు అతని ఆస్తి సుదాస్ చేతిలో పడింది. అంటే, సుదాస్ విత్సు ప్రస్తావించబడలేదు:-

4. మంత్రం 7.83.6. సుదాస్ మరియు విత్సు దాసరాజన్ ప్రకారం యుద్ధంలో ఒక పార్టీ, కానీ వారు విడివిడిగా చూపబడ్డారు.

5. మంత్రం 7.35.5. మరియు 7.83.4లో సుదాస్ త్రిత్సస్ రాజుగా వర్ణించబడ్డాడు. ఋగ్వేదంలో విత్సుడు మరియు భరతుడు మరియు సుదాసుల మధ్య ఉన్న సంబంధాన్ని గురించి ఈ క్రింది ఆధారాలు అందుబాటులో ఉన్నాయి.

6. మంత్రం 7.33.6. ఇందులో త్రిత్సు మరియు భారత్ ఒకటిగా వర్ణించబడింది.

7. మంత్రం 7.16.4, 6.19లో, సుదాస్ తండ్రి దివోదాస్‌కు భారత్‌తో ఉన్న సంబంధం ప్రస్తావించబడింది. పురు, త్రిత్సు మరియు భరత్ అనేవి ఒక కులానికి చెందిన వేర్వేరు శాఖలుగా లేదా కాలక్రమేణా ఒకటిగా మారిన వివిధ కులాలు అని పై సంఘటనల ద్వారా స్పష్టమవుతుంది. ఇది అసాధ్యం కూడా కాదు. మూడు కులాలు వేర్వేరు అని మనం అనుకుంటే, సహజంగానే సుదాల కులం ఏమిటి అనే ప్రశ్న తలెత్తుతుంది. సుదాస్ తండ్రి దివోదాస్‌కి పూరు మరియు భరతుడితో ఉన్న సంబంధాన్ని చూస్తుంటే, సుదాస్ వాస్తవానికి పూరు లేదా భరతుడితో సంబంధం కలిగి ఉన్నాడని నమ్మడం సహజం మరియు చెప్పడం కష్టం. సుదాస్ తండ్రి దివోదాస్‌ను భరత్‌గా పరిగణిస్తే, సుదాస్ కూడా భరత్‌గా పరిగణించబడతారు.

ఇప్పుడు భరత్ అనే ప్రశ్న తలెత్తుతోంది. ఈ దేశానికి భరత్ భూమి అని పేరు పెట్టింది వాళ్లేనా? ఇది చాలా ముఖ్యమైన ప్రశ్న ఎందుకంటే చాలా మందికి ఈ నిజం గురించి తెలియదు. హిందువులు భారతదేశం గురించి మాట్లాడినప్పుడల్లా, దుష్యంత్ మరియు శకుంతల కుమారుడైన భరతుడు వారి మనస్సులో ఉంటాడు మరియు వారికి మరే ఇతర భారతదేశం పేరు కూడా తెలియదు. అందువల్ల, దుష్యంత్ కుమారుడు భరత్ పేరు మీదుగా భారతదేశం అని పేరు పెట్టబడిందని వారు నమ్ముతారు.

రెండు భరత కులాలు ఒకదానికొకటి భిన్నంగా ఉంటాయి. ఒకటి దుష్యంత్ కుమారుడు భరత్, అతని వర్ణన మహాభారతంలో కనిపిస్తుంది మరియు మరొకటి భరత్ ఋగ్వేదంలో పేర్కొన్న మనువు వంశస్థుడు, వీరిలో సుదాస్ కూడా ఉన్నారు. ఈ దేశానికి ఋగ్వేద భారతాల పేరు పెట్టబడింది మరియు దుష్యంత్ యొక్క భారత్ పేరు మీద కాదు. ఇది భగవత్ పురాణంలో వివరించబడింది.

ప్రియవ్రద స్వయంభువ మనువు కుమారుడు అగ్రీద్ర కుమారుడు
అగ్రీద్ర మరియు అతని కుమారుడు నాభి ఋషభుడు
ఆమెకు మాయలో నైపుణ్యం కలిగిన వందమంది కొడుకులు ఉన్నారు
వారిలో పెద్దవాడు భరతుడు నారాయణునికి భక్తుడు.
ఇది ఉత్తరభారతం పేరుతో ప్రసిద్ధి చెందిన దేశం.

భావము: ఖుదాభుని కుమారుడైన మనువుకు ప్రియంవదుడు అనే కుమారుడు ఉన్నాడు. అతని కొడుకు అగ్నిద్. అగ్నిద్ కుమారుడు నాభి మరియు నాభి కుమారుడు రిషభుడు. రిషభ్‌కు మరొక వేదవిద్ కుమారుడు ఉన్నాడు, వీరిలో భరత్ జ్యేష్ఠ, నారాయణుని యొక్క గొప్ప భక్తుడు. ఆయన పేరు మీదుగా ఈ దేశానికి ఇండియా అని పేరు పెట్టారు.సుదాసు ఏ మహిమాన్విత రాజుల వంశస్థుడని పైన పేర్కొన్నదాని నుండి తెలుస్తుంది.

ఇక సుదాస్ ఆర్య కాదా అనేది తేలాల్సి ఉంది. భరత్ ఆర్యన్, కాబట్టి సుదాస్ కూడా ఆర్యన్. ఋగ్వేద మంత్రాలు 7.18.7. దీంతో సుదాస్ ఆర్యన్ అనే సందేహం కలుగుతోంది. ఎందుకంటే దీన్ని బట్టి విత్సు ఆర్యుడు కాదని తెలుస్తోంది. వారి ప్రకారం, ఇంద్రుడు త్రిస్తుల నుండి ఆర్య గోవులను విడిపించాడు మరియు త్రిస్తులను చంపి ఆర్యులను రక్షించాడు. అందుకే త్రిత్సుడు ఆర్యులకు శత్రువు. మిస్టర్ గ్రిఫిత్ కూడా ట్రిట్సులను నాన్-ఆర్యన్స్ అని పిలిచినప్పుడు గందరగోళానికి గురయ్యాడు. ఋగ్వేదం మతం మరియు కులాల ఆధారంగా రెండు వేర్వేరు ఆర్య కులాలను వివరిస్తుందని అతను మరచిపోయినందున, చెప్పిన మంత్రం యొక్క సాహిత్యపరమైన అర్థం కారణంగా ఇది జరిగింది. వాస్తవాల దృష్ట్యా, ఈ మంత్రాన్ని రచించే సమయంలో, త్రిత్సు మరియు ఆర్య మతం ఆధారంగా ఐక్యంగా లేరని తెలుస్తోంది. అయినప్పటికీ, వారు ఆర్యులు కాదని దీని అర్థం కాదు. అతను ఆర్యుడు. విత్సు ఆర్యుడు అని కూడా నిస్సందేహంగా రుజువైంది. సుదాస్ భరత్ లేదా త్రిత్సు అయి ఉండవచ్చు, అతను ఆర్యుడు.

చివరి ప్రశ్న 'శూద్ర' అంటే ఏమిటి? సుదాసు శూద్రుడు అని తేలిన తర్వాత ఆ పదానికి అర్థం మారిపోయింది. ఈ కొత్త ఆవిష్కరణ మునుపటి పరిశోధకులకు ఆశ్చర్యం కలిగిస్తుంది, ఎందుకంటే వారు అనాగరిక మరియు అడవి ఆదిమ జాతులను మాత్రమే శూద్రులుగా పరిగణించారు. దీనికి కారణం వైదిక ఆర్యుల సామాజిక నిర్మాణాన్ని పూర్తిగా అధ్యయనం చేయకపోవడమే. ప్రాచీన సమాజం కులం, ఉపకులం, వంశం మరియు గోత్రాల ఆధారంగా అనేక చిన్న సమూహాలుగా విభజించబడింది. కాబట్టి, శూద్రుడు ఏ కులం, వంశం లేదా వంశం అని చెప్పడం కష్టం.

ఒక వంశానికి చెందిన వారు ఒకే వంశం ఆధారంగా మరొక వంశంలో చేరినప్పుడు, వారు ఒక పెద్ద సంఘంగా మారారు మరియు వారి సామాజిక ప్రయోజనాలు మరియు తీజ్ పండుగలు జరుగుతాయి.వారు ఒకేలా ఉంటే అది సంఘం అవుతుంది. ఈ బంధం కొంతవరకు వదులుగా ఉంది మరియు వారి సంభోగం లాంఛనప్రాయమైన లేదా కూర్చోవడం తప్ప మరేమీ కాదు. ఈ సోదర భావం బంధుత్వంగా అభివృద్ధి చెందుతుంది మరియు మొత్తం వంశం రెండు వంశాల కలయికగా మారుతుంది. ఈ తరగతులన్నీ, వారు వంశం, సోదరభావం లేదా బంధుత్వానికి సంబంధించినవైనా, వారి మధ్య ఒక సంబంధం ఏర్పడుతుంది.నిస్సందేహంగా వైదిక ఆర్యులలో కూడా ఇటువంటి సామాజిక సంఘాలు ఉన్నాయి. చెప్పిన జాబితాల నుండి ఇది స్పష్టంగా ఉంది. సెనార్ట్ చెప్పారు:-

"బాహ్య మరియు సామాజిక సంబంధాలకు సంబంధించి వేద మంత్రాలలో అనిశ్చితి ఉంది. ఆర్యన్ సమాజంలో చాలా తెగలు లేదా ప్రజలు వంశాలుగా విభజించబడ్డారని కనీసం వారి గురించి మనకు తెలుసు. వారిలో 'విశాలు' ఎక్కువగా ఉండేవి. తర్వాత కుటుంబాలుగా విడిపోయారు. ఈ విషయంలో, ఋగ్వేదం

పరిభాషలో కొంత అసంపూర్ణత ఉంది. కానీ సాధారణ వాస్తవం స్పష్టంగా ఉంది. కులం మరియు కుల సోదరుడు అనే పదానికి అర్థం వేదంలోని 'విష్' అనే పదం ద్వారా సూచించబడుతుంది. కుల స్వరూపమైన కులానికి విస్తృత ప్రాముఖ్యత ఉన్నప్పుడు, అది కులం అయింది. 'విష్', 'వృజన్', 'వ్రజ్', 'వ్రత్' అనేవి తెగల విభజనలకు పర్యాయపదాలు, ఆర్యన్ ప్రజల గురించి, వారు సంప్రదాయాల ఆధారంగా సంస్థలుగా విభజించబడినట్లు అప్పటి మంత్రాలలో ప్రస్తావనలు ఉన్నాయి. తెగలు. సమకాలీన పేర్ల సంప్రదాయం వారు ధూమంతులేనని తెలుపుతుంది."

అయితే, పైన పేర్కొన్న వంశాలలో ఏవి ఉన్నాయి, ఏ సంఘం మరియు ఏ వంశానికి సంబంధించినది వంటి సమాచారం మా వద్ద లేదు. ఈ పరిస్థితుల్లో శూద్రుడు ఏ వంశం లేదా సంఘం లేదా ఏదైనా తెగ పేరు అని చెప్పలేము. ఇప్పటికీ ప్రొ. బేబర్ ఆలోచనలు చాలా ఆసక్తికరంగా ఉన్నాయి. అతను శతపథ బ్రాహ్మణ (1.1.4.12) యొక్క ప్రకటనను సూచిస్తాడు, యాజ్ఞశాలను ఆవాహన చేయడానికి యజమానులకు ఏమి చెప్పబడింది? బ్రాహ్మణులకు 'త్వరగా రండి' అని, క్షత్రియులను త్వరగా రమ్మని, వైశ్యులను త్వరగా రమ్మని, శూద్రులను వెళ్ళమని చెప్పారు. ప్రో. బాబర్ ప్రకారం:-

"శూద్రులు ఆర్యుల త్యాగాలలో పాలుపంచుకున్నారని (రోత్ తన జర్నల్ మొదటి సంపుటంలో 83వ పేజీలో చెప్పిన దానికి విరుద్ధంగా) చూపిన మొత్తం ప్రకరణం చాలా ముఖ్యమైనది. అతను మాట్లాడలేనప్పటికీ, అతను వారి భాష అర్థం చేసుకున్నాడు. చివరి పాయింట్ ఇది ముగింపు అని అవసరం లేదని సూచిస్తుంది. కానీ ఇది చాలా అవకాశం ఉంది మరియు శూద్రులు భారతదేశానికి మొదట వచ్చిన ఆర్యన్ తెగకు చెందినవారని అంగీకరించడానికి నేను సిద్ధంగా ఉన్నాను.అతని ముగింపు ఆధారంగా, శూద్రులు ఆర్యులని భావించవలసి వస్తుంది. శూద్రుడు వంశం కాదా అన్నది ఒక్కటే సందేహం. వారు ఆర్యులు మరియు క్షత్రియులు అని నిస్సందేహంగా చెప్పవచ్చు.

8.

మూడు లేదా నాలుగు పాత్రలు ఉన్నాయా?

ప్రాచీన కాలం నుంచి ఆర్యుల సమాజంలో కుల వ్యవస్థ ఉంది. హిందూ మరియు పాశ్చాత్య పండితులందరూ అంగీకరించినది, శూద్రులు క్షత్రియులు అని మునుపటి అధ్యాయంలో పేర్కొన్న ఆవరణను అంగీకరించినట్లయితే, ఈ సిద్ధాంతం తప్పు. అలా అయితే, ఒకప్పుడు బ్రాహ్మణ, క్షత్రియ మరియు వైశ్య అనే మూడు వర్ణాలు మాత్రమే ఉండేవి. ఇది ఒక సమస్యను పరిష్కరిస్తే, మరొక సమస్య తలెత్తుతుంది. దీని ప్రాముఖ్యతను ఎవరైనా అర్థం చేసుకుంటారో లేదో తెలియదు. ప్రాచీన కాలంలో మూడు వర్ణాలు మాత్రమే ఉండేవని రుజువయ్యే వరకు శూద్రులు క్షత్రియులని భావించలేమని చెబుతారు. అదృష్టవశాత్తూ, పురాతన కాలంలో ఆర్యులలో మూడు కులాలు మాత్రమే ఉన్నాయని ఆధారాలు ఉన్నాయి.

ఈ సమస్యను పరిష్కరిస్తానని నా వాగ్దానాన్ని నిలబెట్టుకునే ఒక సిద్ధాంతాన్ని నేను కనుగొన్నాను, కానీ ఇది మరొక సమస్యను సృష్టించేది. అదృష్టవశాత్తూ, మొదట్లో ఆర్యులలో మూడు కులాలు మాత్రమే ఉన్నాయని నాకు బలమైన ఆధారాలు లభించాయి.మొదటి సాక్ష్యం ఋగ్వేదం నుండి. నేను నమ్మేది అదే. ఋగ్వేద కాలంలో కుల వ్యవస్థ లేదని కొందరు పండితుల అభిప్రాయం. ఋగ్వేదంలోని పురుష సూక్త అనేది చాలా తర్వాతి అంతర్భాగమని ఆయన అభిప్రాయపడ్డారు.

పురుష సూక్తం తరువాతి అంతరాయం అని భావించినప్పటికీ, ఋగ్వేద కాలంలో వర్ణ వ్యవస్థ లేదని ఇప్పటికీ భావించలేము. ఋగ్వేదంతో ఈ వ్యవస్థకు వైరుధ్యం ఉంది, ఎందుకంటే పురుష సూక్తం కాకుండా, చాలా చోట్ల బ్రాహ్మణులు, క్షత్రియులు మరియు వైశ్యుల వర్ణన ఋగ్వేదంలో కలిసి వచ్చింది. బ్రాహ్మణులను వర్ణం అనే అర్థంలో పదిహేను సార్లు, క్షత్రియులను తొమ్మిది సార్లు ప్రస్తావించారు, కానీ 'శూద్ర' అనే పేరు వర్ణం పేరు అనే అర్థంలో ఎక్కడా కనిపించలేదు. ఏదైనా నిర్దిష్ట కులం పేరు 'శూద్ర' అయితే, అది ఖచ్చితంగా ఋగ్వేదంలో ప్రస్తావించబడి ఉండేది. శూద్రుడు అనే నాల్గవ వర్ణం లేదని దీని నుండి తీసుకోబడిన ఏకైక తీర్మానం.

రెండవది మొదటి తైత్తిరీయ మరియు శతపథ బ్రాహ్మణులది. బ్రాహ్మణులిద్దరూ మూడు వర్ణాలకు చెందినవారు.

ప్రస్తావించబడింది. శూద్రుల ప్రత్యేక కుల ప్రస్తావన లేదు.

శతపథ బ్రాహ్మణం (2.1.4.11)లో చెప్పబడింది - ప్రజాపతి భూ అని చెప్పి భూమిని సృష్టించాడు, భువ అని చెప్పి గాలిని సృష్టించాడు, స్వాః అని చెప్పి ఆకాశాన్ని సృష్టించాడు. ఈ మూడు పదాలు మరియు విశ్వం కలిసి సృష్టించబడ్డాయి. మూడింటితో అగ్నిని సృష్టించాడు. భూ ఉచ్ఛరించడం ద్వారా బ్రాహ్మణుడిని, భువః అని చెప్పి క్షత్రియుడిని, స్వాః అని చెప్పి వైశ్యుడిని సృష్టించాడు. అందరితో పాటు అగ్నిని సృష్టించాడు, ప్రజాపతి భూ అని తనను తాను సృష్టించుకున్నాడు. భవ నుండి ప్రాణులను మరియు స్వాహ నుండి జంతువులను సృష్టించారు. ప్రపంచం ప్రజాపతి, జీవులు మరియు జంతువులు మరియు అగ్ని ఈ మూడింటికి చెందినది.

ఇది తైత్తిరీయ బ్రాహ్మణంలో వ్రాయబడింది (3.12.9.2):-

సృష్టి అంతా బ్రహ్మ నుండి పుట్టింది. ఋగ్వేదం నుండి వైశ్యుడు, ఋగ్వేదం నుండి క్షత్రియులు మరియు సామవేదం నుండి బ్రాహ్మణులు జన్మించారు. ఇది ప్రాచీన కాలంలో చెప్పబడింది.

ఋగ్వేదం మరియు బ్రాహ్మణ గ్రంథాలు రెండింటి కంటే మెరుగైన రుజువు ఏది ఉంటుంది. ఎవరి నమ్మకం వేదవత్, రెండూ శృతి. రెండింటిలోనూ మూడు తరగతులు మాత్రమే ప్రస్తావించబడ్డాయి. శూద్రుడు ప్రత్యేక వర్ణం లేదా నాల్గవ వర్ణం అనే ప్రకటన లేదు. నా ప్రకటనకు అసలు మూడు వర్ణాలు మాత్రమే ఉండేవని అంతకంటే గొప్ప రుజువు మరొకటి ఉండదు.

II

నా దగ్గర అలాంటి రుజువు ఉంది. కానీ దీనికి విరుద్ధంగా, పురుష సూక్తం ఉంది, ఇందులో పురాతన కాలం నుండి నాలుగు వర్ణాలు ఉన్నాయని చెప్పబడింది. ఎవరిని సరైనదిగా పరిగణించాలి? మీమాంస సూత్రాల ప్రకారం, పురుష సూక్త యొక్క నాలుగు వర్ణాలు మరియు పై బ్రాహ్మణ గ్రంథాల ప్రకారం మూడు వర్ణాల సూత్రం రెండింటినీ అనుసరించవలసి ఉంటుంది. కానీ ఇది అన్యాయం. నాలుగు వర్ణాలతోపాటు మూడు వర్ణాలు ఉన్నాయని చెప్పడంలో అర్థం లేదు. కాబట్టి, చరిత్రకారుల అభిప్రాయాన్ని ఎవరు మొదటగా అంగీకరించాలి? అసలు ఋగ్వేదం తర్వాత పురుష సూక్తం రచించబడిందా? ఇందుకోసం పురుష సూక్త భాష, ఋగ్వేదంలోని మిగిలిన భాషలతో సరిపెట్టుకోవాల్సి ఉంటుంది. పురుష సూక్తం తరువాత రచించబడిందని పండితులందరూ అభిప్రాయపడ్డారు.

కోల్‌బుక్ యొక్క ప్రకటన:- ఈ మంత్రంలోని శ్లోకాలు, శైలి మరియు భాష అనగా పురుష సూక్తం ఋగ్వేదంలోని మిగిలిన ప్రార్థనల నుండి పూర్తిగా భిన్నంగా ఉంటాయి. ఇది మరింత ఆధునికంగా కనిపిస్తుంది. సంస్కృత భాష మరియు

వ్యాకరణం చాలా అధునాతనంగా మారిన సమయంలో ఇది కంపోజ్ చేయబడి ఉండాలి. ఇంతకుముందు చాలా మంత్రాలు సాధారణ జానపద భాషలో వ్రాయబడినాయని మరియు వేదాల యొక్క ప్రస్తుత సంకలనం పద్యాలు ఉపయోగించడం ప్రారంభించిన సమయం నుండి మరియు పురాణాలు మరియు కవిత్వంలో సాహిత్య మంత్ర పద్యాలు వ్రాయడం ప్రారంభించినట్లు దీని భాష చూపిస్తుంది.

ప్రో. మాక్స్ ముల్లర్ అభిప్రాయం:- ఇందులో సందేహానికి ఆస్కారం లేదు. ఉదాహరణకు, తొమ్మిదవ డివిజన్ లక్షణాలు మరియు శైలి పరంగా 90వ మంత్రం అర్వాచైన్. ఇది యాగ కర్మ యొక్క పూర్తి సంగ్రహావలోకనం కలిగి ఉంది, ఇది సాంకేతిక తాత్విక పరిభాషను కలిగి ఉంది, మూడు రుతువుల క్రమం క్రింది విధంగా ఉంటుంది: వసంత, వేసవి మరియు శరదృతువు. ఋగ్వేదంలో నాలుగు వర్ణాలు పేర్కొనబడిన ఏకైక సందర్భం ఇది. ఈ సేకరణ మొదటిది కావడానికి బలమైన అవకాశాలు ఉన్నాయి. ఉదాహరణకు, ఋగ్వేదంలో వేసవి గురించి మరెక్కడా ప్రస్తావించబడలేదు. వసంత్ అనే పదం ప్రాచీన వేద మంత్రాలలో కూడా లేదు. ఇది ఋగ్వేదం (10.161.4.)లో ఒకసారి పునరావృతమవుతుంది, ఇక్కడ మూడు ఋతువులు శరద్, హేమంత్ మరియు వసంత్‌గా పేర్కొనబడ్డాయి.

ప్రొఫెసర్ వెబర్ ఇలా అంటాడు:- ఋగ్వేద మంత్రాలలో పురుష సూక్తం చివరిది. ఇది దాని కంటెంట్‌ల నుండి స్పష్టంగా ఉంది. అప్పుడు సమ సంహితలో దాని నుండి మంత్రం తీసుకోలేదు. ఇది కూడా నిదర్శనం. నవగేయ సిద్ధాంతంలో ఖచ్చితంగా కానప్పటికీ, ఇది మొదటి ఆర్చికలోని ఏడవ ప్రపాతకంలో మొదటి ఐదు మంత్రాలను తీసుకుంది. ఇదొక ప్రత్యేకత.

III

ఇది పురుష సూక్తము తరువాత రచించబడిందా లేక అంతకు ముందు రచించబడిందా అని నిర్ణయించుటకు సహాయపడే వాదన. ఇందుకోసం పురుష సూక్తాన్ని ఎన్ని వేద సంహితలు స్వీకరించాయో చూడాలి. అధ్యయనం తరువాత, వేదాలు మరియు సంహితల స్థితి క్రింది విధంగా ఉంది:

దీని సామవేదంలో 5 మంత్రాలు మాత్రమే ఉన్నాయి. శ్వేత యజుర్వేదంలో పురుష సూక్తం మరియు యజుర్వేదంలోని వాజసనేయి సంహిత మంత్రాలు ఉన్నాయి కానీ రెండింటి మధ్య చాలా తేడా ఉంది. ఋగ్వేదంలోని పురుష సూక్తానికి 16 మంత్రాలు మాత్రమే ఉన్నాయి, అయితే వాజసనేయి సంహితలో 22 మంత్రాలు ఉన్నాయి. కృష్ణ యజుర్వేద, తైత్తిరీయ, కథ మరియు మైత్రాయని అనే మూడు సంహితలలో దేనిలోనూ పురుష సూక్తం లేదు. అథర్వవేదంలో మాత్రమే పురుష సూక్తాన్ని యథాతథంగా చేర్చారు.

వివిధ వేదాలలోని పురుష సూక్త మంత్రాల సంఖ్య, క్రమం మరియు పఠనం ఒకే క్రమంలో ఉండవు, వాజసనేయి సంహితలో చివరి 6 మంత్రాలు ఎక్కువగా ఉన్నాయి. ఇది ఋగ్వేదం, సామవేదం మరియు అథర్వవేదంలో లేదు. అదేవిధంగా, అథర్వవేదంలోని సూక్తంలోని 16వ మంత్రం ఋగ్వేదంలోనూ, యజుర్వేదంలోనూ లేదు. పదిహేను మంత్రాలు కూడా మూడు వేదాలలో ఒకేలా ఉండవు, వాటి క్రమం ఒకేలా ఉండదు. ఈ వ్యత్యాసం క్రింది జాబితా నుండి స్పష్టంగా కనిపిస్తుంది. ఈ జాబితా 7లో గుర్తు (x) అంటే కనుగొనబడలేదు మరియు గుర్తు (+) అంటే టెక్స్టులో వైవిధ్యం ఉంది. చూడండి:

యజుర్వేదం	ఋగ్వేదం	సంవేద	అథర్వవేదం
1	1	3	1
2	2	5	4
3	3	6	3
4	4	4	2
5	5	7	9
6	8	X	10
7	9	X	11
8	10	X	14
9	7	X	13
10	11	X	12
11	12	X	5
12	13	X	6
13	14	X	7
14	6	X	8
15	15	X	15
16+	16	X	16+
17	X	X	X
18	X	X	x
19	X	X	X
20	X	X	X
21	X	X	X
22	X	X	x

పురుష సూక్తం ప్రాచీనంగా ఉండి ఉంటే ఇతర వేదాలలో ఇంత స్వేచ్ఛతో దానిని కత్తిరించే అవకాశం ఉండేది కాదు.

వివిధ వేదాలలో పురుష సూక్త స్థానం కూడా గొప్ప ప్రాముఖ్యతను కలిగి ఉంది. ఇది కాకుండా, ఋగ్వేదంలోని మిశ్రమ భాగంలో పురుష సూక్తం కనిపిస్తుంది. పాతదైతే తారుమారు చేసి ఉండేవారా? అందులో ఇంత కత్తిరింపు చేసి ఉండవచ్చా? వివిధ వేదాలలో పురుష సూక్త స్థానం భిన్నంగా ఉంటుంది. ఇది ఋగ్వేదంలో వివిధ రూపాల్లో ఇవ్వబడింది. ఇది అథర్వవేదంలో అనుబంధ అనుబంధం. ఎందుకు తేడా ఉంది?

కాబట్టి ఈ గందరగోళం యొక్క ఫలితం:-

1. యజువేదంలోని తైత్తిరీయ సంహిత, కథ మరియు మంత్రాయణి సంహితలో పురుష సూక్త కృష్ణుడు కనిపించనందున, ఈ సంహితల తర్వాత ఋగ్వేదానికి ఈ శక్తం జోడించబడిందని రుజువు చేస్తుంది.
2. ఇది ఋగ్వేదం మరియు యజుర్వేదం యొక్క అనుబంధంలో చేర్చబడినందున, ఇది రుజువు చేస్తుంది ఇది దీని తర్వాత సృష్టించబడింది.
3. వేదాల శ్లోకాలలో ఏకపక్ష కోతలు మరియు లోపాలను చేయడం వలన, ఇది రుజువు చేస్తుంది

ఇది ప్రాచీన మంత్రం కాదనీ, దానికి అంతగా గౌరవం లేదని కూడా చెప్పవచ్చు. ఈ విషయాలు సాధారణ సాక్ష్యాన్ని అందిస్తాయి

ఏ ప్రొ. మ్యాక్స్ ముల్లర్ మరియు ఇతర పండితులు మనిషి కథకుడు అనే ప్రకటనకు అనుకూలంగా ఉన్నారు.

IV

పురుష సూక్త మంత్రాల కూర్పు శైలిలో కూడా తేడా ఉంది. అన్ని మంత్రాలు వరుసలో ఉన్నాయి కానీ మంత్రాలు 11 మరియు 12 ప్రశ్నలు మరియు సమాధానాల రూపంలో ఉన్నాయి. ఈ రెండు మంత్రాలు వర్ణోపకో చెబుతాయి. వివరణాత్మక క్రమంలో ఈ అంతరాయం ఎందుకు సంభవించింది. ఆ తర్వాత ఆ రెండు మంత్రాలను సూక్తానికి చేర్చినట్లు తెలుస్తోంది. అందుచేత పురుష సూక్తము తరువాత నన్ను మాత్రమే చేర్చలేదు. దానికి కాలానుగుణంగా మరిన్ని మంత్రాలు కూడా జోడించబడ్డాయి. కొంతమంది పండితులు కూడా పురుష సూక్తం కేవలం అంతరాయం అని అభిప్రాయపడ్డారు మరియు దానిలోని కొన్ని మంత్రాలు తరువాత జోడించబడ్డాయి.

కొంతమంది పురుష సూక్తం బూటకమని, బూటకమని, బ్రాహ్మణులు తమ ఔన్నత్యాన్ని చాటుకోవడానికి దీన్ని జోడించారని కూడా అంటున్నారు.

బ్రాహ్మణులు తరచూ పూజారులు ఇలాంటి మోసాలు సృష్టించారు. ప్రొఫెసర్ మాక్స్ ముల్లర్ మాట్లాడుతూ, ఋగ్వేదంలో, ఆగ్రాను అగ్నిగా మార్చారు, ఇది వితంతువులను కాల్చడం అనే అర్థానికి దారితీసింది.

ఈస్ట్ ఇండియా కంపెనీ కాలంలో, దావాలో ఉన్న వాదికి మద్దతుగా ఒక జ్ఞాపకం కూర్చబడింది. అందుచేత 11వ, 12వ మంత్రాలను కూర్చి చేర్చినా ఆశ్చర్యం లేదు. తరువాత నాల్గవ వర్ణం ప్రవేశపెట్టబడింది మరియు వేదాలలో చాతుర్వర్ణ్యం భర్తీ చేయబడింది.

V

బ్రాహ్మణ గ్రంథాల కంటే ముందు పురుష సూక్తం వచ్చిందా? పురుష సూక్తం ఋగ్వేదంలో భాగమైతే. ఇది బ్రాహ్మణుల కంటే ముందే చేసి ఉండాల్సింది. బ్రాహ్మణ గ్రంథాలలో ఋగ్వేదం మొదటిది అయితే పురుష సూక్తం కూడా మొదటిది.తప్పనిసరిగా ఉండాలి. అందువల్ల, దీనిపై ప్రత్యేక పరిశోధన కూడా సరైనది.

ప్రో. మాక్స్ ముల్లర్ వేద సాహిత్యం యొక్క క్రమాన్ని ఈ క్రింది విధంగా వివరించాడు:-

మొదట వేదాలు, తరువాత బ్రాహ్మణులు మరియు తరువాత సూత్రాలు సృష్టించబడ్డాయి. ఈ ప్రకటన సరైనదైతే, బ్రాహ్మణుల కంటే ముందే పురుష శక్త సృష్టించబడింది. అనే ప్రశ్న ఉత్పన్నమవుతుంది Prof. మాక్స్ ముల్లర్ సిద్ధాంతాన్ని అక్షరాలా అంగీకరించాలా? పరిగణించినట్లయితే, దీని నుండి రెండు ఫలితాలు వెలువడతాయి: -

1. ఋగ్వేదం సమయంలో నాలుగు వర్ణాలు ఉండేవి, కానీ శతపథ బ్రాహ్మణం సమయంలో మూడు వర్ణాలు మాత్రమే మిగిలి ఉన్నాయి, లేదా 2. శతపథ బ్రాహ్మణంలో పూర్తి వివరణ లేదు. మొదటి ఫలితం స్పష్టంగా అసాధ్యం. కాబట్టి మొదటి ప్రశ్న అర్థరహితం. రెండవది కూడా ఎందుకంటే

ఇది ఆమోదయోగ్యం కాదు, ఎందుకంటే పురుష సూక్తానికి సంబంధించి ఇద్దరు బ్రాహ్మణుల మధ్య విభేదాలు ఉన్నాయి. కుల వ్యవస్థ పూర్తిగా వివరించబడింది. అందువల్ల, నాలుగు వేద సంహితలను సృష్టించిన తర్వాత బ్రాహ్మణులు సృష్టించబడ్డారని మాక్స్ ముల్లర్ యొక్క ప్రకటన విశ్వసిస్తే, అది పూర్తిగా నిరాధారమైనది మరియు అంగీకరించదగినది కాదు. దీనికి విరుద్ధంగా,

వేదాలకు ముందు కొన్ని భాగాలు మరియు తరువాత కొన్ని భాగాలు రచించబడ్డాయని బెల్వల్కర్ మరియు రానడే చెప్పారు. కాబట్టి, వేదాలు పూర్తికాకముందే బ్రాహ్మణ గ్రంథాలలో కొంత భాగం రచించడం అసాధ్యం కాదు. ఇది సరైనదైతే కేవలం మూడు తరగతులను వివరించే బ్రాహ్మణ గ్రంథాలు శతపథం మరియు తైత్తిరీయ బ్రాహ్మణాలు పురుష సూక్తానికి ముందే రచించినట్లు అనిపిస్తుంది. పురుష సూక్త విశ్లేషణ నుండి ఏ ముగింపు వెలువడుతుంది? పురుష సూక్తం ఋగ్వేదంలో అంతర్భాగం. అందుచేత ఆర్యుల సంఘంలో ఆదిలో నాలుగు వర్ణాలు ఉండేవన్న వాదన లేకపోలేదు.

పై వాదనల ఆధారంగా, అధ్యాయం ప్రారంభంలో చెప్పినట్లుగా శూద్రుల పుట్టుకపై నా సిద్ధాంతంలో ఎటువంటి సమస్య లేదు. ఏ సమస్య వచ్చినా పురుష సూక్తమే చెల్లుతుందని అర్థం చేసుకోవడమే ఇందుకు కారణం. ఈ ఊహ నిరాధారమని ఎత్తిచూపారు. అందువల్ల, ఆర్యులు మరియు శూద్రుల యొక్క మూడు వర్ణాలు మాత్రమే రెండవ వర్ణం - క్షత్రియానికి సంబంధించినవి అని అర్థం చేసుకోవడంలో నాకు ఎటువంటి ఇబ్బంది లేదు.

9.

బ్రాహ్మణ /శూద్రుడు

శూద్రులు క్షత్రియులని, ఆ తర్వాత వారి స్థితి నుంచి పడిపోయి నాల్గవ వర్ణంగా మారారనే సిద్ధాంతాన్ని ప్రతిపాదిస్తే సమస్య పరిష్కారం కాదు. దీన్నిబట్టి ఉత్పన్నమయ్యే మరో ప్రశ్న ఏమిటంటే వారు సామాజిక ప్రతిష్ట నుండి ఎలా పడిపోయారు?

ఈ సమస్య కొత్తది. ఇది ఇంతకుముందు తలెత్తలేదు. దీనికి సమాధానం పుస్తకాల నుండి దొరకదు. ఈ ప్రశ్న మొదటిసారి లేవనెత్తింది నేనే. ఈ ప్రశ్న శూద్రుల గురించి నా సిద్ధాంతం మీద ఆధారపడింది. దీనికి సంతృప్తికరమైన సమాధానం చెప్పడం కూడా నా బాధ్యత. నేను సంతృప్తికరమైన సమాధానం ఇవ్వగలనని నాకు నమ్మకం ఉంది. నా సమాధానం ఏమిటంటే శూద్రులకు, బ్రాహ్మణులకు మధ్య జరిగిన గొడవ వల్ల శూద్రులు దిగజారారు. దీనికి తగిన ఆధారాలు ఉన్నాయి.

I

శూద్ర రాజు సుదాసు మరియు బ్రాహ్మణుడైన వశిష్ఠుని మధ్య వివాదం జరిగింది. అయితే ఈ వివాదానికి సంబంధించిన పుస్తకాల్లో ఇచ్చిన కథనం తప్పుదారి పట్టించేలా ఉంది. నేను దానిని స్పష్టంగా మరియు క్రమపద్ధతిలో పరిష్కరించడానికి ప్రయత్నించాను.

వివాదాన్ని అర్థం చేసుకునే ముందు, వశిష్ఠ మరియు విశ్వామిత్ర మధ్య సంబంధాన్ని తెలుసుకోవడం ముఖ్యం. వశిష్ఠుడు, విశ్వామిత్రుల మధ్య ఎప్పుడూ వ్యతిరేకత, శత్రుత్వం ఉన్నాయి. ఒకరిద్దరు అనుకూలంగా ఉంటే మరొకరు పక్కకు తప్పకునే పరిస్థితి లేదు. నేను కొన్ని సంఘటనలను ప్రస్తావించాలనుకుంటున్నాను.

హరివాష్ పురాణంలో ఈ కథ ఇలా ఉంది:-

ఇంతలో, వశిష్ఠ, సత్యవ్రత్ తండ్రికి గురువు కావడంతో, అయోధ్య నగరాన్ని మరియు రాజభవనాన్ని నిర్వహించడం ప్రారంభించాడు. కానీ మూర్ఖత్వం వల్లనో లేక దురదృష్టవశాత్తూ సత్యవ్రతునికి వశిష్ఠునిపై కోపం మరింత పెరిగింది. సత్యవ్రతుడికి తండ్రి రాజ్యాన్ని హరించినప్పుడు వశిష్ఠుడు అతనికి మద్దతు ఇచ్చాడు.

ఇవ్వలేదు. సప్తపదికి వివాహం పూర్తవుతుందని సత్యవ్రత్ చెప్పాడు. నేను అమ్మాయిని అపహరించినప్పుడు, ఏడవ భన్వర్ రాలేదు, అయితే సర్వమత తెలిసిన వశిష్ఠుడు నాకు మద్దతు ఇవ్వలేదు. అందుచేత సత్యవ్రతునికి వశిష్ఠునిపై కోపం వచ్చింది. వశిష్ఠుని ప్రవర్తన మతానికి అనుగుణంగా ఉన్నప్పటికీ. సత్యవ్రత్ రాజు ఆజ్ఞను పాటించమని చేసిన మౌన ప్రతిజ్ఞ యొక్క ఉద్దేశ్యం కూడా అతనికి అర్థం కాలేదు. కుటుంబ పరువు కోసం రాజు ఇలా చేశాడు. మహా ఋషి వశిష్ఠుడు అలా చేయకుండా రాజును ఆపలేదు మరియు బదులుగా తన కొడుకును రాజుగా చేయాలని నిర్ణయించుకున్నాడు. సత్యం పన్నెండేళ్ల తపస్సు పూర్తి చేసి, ఆకలి, మూర్ఖత్వం, కోపం కారణంగా మాంసాహారం మిగులకపోవడంతో కోరినవన్నీ ఇవ్వాల్సిన వశిష్ఠుని కామధేనువును చంపి, విశ్వామిత్రుని కుమారులకు కూడా ఆహారం పెట్టాడు. దీంతో కోపోద్రిక్తుడైన వశిష్ఠుడు మూడు పాపాలు చేసినందున అతనికి త్రిశంకు అని పేరు పెట్టాడు. త్రిశంకు విశ్వామిత్రుని భార్యకు సహాయం చేసినందున, అతను అతని పట్ల దయతో ఉన్నాడు.

ఒక వరం అడగమని అడిగాడు. నేను భౌతికంగా స్వర్గానికి వెళ్లాలనుకుంటున్నాను అన్నాడు త్రిశంకు. పన్నెండేళ్ల కరువు తీరినప్పుడు, విశ్వామిత్రుడు త్రిశంకుని సింహాసనంపై ఉంచి యాగం చేసాడు మరియు దేవతలు మరియు వశిష్ఠుడు నిరసన వ్యక్తం చేయడంతో అతనికి అనుమానం వచ్చింది.స్వర్గానికి అందించారు. రెండవ కథ త్రిశంకు కుమారుడైన హరిశ్చంద్రునిది. ఇది విష్ణు పురాణం మరియు మార్కండేయ పురాణాలలో ఉంది.వ్రాయబడింది. కథ ఇలా ఉంది:-

ఒకసారి హరిశ్చంద్ర రాజు వేటకు వెళుతున్నప్పుడు, కొంతమంది స్త్రీల ఏడుపు విన్నాడు. విశ్వామిత్రుని తపస్సు వల్ల స్త్రీలు బాధతో విలపించారు. క్షత్రియ మత ప్రభావంతో, గణేశుడి ప్రభావంతో నిస్సహాయులను రక్షించడానికి, నాలాంటి మహిమాన్వితమైన రాజు ముందు గుడ్డలో అగ్నిని కట్టివేస్తున్న ఈ పాపం ఎవరు అని రాజు అరిచాడు. ఈరోజు వాడు నా జుట్టు కొరికి చచ్చిపోతాడు. అది విన్న విశ్వామిత్రుడు కోపంతో తన శాస్త్రాన్ని నాశనం చేశాడు. వారి కోపానికి భయపడి, రాజు పీపుల్ చెట్టు ఆకుల్లా వణుకుతూ వారి ముందు నిలబడి, నేను బ్రాహ్మణులకు ఇచ్చిన రాజధర్మాన్ని అనుసరిస్తున్నాను అంటే నిస్సహాయులను రక్షించడం మరియు శత్రువులను అణచివేయడం మరియు నేను ఎవరికైనా దానమివ్వమని

అభ్యర్థించాడు. బంగారమైనా, పుత్రుడైనా, స్త్రీ దేహమైనా, భూమి, రాజ్యమైనా, పుణ్య లాభాలా అని అడుగుతుంది. విశ్వామిత్రుడు రాజు శరీరం, అతని భార్య మరియు కొడుకు లేని మొత్తం రాజ్యాన్ని డిమాండ్ చేశాడు. రాజు సంతోషంగా బహుమతిని స్వీకరించాడు. ఋషి "నీ నగలు తీసివేసి, నీ భార్య కొడుకులను స్వచ్ఛమైన వస్త్రాలు ధరించి రాజ్యం విడిచి వెళ్ళేలా చేయండి" అన్నాడు. రాజు వెళ్ళడం ప్రారంభించినప్పుడు, విశ్వామిత్రుడు రాజసూయ యాగం చేయడానికి దక్షిణ అడిగాడు. రాజు, ఈ శరీరం, భార్య మరియు కొడుకు తప్ప నాకు ఏమి ఉంది? దీనిపై రాజు ఒక నెల సమయం అడిగి ప్రజలను శోకసంద్రంలో ముంచెత్తుతూ కాశీకి వెళ్లాడు. విశ్వామిత్రుడు కూడా అక్కడికి చేరుకుని నెలాఖరులోపే తన దక్షిణ అడిగాడు. అప్పుడు శైవుడు రాజుతో ఇలా అన్నాడు

నన్ను అమ్ము. రాజు స్పృహ కోల్పోయాడు మరియు రాణి కూడా స్పృహ కోల్పోయింది. విశ్వామిత్రుడు అతనికి బుద్ధి తెచ్చాడు. దక్షిణ అడిగాడు మరియు అన్నాడు - సూర్యాస్తమయానికి ముందు నాకు దక్షిణం లభించకపోతే, నేను శపిస్తాను. రాజు తనను తాను నిందించుకొని తన భార్యను అమ్మేశాడు. ఒక ధనిక బ్రాహ్మణుడు ఆమెను బానిసగా కొన్నాడు. ఆ అబ్బాయి కూడా అమ్మా అంటూ తల్లితో కలిసి వెళ్లాడు. రాణి అభ్యర్థన మేరకు, బ్రాహ్మణుడు కూడా బాలుడిని కొనుగోలు చేశాడు. రాజు విశ్వామిత్రుని వద్దకు వచ్చి అతని భార్య మరియు కొడుకు కోసం విలువైనది అతనికి ఇచ్చాడు. విశ్వామిత్రుడు అంత తక్కువ డబ్బుతో సంతృప్తి చెందకపోవడంతో, రాజు తనను కూడా అమ్మమని అడిగాడు. అప్పుడు ధర్మం చండాలుడి రూపంలో వచ్చి రాజును కొనాలనుకున్నాడు. సూర్యవంశీ అయినందున, రాజు చండాలుని నీచమైన పని చేయడానికి సిద్ధంగా లేడు మరియు విశ్వామిత్రునితో చెప్పాడు - మీరే నన్ను బానిసగా కొనుగోలు చేయండి. విశ్వామిత్రుడు అన్నాడు - సరే, అలా అయితే నువ్వు నా దాసుడివి, నేను నిన్ను ఒక లక్ష కరెన్సీలకు బదులుగా చండాలునికి అమ్మేస్తాను.

చండాల సంతోషంతో ఈ డబ్బును తిరిగి చెల్లించి విచారంగా ఉన్న హరిశ్చంద్రుడిని తన నివాసానికి తీసుకువెళతాడు. శ్మశానవాటికకు వెళ్లి కవచాన్ని దొంగిలించమని చండాలుడు అడుగుతాడు. దీని నుండి తనకు (చండాల) 2/6వ వాటా లభిస్తుందని, 1/6వ వంతు రాజుకు చెందుతుందని చెప్పాడు. రాజు ఈ భయంకరమైన ప్రాంతంలో పన్నెండేళ్లు నీచమైన పనులు చేస్తూ గడిపాడు, అది అతనికి వంద సంవత్సరాలకు సమానం. అతను నిద్రలోకి వెళ్ళినప్పుడు, అతను తన

జీవితం గురించి చాలా కలలు కంటాడు. నిద్ర లేవగానే పాము కాటుతో చనిపోయిన కొడుకు అంత్యక్రియలు చేసేందుకు అతని భార్య వచ్చింది. మొదట్లో భార్యాభర్తలు ఒకరినొకరు గుర్తించలేదు, ఎందుకంటే బాధ కారణంగా వారి ఆకారాలు వక్రీకరించబడ్డాయి. హరిశ్చంద్రుడు ఆమె విలపించడం నుండి వెంటనే గుర్తించాడు, దురదృష్టం తన భార్య అని. అతను అపస్మారక స్థితికి చేరుకుంటాడు. రాణి కూడా అతన్ని గుర్తించింది, ఆమె కూడా మూర్ఛపోతుంది. వారి విగ్రహం పగలడంతో ఇద్దరూ ఏడవడం మొదలు పెట్టారు. కొడుకు మరణానికి తండ్రి రోదనలు, రాణి తన భర్త అధోగతి గురించి విలపిస్తున్నారు. ఆమె అతనిని కౌగిలించుకొని, నాకు భ్రాంతి కలుగుతోంది, ఇది కలనా లేదా వాస్తవమా? ఇది నిజమైతే, ఆచరించే వారు ధర్మాన్ని గ్రహించినట్లే. హరిశ్చంద్రుడు మాస్టారుకు రుసుము వసూలు చేయకుండా తన కుమారుడి అంత్యక్రియల చితికి నిప్పంటించే ముందు సంకోచిస్తాడు. కానీ తరువాత అతను అన్ని పరిణామాలను ఎదుర్కోవాలని నిర్ణయించుకున్నాడు మరియు నేను దానాలు చేసి, నా యాగం, కర్మలు మొదలైనవాటితో ఋషులు సంతృప్తి చెందితే, నేను నా కొడుకును మరియు నా భార్యను స్వర్గంలో కలుస్తాను అని తనను తాను ఓదార్చుకుంటాడు మీరు. రాణి కూడా అదే పద్ధతిలో చనిపోవాలని నిర్ణయించుకుంటుంది. హరిశ్చంద్రుడు తన కుమారుడిని అంత్యక్రియల చితిపై ఉంచి శ్రీ నారాయణ్ కృష్ణ భగవానుని స్మరిస్తూ ధ్యానం చేస్తున్నప్పుడు, విశ్వామిత్రుడితో పాటు అక్కడ ఉన్న దేవతలందరూ మతంలో అగ్రగామిగా ఉన్నారు. కోపంతో రాజు కఠినమైన పనులు చేయకూడదని మతం నిషేధించడం ప్రారంభించింది. రాజు, అతని భార్య మరియు అతని కుమారుడు తమ సత్కార్యాలతో స్వర్గాన్ని గెలుచుకున్నారని ఇంద్రుడు ప్రకటించాడు. దేవతలు ఆకాశం నుండి అమృతాన్ని మరియు పుష్పాలను కురిపించారు

మరియు రాజు కుమారుడు తిరిగి జీవించి ఆరోగ్యవంతుడయ్యాడు.

స్వర్గపు వస్త్రాలు మరియు పూలమాలలతో అలంకరించబడిన రాజు మరియు రాణి తమ కుమారుడిని ఆలింగనం చేసుకున్నారు. హరిశ్చంద్రుడు నా యజమాని చండాలుని అనుమతి పొంది అతనికి సమృద్ధిగా సంపదను ఇస్తే తప్ప నేను స్వర్గానికి వెళ్ళలేను అన్నాడు. ధర్మం కూడా నేనే ధర్మ రూపం దాల్చాను అనే రహస్యాన్ని రాజుకు చెబుతుంది. అప్పుడు రాజు మళ్ళీ నాతో పాటు నాతో పాటు స్వర్గానికి వెళ్ళేంత వరకు నేను ఇక్కడి నుండి సెలవు తీసుకోలేను, ఎందుకంటే వారు ఒక్కరోజు మాత్రమే వెళ్లినా నా పుణ్యంలో వారికి కూడా వాటా ఉంటుంది. ఇంద్రుడు

దీనిని అంగీకరిస్తాడు. విశ్వామిత్రుడు రాజు కుమారుడు రోహితాశ్వను సింహాసనంపై ప్రతిష్టించాడు మరియు హరిశ్చంద్రుడు, అతని సహచరులు మరియు అనుచరులు కలిసి స్వర్గానికి చేరుకుంటారు. ఈ క్లైమాక్స్ తర్వాత, హరిశ్చంద్రుని వంశ పురోహితుడైన వశిష్ఠుడు పన్నెండేళ్ల పాటు గంగాజలంలో నివసించిన ఈ కథనాన్ని విన్నప్పుడు, గొప్ప రాజు అనుభవించిన బాధను బట్టి అతను చాలా కోపంగా ఉన్నాడు, అతని పుణ్యాలు మరియు దేవుడు మరియు అతను బ్రాహ్మణ భక్తిని కొనియాడాడు. విశ్వామిత్రుడు తన వందమంది కూతుళ్లను చంపినప్పుడు తనకు ఇంత కోపం ఎప్పుడూ కలగలేదని చెప్పాడు. అతను విశ్వామిత్రుడిని కొంగ అవుతాడని శపించాడు. నా శాపం వల్ల బ్రాహ్మణ ద్రోహి అయిన ఆ దుర్మార్గుడిని బుద్ధి జీవుల సంఘం నుండి బహిష్కరించి తన తెలివితేటలు కోల్పోయి మూర్ఖుడిగా మారాలి అన్నాడు. విశ్వామిత్రుడు బదులుగా వశిష్ఠుడిని శపించాడు మరియు అరి అనే పక్షిగా మార్చాడు. ఈ కొత్త రూపాల్లో ఇద్దరి మధ్య హోరాహోరీ పోరు సాగింది. అరి ఆకాశంలో రెండు వేల యోజనాలు అంటే 18,000 మైళ్ల వరకు ఎగరగలదు మరియు వాక్ ఆకాశంలో 3090 యోజనాల వరకు ఎగరగలదు. అరి తన గోళ్లతో దాడి చేసినప్పుడు, వాక్ కూడా తన ప్రత్యర్థిపై అదే విధంగా దాడి చేశాడు. రెక్కలు విప్పడంతో భయపడి, తుఫానులు వచ్చి పర్వతాలు కూలడం ప్రారంభించాయి. భూమి మొత్తం కంపించడం మొదలైంది. సముద్రంలో నీరు ఒడ్డుపైకి పెరగడం ప్రారంభించింది, భూమి విరిగిపోయి పాతాళం వైపు వెళ్లడం ప్రారంభించింది. ఈ రెండింటి మధ్య జరిగిన యుద్ధం వల్ల అనేక జీవరాశులు చనిపోయాయి. ఈ భయంకరమైన గందరగోళాన్ని చూసిన బ్రహ్మ దేవతలందరితో పాటు అక్కడ ప్రత్యక్షమై యుద్ధాన్ని ఆపమని ప్రత్యర్థులిద్దరినీ ఆదేశిస్తాడు. ఈ క్రమంలో వారిద్దరూ విపరీతమైన కోపంతో ఉన్నారు, కానీ బ్రహ్మ వారిని వారి అసలు రూపాలకు పునరుద్ధరించాడు మరియు పరస్పర శాంతిని కొనసాగించమని సలహా ఇస్తాడు.

వారు ఒకరినొకరు వ్యతిరేకిస్తున్నట్లు చూపబడిన మరొక ఎపిసోడ్ అయోధ్య రాజుకు సంబంధించినది. కథ ఇలా ఉంది:-అంబరీషుడు యాగం చేస్తున్నప్పుడు ఇంద్రుడు యజ్ఞ పాత్రను తీసుకెళ్లాడు. రాజు పాలన దుర్భరపాలనతో కొట్టుమిట్టాడుతుందని ఇది శకునమని, ఇందుకు భారీ ప్రాయశ్చిత్తం అవసరమని, ప్రాయశ్చిత్తమే నరబలి అని పూజారి తెలిపారు. చాలా శోధించిన తరువాత, రాజర్షి అంబరీషుడు భృగువు యొక్క వంశానికి చెందిన రిచిక అనే బ్రాహ్మణ ఋషి వద్దకు వెళ్ళాడు. అంబరీష్

రిచిక్ తన కుమారుల్లో ఒకరిని బలి కోసం అమ్మమని, దానికి లక్ష ఆవులను ఇస్తానని కోరాడు. రిచిక్ తన పెద్ద కొడుకును అమ్మనని బదులిచ్చాడు, కానీ అతని

భార్య తన చిన్న కొడుకును అమ్మనని చెప్పింది. సాధారణంగా పెద్ద కొడుకు అంటే తండ్రికి, చిన్న కొడుకు తల్లికి చాలా ఇష్టం అని చెప్పాడు. అప్పుడు మధ్యకొడుకు షానుషేప్ ఇతనే అమ్మాలి అని చెప్పి రాజుగారిని తీసుకెళ్లిపోయాడు. షానుషేప్‌కు బదులుగా లక్ష ఆవులు, కోటి బంగారు నాణేలు మరియు చాలా ఆభరణాలు ఇచ్చారు. అతను పుష్కర్ గుండా వెళుతున్నప్పుడు, అక్కడ ఇతర ఋషులతో కలిసి యాగం చేస్తున్న తన మామ విశ్వామిత్రుడిని కలిశాడు. షున్‌షెప్ తన ఒడిలో పడి తన బాధను వివరిస్తూ తన మామ దయ కోసం వేడుకున్నాడు.

విశ్వామిత్రుడు అతనిని ఓదార్చాడు మరియు అతని కుమారులపై ఒత్తిడి తెచ్చాడుషున్షెప్ స్థానంలో వారిలో ఒకరిని బలి ఇవ్వాలి. ఈ ప్రతిపాదనపై రాజర్షికి చెందిన మధుసయాంద్ మరియు ఇతరులుకొడుకు ఒప్పకోలేదు. మీది అని ఎలా చెప్పగలరని గట్టిగా చెప్పాడుకొడుకు బలి అయ్యి అతని స్థానంలో మరెవరైనా రక్షించబడ్డారా? మేము దాన్ని పరిష్కరించలేముఅర్థం చేసుకోండి. ఎవరైనా తన మాంసాన్ని తిన్నట్లే ఇది జరిగింది. దీంతో రాజర్షికి కోపం వచ్చిందివచ్చి తన కుమారులు వశిష్ఠుని వలె చాలా తక్కువ కులాలలో పుట్టాలని శపించాడుకుమారులు జన్మించారు, మరియు వారు వేల సంవత్సరాల పాటు కుక్క మాంసం తిన్నారు. అప్పుడు అతను షున్షెప్తో ఇలా అన్నాడుఅప్పుడు మీరు తాడులతో కట్టబడతారు, మీ మెడ చుట్టూ ఎర్రటి తాడు ఉంటుంది, అయితే సువాసనగల లేపనం మీకు అందించబడుతుంది.

వెళ్లి విష్ణు స్తంభం దగ్గర బలి తీసుకున్నప్పుడు, మీరు అగ్రిని ప్రార్థించాలి

అంబరీష్ చెవిలో ఈ రెండు శ్లోకాలు పఠిస్తే విజయం లభిస్తుంది. అప్పుడు శునశేపుడు అంబరీషుడికి చెప్పాడుయాగం నిర్వహించాలని కోరారు. షున్షెప్ ఎర్రని దుస్తులు ధరించి బలి ఇవ్వడానికి తీసుకువెళ్లినప్పుడు

అతను వెళ్ళినప్పుడు, అతను ఇంద్రుడిని పిలిచాడు మరియు విష్ణువు ఆ పవిత్ర మంత్రానికి ప్రసన్నుడయ్యాడు.అతను జరిగింది మరియు షున్షెప్కు దీర్ఘాయువు ఇచ్చాడు.వారు ఒకరినొకరు వ్యతిరేకిస్తున్నట్లు చూపబడిన చివరి ఎపిసోడ్ రాజు కల్మషపాదకు సంబంధించినది. ఈ సంఘటన మహాభారతంలోని ఆది పర్వంలో ఉంది:-

ఇక్ష్వాకు వంశానికి కల్మషపాద రాజు. విశ్వామిత్రుడు తన పూజారి కావాలనుకున్నాడు. అయితే ఆ వశిష్ఠుడిని పురోహితుడిని చేయడం మంచిదని భావించారు. ఒకరోజు రాజు వేటకు వెళ్లి వేటాడుతుండగా ఆకలి, దాహంతో బాగా

అలసిపోయాడు. దారిలో వశిష్ఠుని పెద్ద కొడుకు శక్తిరాజు కలిశాడు. రాజు రహదారిని విడిచిపెట్టమని అడిగాడు. శక్తి వినయంగా అన్నాడు - ఓ రాజా, మార్గం నాదే. రాజు బ్రాహ్మణుడికి దారి ఇవ్వాలనే పురాతన నియమం ఉంది. ఈ విషయమై ఇద్దరి మధ్య గొడవ జరిగింది. వారిద్దరూ తలవంచడానికి సిద్ధంగా లేరు. రాజు ఋషిని కొరడాతో కొట్టాడు. ఋషి శపించాడు - నువ్వు నరమాంస భక్షక రాక్షసుడవు. రామయ్ కల్మష్పద్ అర్చక పదవిపై విశ్వామిత్ర మరియు వశిష్ఠ మధ్య శత్రుత్వం ఉంది. పైశ్వామిత్రుడు రాజును వెంబడించాడు, కాని వశిష్ఠుని కొడుకు శక్తిని చూసి అతను వెనుదిరిగాడు.

అయ్యాయి. శాపం విన్న రాజు శక్తిని ప్రార్థించడం ప్రారంభించాడు. విశ్వామిత్రుడు అవకాశాన్ని ఉపయోగించుకుని ఒక రాక్షసుడిని చంపాడు.

రాజు మరియు శక్తి మధ్య సంధి జరగకుండా రాజు లోపలికి ప్రవేశించమని అతన్ని ఆదేశించాడు.విశ్వామిత్రుడు ఆ దేశం విడిచి వెళ్ళిపోయాడు. బ్రాహ్మణుని శాపం మరియు విశ్వామిత్రుని ఆజ్ఞతో రాక్షసరాజులో

ప్రవేశించారు. ఈ సమయంలో ఆకలితో ఉన్న ఒక బ్రాహ్మణుడు రాజు వద్దకు వచ్చాడు. రాజు తన ఆహారాన్ని అడిగాడుమగ మాంసం పంపారు. దీంతో కోపోద్రిక్తుడైన బ్రాహ్మణుడు అదే శాపాన్ని రాజుకు ఇచ్చాడు. వారిపై రెండు శాపాలు

దాని ప్రభావం వల్ల రాజు కూడా శక్తి తిన్నాడు. విశ్వామిత్రుని ఆజ్ఞపై, వశిష్ఠ రాజు ఇతర కుమారులుఅది కూడా తిన్నాడు. ఇది విన్న వశిష్ఠుడు ఈ విపత్తును చాలా ఓపికతో భరించాడు, వశిష్ఠుడుతన శరీరాన్ని విడిచిపెట్టాలని నిర్ణయించుకున్నాడు. అతను మేరు పర్వత శిఖరం నుండి దూకాడు. కానీ ఆ రాళ్ళు కానీ ఎవరో పత్తి మీద పడినట్లు పడిపోయాడు. ఎప్పుడైతే జీవితం ఇలా బయటకు రాకపోతే ప్రపంచం మండిపోతుంది. ప్రవేశించారు. అగ్ని అడవిని దహించింది కానీ ఋషి కాదు. అప్పుడు అతను తన శరీరంపై

అతను ఒక రాయిని కట్టి సముద్రంలోకి విసిరాడు, కాని అలలు అతన్ని ఒడ్డున ఉన్న ఇసుకపైకి విసిరాయి. అప్పుడు అతను తిరిగి తన గుడిసెలోకి వచ్చాడు. కానీ మళ్లీ ఖాళీగా ఉండడం చూసి దుఃఖంతో చితికిపోయాడు. వర్షాకాలం దీంతో విపాస నది ఉద్ధృతంగా ప్రవహించింది. చేతులు, కాళ్లు కట్టేసి మృతదేహాన్ని నదిలో పడేశాడు.అయితే నది వారిని కూడా ఒడ్డుకు చేర్చింది. అప్పుడు శతడు (సట్లెజ్) నదిలో అనేకం కానీ వారు తమను తాము విసిరారు. బ్రాహ్మణుని తేజస్సును చూసి వందలాది మొసళ్ళు నలువైపులా పారిపోయాయి. ఎప్పుడువశిష్ఠుడు తనకు చావు

రాదని చూచి తన కుటీరానికి తిరిగి వచ్చాడు.160లో 117 ఈ ఇద్దరు ఋషుల మధ్య వివాదానికి ఇవి మూడు ఉదాహరణలు మాత్రమే. పోరు కొనసాగింది. మహాభారతంలోని శల్యపర్వం విశ్వామిత్రుడు కూడా వశిష్ఠుడిని చంపడానికి ప్రయత్నించాడని వెల్లడిస్తుంది. వంటి:-

వశిష్ఠుడు మరియు విశ్వామిత్రుని మధ్య బలమైన శత్రుత్వం ఉంది. వశిష్ఠుని విస్తృతమైన ఆశ్రమం తీర్థంలోని స్థాన్‌లో ఉంది. విశ్వామిత్రుని ఆశ్రమం దానికి తూర్పున ఉండేది. ఇద్దరూ కఠోర తపస్సు చేశారు. ఒకరికొకరు తమ సత్తాను చాటుకున్నారు. వశిష్ఠుని శక్తిని చూచి విశ్వామిత్రుడు సరస్వతీదేవి వశిష్ఠుని కడిగి నాకు ప్రసాదించమని తలచుకుని ధ్యానంలో ఉండిపోయాడు. కాబట్టి నేను అతన్ని చంపేస్తాను. ఇలా తపస్సు చేసి కోపంతో ఎరుపెక్కిన కళ్లతో విశ్వామిత్రుడు నదుల రాణి (సరస్వతి)ని పిలిచాడు. అప్పుడు సరస్వతి వణుకుతున్న వితంతువు రూపంలో ముకుళిత హస్తాలతో విశ్వామిత్రుని వద్దకు వచ్చి ఇలా చెప్పింది - ఆజ్ఞ ఏమిటి? కోపంతో విశ్వామిత్రుడు అన్నాడు- వశిష్ఠుడిని త్వరగా ఇక్కడికి తీసుకురండి, నేను అతన్ని చంపగలను. కమలాక్షి సరస్వతి భయపడి చేతులు జోడించి నిల్చుంది. మహర్షి మళ్ళీ అదే ఆజ్ఞ ఇచ్చాడు. ఈ తీర్మానం ఎంత పాపం అనుకుంది సరస్వతి. అయితే విశ్వామిత్రుని శాపానికి భయపడి వశిష్ఠుని వద్దకు వెళ్లి అంతా చెప్పింది. ఆమె కంగారుగా, పాలిపోయి, భయంగా ఉండడం చూసి, వశిష్ఠుడు ఇలా అన్నాడు - నన్ను ఆ మహర్షి దగ్గరకు తీసుకువెళ్లండి. అప్పుడు ఆమె వశిష్ఠుడిని తీసుకెళ్లింది. ఈ మహర్షి ఎంత గొప్పవాడో అనుకుంది సరస్వతి. నేను వారి దయకు వస్తువుగా మారాలి. కౌశిక మునిని ఒడ్డున ఉంచాడు.

తపస్సు చేయడం చూశాడు. వశిష్ఠుడు ప్రవహించడం ప్రారంభించినప్పుడు, ఆమె సరస్వతిని స్తుతించింది - ఓ సరస్వతీ, మీరు బ్రహ్మ కమండలం నుండి బయటకు వచ్చి మొత్తం భూమిపై ప్రవహిస్తారు. మీరు స్వర్గంలో నివసిస్తున్నారు మరియు మేఘాలకు నీటిని అందిస్తారు. మీరు బలం, ప్రకాశం, కీర్తి, జ్ఞానం యొక్క కాంతి. నీవే వాక్కు, నీవే స్వాహా, ఈ ప్రపంచం నీ అధీనంలో ఉంది. మీరు నాలుగు రూపాలలో అన్ని జీవులలో నివసిస్తున్నారు. వశిష్ఠుడు వెళ్ళిపోవడం చూసిన విశ్వామిత్రుడు అతన్ని చంపడానికి ఆయుధాలను వెతకడం ప్రారంభించాడు. హత్య నుండి బ్రహ్మను రక్షించడానికి, సరస్వతి వశిష్ఠుడిని తూర్పు వైపుకు తీసుకువెళ్ళింది. ఈ విధంగా విశ్వామిత్రుని ఆజ్ఞను పాటించి వశిష్ఠుడు కూడా రక్షించబడ్డాడు. ఇది చూసిన విశ్వామిత్రుడు సరస్వతిని శపించాడు, ఓ సరస్వతీ,

నదులలో శ్రేష్ఠమైన సరస్వతీ, నువ్వు నాకు ద్రోహం చేశావు, కాబట్టి నీ నీటితో పాటు రక్తం కూడా ప్రవహిస్తుంది. శాపగ్రస్తుడైన సరస్వతి ఒక సంవత్సరం పాటు రక్తపు జలాలతో ప్రవహిస్తూనే ఉంది. వశిష్ఠుని ఆశ్రమం ఉన్నచోట అసురులు అక్కడికి వచ్చి రక్తపాతం చేసి నాట్యం చేయడం ప్రారంభించారు. సరస్వతి యొక్క ఈ స్థితిని చూసిన ఋషులు ఆమెను శాప విముక్తులను చేసారు.

విశ్వామిత్రుడు మరియు వశిష్ఠుడు మధ్య ఉన్న శత్రుత్వం కేవలం ఇద్దరు పురోహితుల శత్రుత్వం కాదు, అది ఒక బ్రాహ్మణ పూజారి మరియు ఒక క్షత్రియ పూజారి శత్రుత్వం. వశిష్ఠుడు బ్రాహ్మణుడు మరియు విశ్వామిత్రుడు క్షత్రియుడు. ఇతడు వంశానికి చెందిన క్షత్రియుడు. ఋగ్వేదం 3.33.11లో విశ్వామిత్రుడు కుశికుని కుమారునిగా వర్ణించబడింది. విష్ణు పురాణంలో విశ్వామిత్రుని గురించి మరింత వివరణ ఉంది. విశ్వామిత్రుడు పురూరవ రాజు వంశానికి చెందిన గాడి కొడుకు అని చెబుతారు. ఈ కథ హరివంశంలో కూడా వివరించబడింది.

విశ్వామిత్రుని వంశంలో యక్షాగ్ని తరతరాలుగా దహించబడిందని ఋగ్వేదం (3.1.21) ద్వారా తెలుస్తుంది. విశ్వామిత్రుడు ఈ వేదానికి అనేక శ్లోకాలను రచించాడని మరియు అతను రాజ ఋషిగా పరిగణించబడ్డాడని ఋగ్వేదం ద్వారా తెలుస్తుంది. అతను ఋగ్వేదంలో అత్యంత పవిత్రమైన గాయత్రీ మంత్రాన్ని సృష్టించాడు (3.62.10). ఆ క్షత్రియ వంశం భారతదేశానికి చెందినది. ఈ క్రింది విషయాలలో బ్రాహ్మణులు మరియు క్షత్రియుల మధ్య వాగ్వాదం జరిగినట్లు కనిపిస్తోంది:-

1. విరాళాలు స్వీకరించే హక్కు. విరాళాలు తీసుకోవడం బ్రాహ్మణుల హక్కు అని బ్రాహ్మణులు పేర్కొన్నారు.

2. వేదాలను బోధించే హక్కు. క్షత్రియుడు వేదాలను మాత్రమే చదవగలడని బ్రాహ్మణులు పేర్కొన్నారు. అతనికి వేదాలు బోధించే హక్కు లేదు. వేదాలను బోధించే హక్కు బ్రాహ్మణులకు మాత్రమే ఉంది.

3. యాగం చేసే హక్కు. క్షత్రియుడు యాగం మాత్రమే చేయగలడని బ్రాహ్మణులు చెప్పారు.

యాగం చేయలేరు. యాగం చేసే హక్కు బ్రాహ్మణులకు మాత్రమే ఉంది. ఈ ముగ్గురిలో, ఇద్దరూ ఒకరినొకరు వ్యతిరేకించారు, ముఖ్యంగా గొడవలలో. హంగ్ ఈ విషయాన్ని ధృవీకరించారు

ఇది కథ నుండి జరుగుతుంది. ఈ కథ రామాయణంలో ఈ విధంగా చెప్పబడింది.ఇక్ష్వాకు వంశంలో, త్రిశంక రాజు ఇలాంటి యాగం చేయాలని

కోరుకున్నాడు.మీరు స్వర్గాన్ని పొందండి. వశిష్ఠుడిని పిలిచి ఇది అసాధ్యమని వశిష్ఠుడు చెప్పాడు. త్రిశంకుడు వశిష్ఠుని వందమంది కుమారులు తపస్సు చేస్తున్న దక్షిణం వైపు వెళ్లి వారిని కూడా ప్రార్థించాడు. రాజు చాలా వినయంగా ప్రార్థించాడు - సంక్షోభ సమయాల్లో మా పూజారి సహాయంగా ఉంటాడని మేము భావిస్తున్నాము. వశిష్ఠుడి తర్వాత ఆ వ్యక్తులనే రేపు దేవతలుగా భావిస్తాం. వారు బదులిచ్చారు - మూర్ఖుడు, మీ గురువు మీకు సరైన విషయం చెప్పారు. వారి మాటలను తిరస్కరిస్తూ మీరు ఇతరుల వద్దకు వచ్చారు. అతను ఇక్ష్వాకు వంశంలో గొప్ప మరియు అత్యంత గుర్తింపు పొందిన గురువు. వశిష్ఠుడు నిరాకరించినప్పుడు మనం ఎలా చేయగలం? ఓ మూర్ఖుడైన రాజా, నీ రాజధానికి తిరిగి వెళ్ళు. వశిష్ఠుడు త్రైలోక్య గురువుగా ఉండడానికి అర్హుడు. మేము వారిని అగౌరవపరచలేము.

రాజు చెప్పాడు- వశిష్ఠుడు మరియు మీరు నా అభ్యర్థనను అంగీకరించలేదు కాబట్టి, వేరే పరిష్కారం తీసుకుంటాను.

అది విన్న వారు రాజును చండాలుడు కావాలని శపించారు. ఈ శాపం యొక్క ప్రభావాలురాజు స్వరూపం చండాలుడిలా మారిపోయింది. అప్పుడు రాజు తన దురదృష్టానికి పశ్చాత్తాపపడ్డాడు.విశ్వామిత్రుని దగ్గరకు వెళ్ళాడు. విశ్వామిత్రుడు అతనిపై జాలిపడ్డాడు. మేము కలిగి ఉంటామని ఆయన హామీ ఇచ్చారు మీరు ఈ చండాల రూపంలో స్వర్గానికి వెళ్ళగలిగేలా యాగం చేస్తారు. మీరు కౌకిష్ దగ్గర ఉన్నారు కాబట్టి

వచ్చింది కాబట్టి స్వర్గం మీ చేతుల్లో ఉంది. యాగానికి అన్ని ఏర్పాట్లు చేయమని విశ్వామిత్రుడు ఆదేశించాడు. గొప్ప ఋషులందరికీ మరియు వశిష్ఠ పుత్రులకు కూడా నియంత్రణ ఇవ్వండి అని కూడా చెప్పబడింది. విశ్వామిత్రుని శిష్యులు వచ్చి వశిష్ఠుడు తప్ప బ్రాహ్మణులందరూ తరలివస్తున్నారని సందేశం ఇచ్చారు. వశిష్ఠుని నూరుగురు కుమారులు చెప్పిన పరుషమైన మాటలు వినండి. అతను చెప్పాడు - యాగం చేసేవాడు చండాలుడు మరియు ఆచరించేవాడు క్షత్రియుడు అయిన యాగంలో దేవతలు మరియు బ్రాహ్మణులు ఎలా పాల్గొంటారు? చండాల ఆహారం తిని బ్రాహ్మణులు స్వర్గాన్ని ఎలా పొందగలరు? అది విన్న విశ్వామిత్రుడు కోపంతో వశిష్ఠుని కుమారులందరూ భస్మమైపోవాలని, అస్పృశ్యుల ఇంట్లో ఏడు జన్మల పాటు పుట్టాలని శపించాడు. అతను వశిష్ఠుడిని శపించాడు - నిషాదాగా మారాడు. శాపం ఫలించగానే యాగం చేశాడు. మహర్షికి భయపడి ఇతర బ్రాహ్మణులు కూడా యాగంలో పాల్గొన్నారు. యజ్ఞాప విశ్వామిత్రుడు మరియు ఋత్విజుడు మరొక బ్రాహ్మణుడు.

విశ్వామిత్రుడు, వశిష్ఠుడు మధ్య జరిగిన యుద్ధంలో సుదాసు కూడా పాల్గొన్నాడు. సుదాసు పురోహితుడు వశిష్ఠుడు. వశిష్ఠుడు అతనికి పట్టాభిషేకం చేసాడు. పదిమంది రాజులను జయించడంలో అతనికి సహకరించినవాడు వశిష్ఠుడు. అయినప్పటికీ, సుదాస్ వశిష్ఠుడిని ఈ పదవి నుండి తొలగించి విశ్వామిత్రుడిని నియమించాడు. విశ్వామిత్రుడు యాగం నిర్వహించారు. దీంతో విశ్వామిత్రుడు, వశిష్ఠుల మధ్య శత్రుత్వం పెరిగింది. ఈ శత్రుత్వాన్ని మరింత పెంచే విధంగా మరో సంఘటన జరిగింది. సుదాసు వశిష్ఠుని పెద్ద కొడుకు శక్తిని అగ్నిలో పడేశాడు, దాని కారణంగా అతను బూడిదగా ఉన్నాడు. ఈ కథ సత్యాయన బ్రాహ్మణంలో వ్రాయబడింది, కానీ అలాంటి అణచివేతకు కారణం ఇందులో ఇవ్వబడలేదు. కానీ సద్గురు ఋగ్వేదంలోని కాత్యాయన సూచిక యొక్క వ్యాఖ్యానంలో కొంత వెలుగునిచ్చారు. సద్గురు శిష్యుడు సుదాస్ ఒక యాగం చేసారని చెప్పారు. ఇక్కడ

అయితే విశ్వామిత్రుడికి, శక్తికి వాగ్వాదం జరిగింది. శక్తి అతన్ని మూగ చేసింది. విశ్వామిత్రుడు ఓడిపోయాడు. విశ్వామిత్రుడు తన అవమానానికి ప్రతీకారం తీర్చుకోవడానికి సుదాస్ శక్తిని అగ్నిలో పడేలా చేసినట్లు తెలుస్తోంది. ఈ విషయంలో వశిష్ఠ, సుదాసుల మధ్య శత్రుత్వం ఏర్పడింది. సుదాసు కొడుకు వశిష్ఠ కొడుకుల మధ్య కూడా ఈ శత్రుత్వం కొనసాగింది. తైత్తిరీయ సంహితలో ఇలా చెప్పబడింది - తన కుమారుని మరణానంతరం, వశిష్ఠుడు సుదాసుని కుమారుల నుండి ప్రతీకారం తీర్చుకోవడానికి ఒక కొడుకు కావాలని కోరుకున్నాడు. అతను ఒక యాగం చేసి సుదాసు మీద పగ తీర్చుకున్నాడు. అదే విషయం కౌషితకి బ్రాహ్మణుడి నుండి కూడా రుజువైంది. వశిష్ఠుడు తన కుమారులను చంపిన తరువాత, పిల్లలతో మరియు జంతువులతో ధనవంతుడు కావడానికి నేను సుదాసుని అవమానిస్తానని అనుకున్నాడు. అవమానాలు ఇచ్చాడు. వశిష్ఠుడు యాగం చేసి సుదాసుని ఓడించాడు.

II

రాజులు మరియు బ్రాహ్మణుల మధ్య వివాదానికి ఒకే ఒక ఉదాహరణ ఉంది, అంటే సుదాస్ మరియు వశిష్ఠ వివాదానికి. పురాణాలలో రాజులు మరియు బ్రాహ్మణుల మధ్య ఇతర వివాదాల వివరణలు కూడా ఉన్నాయి. మొదటి కథ రాజుగా మారడం. ఈ కథ హరివంశంలో ఈ విధంగా ప్రస్తావించబడింది:-

అంగ అనే ప్రజాపతి ఉండేవాడు. వీరు అత్రి వంశస్థులు. వారి కుమారుడు ప్రజాపతి బెన్, అతను విధికి అంకితమయ్యాడు. అతను మృత్యువు కుమార్తె సునీతి

నుండి జన్మించాడు. తన మాతృ వంశం కారణంగా, ఈ కుమారుడు తన కర్తవ్యాన్ని విడిచిపెట్టి, చాలా భోగ మరియు విలాసవంతమైనవాడు. ఆయనకు వేదాలపై నమ్మకం లేదు. అతని రాజ్యంలో ప్రజలు మత గ్రంధాలను చదవలేదు మరియు యాగం నిర్వహించబడలేదు. ఎవరైనా యాగం చేస్తే నా పేరు మీద, నా కోసమే యాగం చేయాలని ఆదేశించాడు. అప్పుడు మరీచి వంటి మహర్షులు అతన్ని అలా చేయకుండా అడ్డుకుని, అగ్ని యాగం చేయడానికి నీకు అనధికారమని, ఇలా చేయకూడదని అన్నారు. అతను మూర్ఖంగా ఋషిని ఎగతాళి చేస్తూ అన్నాడు - నేను కర్తవ్యం గురించి చెప్పేవాడిని. నేను ఎవరికైనా కట్టుబడి ఉండాలా? భూమిపై నా అంత ప్రకాశవంతుడు మరియు ధర్మవంతుడు ఎవరు? అప్పుడు ఋషులకు కోపం వచ్చింది. వారు బెన్‌ను పట్టుకుని, అతని ఎడమ తొడను చించేశారు. అతని నుండి ముదురు రంగు పొట్టి మనిషి పుట్టి చేతులు జోడించి నిలబడ్డాడు. అతనికి కోపం రావడం చూసి అత్రి కూర్చోమని అడిగాడు. దాని నుండి నిషాద వంశం పుట్టింది.

బ్రాహ్మణులతో విభేదాలు కలిగిన రెండవ రాజు పురూరవుడు. అతను ఇల కుమారుడు మరియు వైవస్వత్ మనువు యొక్క మనవడు. అతని వివాదం మహాభారతంలోని ఆది పర్వంలో ఈ విధంగా వివరించబడింది:-

"పురూరవుడు ఇలా కొడుకు. అతని రాజ్యం పదమూడు ద్వీపాలలో ఉంది, కానీ రాజ్యం పేరుతో బ్రాహ్మణులతో శత్రుత్వం పెంచి వారి నగలను దోచుకున్నాడు. సనత్కుమారుడు బ్రహ్మలోకం నుండి వచ్చి ఇచ్చాడు

వివరించినా ఒప్పుకోలేదు. సత్సంప్రదాయం వల్ల అతని అంతరాత్మ నాశనమైంది. అప్పుడు ఋషులు అతనికి చెప్పారు శపించబడ్డాడు మరియు చంపబడ్డాడు. మూడవ కథ నహుషునిది. నహుషుడు పురూరవుని మనుమడు. నహుషునితో బ్రాహ్మణుల ఘర్షణ మహాభారతంలో రెండు చోట్ల వివరించబడింది. వాన్ పర్వ్‌లో ఒకటి మరియు ఉద్యోగ్ పర్వ్‌లో ఒకటి.

ఉద్యోగ పర్వ్ యొక్క వివరణ క్రింది విధంగా ఉంది:

వృత్రాసురుడిని చంపిన తర్వాత ఇంద్ర బ్రహ్మ హత్య భయంతో నీటిలో దాక్కున్నాడు. దీంతో పెద్ద దుమారం రేగింది. అప్పుడు ఋషులు మరియు దేవతలు నహుషుడిని కొన్ని రోజులకు దేవతలకు రాజు కావాలని వేడుకున్నారు. మొదట నహుష తన అసమర్థతను తెలియజేసాడు, కాని తరువాత అతను అంగీకరించాడు. రాజు నహుష చాలా మతపరమైన వ్యక్తి, కానీ ఇంద్రుడు అయిన తర్వాత, అతను చాలా కామం కలిగి ఉన్నాడు. ఇంద్రాణిని చూసాడు. అతను

ఇంద్రాణిని పొందాలని కోరుకోవడం ప్రారంభించాడు. ఇంద్రాణి అంగీర బృహస్పతిని ఆశ్రయించింది. ఇంద్రాణిని ఆదుకుంటానని హామీ ఇచ్చాడు. దీనికి నహుషుడు అసంతృప్తి చెందాడు, అయితే దేవతలు వ్యభిచారం పానీయం అని వివరించారు. కానీ నహుషుడు వినలేదు.

అతడు అన్నాడు - ఇంద్రుడు అహల్యతో సంభోగించినప్పుడు మరియు అనేక దురాగతాలు చేసినప్పుడు, మీరు ఇంద్రుడిని ఎందుకు ఆపలేదు? నహుషుని పట్టుబట్టి దేవతలు ఇంద్రాణిని తీసుకుని వెళ్ళారు, కానీ బృహస్పతి అతన్ని వెళ్ళనివ్వలేదు. బృహస్పతి సలహా మేరకు ఇంద్రాణి తనకు ఇంద్రుడు ఎక్కడ ఉన్నాడో తెలుసుకునేందుకు కొంత సమయం కావాలని కోరింది. ఇంద్రాణి తన భర్త కోసం వెతకడానికి బయలుదేరింది. హిమాలయాలకు ఉత్తరాన ఉన్న సరస్సు మధ్యలో ఇంద్రుడు తామర పువ్వులో నివసిస్తున్నట్లు ఉపశ్రుతి సహాయంతో వెల్లడైంది. ఇంద్రాణి నహుషుని చెడు ఆలోచనలను ఇంద్రుడికి వివరించి, అతను తన రాజ్యానికి తిరిగి వచ్చి తనను రక్షించమని ప్రార్థించింది. నహుషుని శక్తికి ఇంద్రుడు భయపడ్డాడు. వెంటనే వచ్చేందుకు నిరాకరించాడు. ఋషుల భుజాల మీద నహుషుడు పల్లకీని మోస్తూ వస్తే, ఇంద్రాణి అతనితో కలిసి భోగాలు అనుభవించడానికి అంగీకరిస్తుందని ఇంద్రాణికి ఒక పరిష్కారం చెప్పాడు. విష్ణువు, రుద్రుడు లేదా రాక్షసులు ఉపయోగించని అద్భుతమైన పల్లకిని నా కోసం ఋషి తీసుకురావాలని, అప్పడే నేను నీతో సంభోగం చేస్తానని ఇంద్రాణి నహుషునికి అదే సందేశాన్ని పంపింది. విశ్వం నాశనమవ్వాలని నేను కోరుకుంటే, సప్తఋషులు, బ్రాహ్మణులు నా పల్లకీని తీసుకోవడం వల్ల కలిగే నష్టమేమిటని నహుష ఆలోచించాడు. అందుచేత నహుషుని ఆజ్ఞతో ఋషులందరూ అతనిని అనుసరించారు పల్లకీతో కదిలారు.

పల్లకీని మోసుకెళ్తుండగా, ఋషులు నహుషుడిని రాజు కోసం బలిచ్చే సమయంలో మంత్రాలను గౌరవిస్తారా అని అడిగారు, దీని కారణంగా నహుషుడు ఋషులతో విభేదించాడు. తన్నాడు. ఋషులు కోపించి శపించారు - నువ్వు పదివేల సంవత్సరాలు పాము అవుతావు. నహుషుడు వెంటనే పాము అయ్యాడు, కశ్యపుడు ఇంద్రుడికి చెప్పాడు - బ్రాహ్మణుల శాపం కారణంగా నహుష పడిపోయాడు, ఇప్పడు నీవు స్వర్గానికి రావాలి అన్నాడు. నాల్గవ కథ నిమి రాజుది. ఈ కథ విష్ణు పురాణంలో ఇలా ఉంది: వెయ్యి సంవత్సరాలు పట్టే యజ్ఞం చేయమని నిమి వశిష్ఠుడికి చెప్పాడు. వశిష్ఠుడు కలిగి ఉన్నాడు

ఇంద్రుని నుండి ఐదు వందల సంవత్సరాల పనిని ఇప్పటికే తీసుకున్నామని చెప్పారు. ఆ తర్వాత తిరిగి వస్తాం. రాజు అంగీకరించాడని అర్థం చేసుకున్న

వశిష్ఠుడు అక్కడి నుంచి వెళ్లిపోయాడు. వశిష్ఠుడు తిరిగి వచ్చినప్పుడు, గౌతమ మహర్షి ఒక యాగం చేయడం చూశాడు. ఈ అవమానానికి కోపోద్రిక్తుడైన వశిష్ఠుడు నిమిని నిద్రలో తన మానవ శరీరాన్ని విడిచిపెడతానని శపించాడు. నిమి నిద్రలేచి, వశిష్ఠుడు తనను శపించాడని గ్రహించి, వశిష్ఠుడిని కూడా శపించి మరణించాడు. దేవతలు యాగానికి సంతసించి, అప్పుడు నిమికి ప్రాణం పోయవచ్చు అన్నారు. రాజు నిరాకరించాడు. అప్పుడు దేవతలు నిమికి పాలక్‌పై నివాసం కల్పించారు. అందుకే కనురెప్ప పడకముందే గడిచే కాలాన్ని నిమేష్ అంటారు.

"ఈ వివాదాలు మనుస్మృతిలో కూడా కనిపిస్తాయి."

మాక్స్ ముల్లర్ యొక్క పుస్తకం 'సేక్రెడ్ బుక్స్ ఆఫ్ ఈస్ట్' ప్రకారం, మనుస్మృతిలో ఇలా చెప్పబడింది, "అహంకారాన్ని త్యజించడం ద్వారా, ఋషులు కూడా రాజ్యాలను సాధించారు మరియు అహంకారం కారణంగా, బెన్, నహుష, సముఖ్ మరియు నిమి కుమారుడు వంటి రాజులు నాశనమయ్యారు. ""

దురదృష్టవశాత్తు, శూద్రుల పరిస్థితి ఈ సంఘటనల సందర్భంలో గ్రహించబడలేదు. దీనికి కారణం ఈ గొడవ బ్రాహ్మణులకు, శూద్రులకు మధ్య అని ఎవరూ అనుకోలేదు. మరికొందరు శూద్రులుగా వర్ణించబడలేదు కానీ ఇక్ష్వాకు వంశానికి చెందిన వారని చెప్పబడింది. ఆ శూద్రులందరూ, మనువు కూడా ఈ విషయాన్ని గ్రహించలేదని చెప్పాలి. అతను ఈ సంఘర్షణను బ్రాహ్మణ వర్సెస్ క్షత్రియ అని కూడా పిలిచాడు. డాక్టర్ ముయిర్ కూడా సుదాస్ శూద్రుడు అని అర్థం చేసుకోవడంలో విఫలమయ్యాడు మరియు క్షత్రియులు మరియు బ్రాహ్మణుల మధ్య సంఘర్షణ అని చెప్పడం ద్వారా క్లిచ్ సిద్ధాంతానికి ఆధారాలు ఇచ్చారు. ఒక దృక్కోణం నుండి ఇది సమర్థించబడుతోంది ఎందుకంటే శూద్రులు క్షత్రియుల శాఖ. ఈ సంఘర్షణ బ్రాహ్మణులకు శూద్రులకు మధ్య జరిగినదని చెప్పడం మరింత సముచితం. ఒకసారి ఏ తప్పు చేసినా, అది మళ్లీ జరుగుతూనే ఉంది మరియు భారతీయ ఆర్య సమాజం యొక్క ఈ నిజమైన నిజం దుమ్ముతో నిండిపోయింది. ఈ దురభిప్రాయాన్ని తొలగించడానికి, బ్రాహ్మణులు మరియు శూద్రుల మధ్య పోరాటం అర్థం చేసుకోవడానికి మరియు క్షత్రియులు వర్ణ వ్యవస్థలోని రెండవ మెట్టు నుండి నాల్గవ మెట్టుకు ఎలా పడిపోయారో అర్థం చేసుకోవడానికి ఈ అధ్యాయానికి ఈ పేరు పెట్టారు.

10.

శూద్రుల పతనం

కుల వ్యవస్థలో రెండవ స్థానంలో ఉన్న శూద్రులను నాల్గవ స్థానానికి నెట్టడానికి బ్రాహ్మణులు ఎలాంటి వ్యూహాలను అనుసరించారు?

శూద్రులు ప్రాథమికంగా రెండవ వర్ణ - క్షత్రియ వర్గానికి చెందిన వారని మరియు బ్రాహ్మణులకు వారి పట్ల ద్వేషం ఎంతగానో పెరిగిపోయిందని, బ్రాహ్మణులు తమ రెండవ వర్ణం నుండి శూద్రులను తొలగించి, వారిని నాల్గవ వర్ణానికి తీసుకువచ్చారని ఇప్పటివరకు నిరూపించబడింది. శూద్రుల స్థాయిని దిగజార్చడానికి వారిని ఎందుకు ప్రేరేపించారనే ప్రశ్నను పరిగణించాలి. ఇక్కడ శూద్రులను ఓడించడానికి బ్రాహ్మణులు ఎలాంటి వ్యూహాలను అనుసరించారనే ప్రశ్న తలెత్తుతుంది. సమాజం దృష్టిలో శూద్రులను తక్కువ చేసి వారి అవమానానికి ప్రతీకారం తీర్చుకోవడానికి వారు ఏ పద్ధతిని కనుగొన్నారు?

శూద్రులు ఉపనయన సంస్కారం చేయడానికి నిరాకరించడమే వారి వ్యూహాలకు సమాధానం. ఈ విధానం ద్వారానే ఆయన తన స్థానానికి అప్రతిష్ట తెచ్చిపెట్టారనడంలో సందేహం లేదు.బహుశా ఇక్కడ ఉపనయనం అంటే ఏమిటి మరియు భారతీయ ఆర్యుల సమాజంలో దాని ప్రాముఖ్యత ఏమిటో తెలుసుకోవడం కూడా సంబంధితంగా ఉంటుంది. దీని గురించిన సమాచారం కొరకు, ఉపనయన సంస్కార పద్ధతిని వివరించడం సముచితంగా ఉంటుంది.మొదట్లో ఉపనయన సంస్కారం ఒక సాధారణ ఆచారం. పిల్లవాడు సమిధతో (ఒక రకమైన రుణం) ఆచార్య వద్దకు వెళ్లేవాడు మరియు చదువు కోసం బ్రహ్మచారి కావాలని అభ్యర్థించాడు మరియు చదువు కోసం అతనితో ఉండమని అభ్యర్థించాడు. ఇది కాలంతో పాటు విస్తరించింది. అశ్వలాయన గృహ సూత్రంలోని 'ఉపనయన' వర్ణన దాని విస్తరణను తెలుపుతుంది.

పిల్లల తల గొరుగుట చేయాలి. కొత్త బట్టలు ధరించి ఉండాలి, బ్రాహ్మణుడైతే జింక చర్మం ధరించాలి, క్షత్రియుడైతే సారు ధర్మం ధరించాలి, వైశ్యుడైతే మేక చర్మం ధరించాలి. బట్టలు వేసుకుంటే వాటికి రంగులు వేయాలి - బ్రాహ్మణులకు కుంకుమ, క్షత్రియులకు ఎరుపు, వైశ్యులకు ఎరుపు.

కోసం పసుపు. అతను బెల్ట్ ధరించి, కర్రతో ఉండాలి. పిల్లవాడు గురువుగారి చేతిని పట్టుకుని, గురువు నెయ్యి హవనాన్ని ఆచరించి, అగ్నికి ఉత్తరం వైపుగా తూర్పు ముఖంగా కూర్చోవాలి. పిల్లవాడు గురువుకు ఎదురుగా పడమర ముఖంగా కూర్చున్నాడు. గురువు తన మరియు పిల్లల అంజలిలో నీటిని నింపి, ఋగ్వేద (5.82.1) మంత్రాన్ని పఠించి, తన చేతిలోని నీటిని పిల్లల అంజలిలో వేయాలి. ఆ తర్వాత 'సావిత్రి' అనుమతితో 'అశ్విని' కుమార్‌లు చేయి, పూషన్ చేతితో మంత్రం పఠించి చిన్నారి చేయి పట్టుకున్నారు. సావిత్రి నీ చేయి పట్టుకుంది, మంత్రం పఠించి, 'అగ్ని నీకు గురువు' అంటూ మళ్ళీ పిల్లవాడి చెయ్యి పట్టుకుని, మూడోసారి పిల్లవాడి చెయ్యి పట్టుకుంది. ఉపాధ్యాయుడు సూచించినప్పుడు, పిల్లవాడు సూర్యుని వైపు చూశాడు. అప్పుడు గురువు, "సావిత్రీ దేవి, అతను బ్రహ్మచారి, దయచేసి అతన్ని రక్షించండి" అని చెప్పాడు. మంత్రాన్ని పఠించండి. ఆ తర్వాత గురువు ఇలా అన్నాడు - "నీవు ఎవరి బ్రహ్మచారి?" నీవు బ్రహ్మచారివి.

నిన్ను ప్రజాపతికి ఇస్తున్నాను. అప్పుడు ఋగ్వేదంలోని మంత్రాలు (3- 8-4) చదువుతున్నప్పుడు, పిల్లవాడిని కుడి వైపుకు తిప్పండి మరియు అతని హృదయాన్ని తాకండి. అప్పుడు బ్రహ్మచారి మౌనంగా కట్టెలను అగ్నిలో వేయాలి. శృతి ప్రకారం, ప్రజాపతి పని నిశ్శబ్దంగా చేయాలి. కొంతమంది అగ్ని మంత్రాన్ని జపిస్తారు: మీరు పెరిగేలా మేము ఈ చెక్కను ఉంచుతాము మరియు మేము కూడా బ్రాహ్మణుడైన స్వాహా ద్వారా వృద్ధిని పొందుతాము. కట్టెలను ఉంచి, అగ్నిని తాకిన తర్వాత, పిల్లవాడు మూడుసార్లు చెప్పాలి - "నేను కీర్తితో ఆశీర్వదించబడ్డాను, అగ్ని నాకు తెలివి, కత్తి మరియు బలాన్ని ఇస్తుంది." సూర్యుడు నాకు జ్ఞానాన్ని, సంతానాన్ని మరియు బలాన్ని ప్రసాదిస్తాడు. ”

"ఓ అగ్ని, నీవు ప్రకాశవంతంగా ఉన్నావు - నేను తెలివైనవాడిని, నీవు బలవంతుడివి - నేను బలవంతుడను, దహించే శక్తి నీకు ఉంది, నేను కూడా భస్మీకరించగల శక్తిని కలిగి ఉంటాను." దీని తర్వాత శిష్యుడు గురువుగారి పాదాలను తాకి ఇలా చెప్పాలి - నాకు సావిత్రిని నేర్పండి, నాకు నేర్పండి, నాకు నేర్పండి. గురువు నెమ్మదిగా గాయత్రీ మంత్రాన్ని పిల్లలకు బోధిస్తూ ఇలా చెప్పాలి – “నేను నీ మనస్సును కర్తవ్యంపై కేంద్రీకరిస్తాను. మీ మెదడు నా మెదడులా ఉండనివ్వండి. మీరు ఏకాగ్రతతో నా ఆదేశాలను పాటించండి. బృహస్పతి మీకు పూర్తి సేవను అందించును గాక. ఆ తరువాత, పిల్లల నడుము చుట్టూ బెల్ట్ కట్టి,

అతనిని ఒక కర్రను పట్టుకోండి. ఆ తరువాత, బ్రహ్మచారి యొక్క విధులను వివరించండి - "బ్రహ్మచారిగా ఉండండి, నీరు త్రాగండి, సేవ చేయండి, పగటిపూట నిద్రపోకండి, గురువుపై నమ్మకంతో వేదాలను అధ్యయనం చేయండి."ఉదయం, సాయంత్రం వేళల్లో భిక్షాటన చేయడం, యజ్ఞం కోసం కలప సేకరించడం, భిక్షాటనలో లభించిన వస్తువులను గురువుకు ఇవ్వడం, పగలు విశ్రాంతి తీసుకోకపోవడం.

ఉపనయన సంస్కారం గురువు పిల్లలకు మంత్రాన్ని బోధించడంతో ముగుస్తుంది. ఉపనయనానికి ముందు గాయత్రీ మంత్రం ఎందుకు బోధించాలో ఇక్కడ చెప్పడం కష్టం? ఉపనయన సంస్కారం యొక్క పై వివరణ నుండి రెండు విషయాలు స్పష్టమవుతాయి:

1. ఉపనయనం యొక్క ఉద్దేశ్యం ఏమిటంటే, వేదాల అధ్యయనం కోసం ఆచార్య వద్దకు ఒక వ్యక్తిని పంపడం మరియు వేద పారాయణం గాయత్రీతో ప్రారంభమైంది.

2. రెండవది, ఉపనయన సంస్కారానికి కొన్ని విషయాలు చాలా ముఖ్యమైనవి, అవి క్రింది విధంగా ఉన్నాయి: - (1) రెండు బట్టలు, వాటిలో ఒకటి శరీరం యొక్క దిగువ భాగానికి, దీనిని వాస్ అని పిలుస్తారు.మరియు రెండవది శరీరం యొక్క పై భాగానికి ఉత్తరీయ అని పిలువబడే దుస్తులు. (2) కర్ర

మరియు (3) నడుము చుట్టూ కట్టడానికి తీగతో చేసిన బెల్ట్ లేదా తాడు.

ఈ వర్ణనను నేటి ఉపనయన క్రతువుతో పోల్చి చూస్తే ప్రాచీన ఉపనయన క్రతువులో యజ్ఞోపవీత (జానేవు) ప్రస్తావన లేకపోవటం ఆశ్చర్యం కలిగిస్తుంది. ఆధునిక ఉపనయనం యొక్క ప్రధాన లక్ష్యం యజ్ఞోపవీతం ధరించడం మాత్రమే మరియు ఈ యజ్ఞోపవిత్ పాత్ర (యాజ్ఞవల్క్యుడు దీనిని బ్రహ్మసూత్ర అని పిలుస్తారు) చాలా బలంగా మారింది, దాని తయారీ మరియు ఉపయోగం కోసం వివరణాత్మక నియమాలు సిద్ధం చేయబడ్డాయి.

యజ్ఞోపవీతంలో ఒక్కొక్కటి తొమ్మిది తీగల మూడు తీగలు ఉన్నాయి. ప్రతి తీగ ఒక దేవత కోసం.పవిత్రమైన దారం ఛాతీ పైన లేదా నాభికి దిగువన ఉండకూడదు. ఒక వ్యక్తి ఒకేసారి ఒకటి కంటే ఎక్కువ యాగ్యోపవిత్ ధరించవచ్చు.యజ్ఞోపవతిని నిత్యం ధరించాలి. పవిత్రమైన దారం ధరించకుండా భోజనం చేసినా లేదా కుడి చెవికి పవిత్ర దారం వేలాడదీయకుండా మూత్ర విసర్జన చేసినా, స్నానం చేసినా, ప్రార్థన చేసినా, ఉపవాసం చేసినా తపస్సు చేయాల్సి ఉంటుంది. తొమ్మిది

నారలకు తొమ్మిది దేవతలు ఉన్నారు. దేవతా స్మృతి ప్రకారం, ఇవి ఓంకార్, అగ్ని, నాగ్, సోమ్, పిత్ర, ప్రజాపతి, వాయు, సూర్య, విశ్వదేవ్. ఇందులో కొన్ని మార్పులు కూడా వచ్చాయి. ఇష్టి, పశుబలి, సోమ యజ్ఞం, మూడు సూత్రాల యజ్ఞోపవీతం ఒక్కటే ఉండాలని, అయితే దానికి అహిన్, ఏక, సూత్రాలు అనే మూడు వర్గాలు ఉండాలని, మూడు అగ్నిలు, ఏడు సోమసంస్థాలు, ఏడు ఫేరాలు ఉండాలని మేధాతిథి చెబుతోంది.

బ్రహ్మచారి ఒక పవిత్ర దారాన్ని మాత్రమే ధరించాలి, ఒక పట్టభద్రుడు మరియు గృహస్థుడు రెండు పవిత్రమైన దారాలను ధరించాలి, ఎవరైనా ఎక్కువ కాలం జీవించాలనుకుంటే, అతను రెండు పవిత్రమైన దారాలను ధరించాలి. గ్రాడ్యుయేట్ ఎల్లప్పుడూ రెండు పవిత్రమైన దారాన్ని ధరించాలి. గృహస్థుడు తనకు కావలసిన 10 పవిత్ర దారాన్ని ధరించవచ్చు. మరొక వ్యక్తి యొక్క పవిత్రమైన దారం మరియు బూట్లు, దండ, ఆభరణాలు లేదా కమండలం మొదలైన వాటిని ధరించడం నిషేధించబడింది.

యాగ్యోపవీతం (1) నివిత్, (2) ప్రసన్విత్ మరియు (3) ఉపవిత్ అనే మూడు విధాలుగా ధరించాలనే నిబంధన ఉంది.

మెడలో రెండు వేళ్లు గుండెకు దిగువన, రెండు వేళ్లు నాభికి పైన ధరించినప్పుడు దానిని నివిత్ అంటారు. ఉప్వీత్ ఎడమ భుజం నుండి కుడికి మరియు కుడి భుజం నుండి ఎడమకు ధరించాలని చెబుతారు.

యాగ్యోపవీతం ఎలా మొదలైంది? దీనికి సంబంధించి తిలక్ సర్ అభిప్రాయం ఏమిటంటే, వేద గ్రంథాలలో, ప్రజాపతిని ఓరియన్ అంటే మృగశిర అని పిలుస్తారు, లేకుంటే దానిని యాగం అని కూడా అంటారు. కాబట్టి, కటి ప్రాంతంలో ధరించే పట్ సహజంగా ప్రజాపతి పేరుతో యాగ్యోపవిత్ అని పిలువబడుతుంది. ఇప్పుడు దీనిని బ్రాహ్మణుల పవిత్ర తంతు అని పిలవడం ప్రారంభించారు. ఇక్కడ జానేయు అనేది ఓరియన్ నుండి నడుము పట్టీ (పటుకా) రూపమా అనే ప్రశ్న తలెత్తుతుంది. కింది కారణాలపై ఇది నాకు సరైనదనిపిస్తోంది:-

స్థానిక పరిశోధకుల అభిప్రాయం ప్రకారం, యజ్ఞోపవీత అనేది యజ్ఞ + ఉపవిత్ అనే పదాల కలయిక. అయితే ఈ విషయంలో భిన్నాభిప్రాయాలు వ్యక్తమవుతున్నాయి. కలిపిన పదం యొక్క అర్థం యాగానికి ఉప్వీత్ లేదా యాగానికి ఉప్వీత్. ఒక జ్ఞాపకం ప్రకారం, హోత్రియాలు దీనిని దేవునికి యాగం అని పిలిచారు. ఇది అతని ఉపవిత్, కాబట్టి దీనిని యజ్ఞోపవిత్ అని పిలుస్తారు. పవిత్రమైన దారాన్ని ధరించినప్పుడు, అత్యంత పవిత్రమైన యజ్ఞోపవిత్ ప్రజాయతేత్సహజన్ పురస్తబ్ర మంత్రాన్ని పఠిస్తారు.

ఈ మంత్రం ఏ కోడ్‌లోనూ అందుబాటులో లేదు. బోధాయనుడు బ్రహ్మోపనిషత్తులో ఇలా వ్రాసాడు. ఈ మంత్రం హౌమా యెష్ట్‌ను పోలి ఉంటుంది అంటే – "యజ్ఞోపవీత ఉన్నతమైనది మరియు పవిత్రమైనది. ఇది బ్రహ్మతో మాత్రమే ఉద్భవించింది. పురస్తాత్ అనే పదం అవెస్టాలోని పోర్వానిస్ అనే పదానికి పర్యాయపదంగా ఉంది మరియు డాక్టర్ హాగ్ లేవనెత్తిన ప్రశ్న సహజ్ ప్రజాపతి యొక్క అవయవం నుండి ఉద్భవించిందని నిర్ధారించడం ద్వారా పరిష్కరించబడుతుంది, ఇది మెనుటస్టెమ్‌కు పర్యాయపదంగా ఉంది. ఈ సారూప్యత యాదృచ్ఛికం కాదు. నా అభిప్రాయం ప్రకారం, జానేయు ఓరియన్ ప్లేట్ నుండి తీసుకోబడింది. ఉప్వీత్ అంటే అల్లడం అనేది వస్త్రం మరియు దారం కాదు. అందుచేత నడుముని కప్పి ఉంచే బెల్టు రూపంలో ఉన్న లోదుస్తులు యజ్ఞోపవితం యొక్క నిజమైన రూపమని మరియు ప్రజాపతి అనే పేరుతో దాని అనుబంధం కారణంగా పవిత్రంగా పరిగణించబడుతున్నట్లు తెలుస్తోంది.

తిలక్ సర్ ఆలోచనలు నిస్సందేహంగా ఆసక్తికరంగా ఉన్నాయి. కానీ ఇది కొన్ని ఇబ్బందులను పరిష్కరించదు కలిగి ఉండవచ్చు. ఇది కాకుండా, ఉత్తర మరియు వాస్తో యాగ్యోపవీత్ సంబంధం కూడా స్పష్టంగా లేదు. ఏమిటి

యజ్ఞోపవీత పై రెండు బట్టల నుండి వేరుగా ఉందా? అలా అయితే, ఉపనయన సంస్కారం యొక్క ప్రాచీన వర్ణనలో దీన్ని ఎందుకు ప్రస్తావించలేదు? జానేవు పైన పేర్కొన్న వస్త్రాలకు ప్రత్యామ్నాయం ఉంటే ఉపనయనం దుస్తులు ధరించే ప్రస్తావన ఎందుకు వచ్చింది?

ఇప్పుడు నేను మరొక సిద్ధాంతాన్ని అందిస్తున్నాను. వారసత్వ హక్కుల కోసం యాగ్యోపవిత్ సంస్కారం నిర్వహిస్తారు. ఒక వ్యక్తిని నిర్దిష్ట గోత్రంతో అనుబంధించడం దీని ఉద్దేశ్యం. ఇది ఉపనయనానికి సంబంధించినది కాదు. వేదాధ్యయనం కోసం ఉపనయనం చేశారు. ప్రాచీన ఆర్యుల చట్టం ప్రకారం, తండ్రి పుట్టినప్పటి నుండి తన తండ్రి గోత్రాన్ని తన కొడుకుకు ఇవ్వడానికి ఒక ప్రత్యేక కార్యక్రమం నిర్వహించాలని మరియు అప్పడే కొడుకు తన తండ్రి గోత్రానికి అర్హుడని చాలా మందికి తెలియదు. ఈ విషయంలో, ఆర్య సమాజంలో రెండు నియమాలు ప్రబలంగా ఉన్నాయి. ఒకటి అపవిత్రత యొక్క నియమం మరియు మరొకటి దత్తత. ఒకరి మరణానంతరం సంతాప కాలం దగ్గరి బంధువులకు మరియు దూరపు బంధువులకు భిన్నంగా ఉంటుంది. కుమారుని యజ్ఞం చేయకపోతే కొన్ని రోజులకే అపవిత్రం (సూతకం) ముత్యం. దత్తత విషయానికి వస్తే, అప్పటికే యాగ్యోపవిత్‌తో దీవించబడిన ఏ వ్యక్తిని దత్తత తీసుకోలేము. ఈ

రెండు నియమాల అర్థం ఏమిటి? పవిత్రమైన దారం లేని కారణంగా తన తండ్రి గోత్రాన్ని అధికారికంగా స్వీకరించలేకపోయినందున, అశుద్ధ కాలం పత్రాకు తక్కువగా ఉంది. దత్తత అంటే దత్తత తీసుకున్న తండ్రి గోత్రానికి చెందినది. యజ్ఞోపవీతం పూర్తయిన తర్వాత కొడుకు తండ్రి గోత్రానికి చెందుతాడు.

యజ్ఞోపవీత గోత్రానికి సంబంధించినదని, ఉపనయనానికి సంబంధించినదని పై రెండు నియమాలను బట్టి స్పష్టమవుతుంది. జైన సాహిత్యం కూడా దీనిని ధృవీకరించింది. ఆచార్య రవి సేన్ రచించిన పద్మ పురాణంలోని నాల్గవ అధ్యాయంలోని 87వ శ్లోకంలో ఇది ప్రస్తావించబడింది.

“ఓ ప్రభూ, నీవు మాకు క్షత్రియ, వైశ్య, శూద్ర మూలాలు చెప్పావు. ఇప్పుడు మనం యజ్ఞోపవీతాన్ని ధరించే వారి మూలాన్ని తెలుసుకోవాలనుకుంటున్నాము. "యాగ్యోపవిత్ ధరించేవారు" అనే వాక్యం ముఖ్యమైనది. నిస్సందేహంగా ఈ వ్యక్తీకరణ బ్రాహ్మణుల కోసం. గోత్రాలు బ్రాహ్మణుల్లో మాత్రమే ఉన్నందున ఇతర కులాలు లేదా వర్ణాలు కాకుండా యజ్ఞోపవీతాన్ని బ్రాహ్మణులు మాత్రమే ధరించే కాలం ఉందని దీన్ని బట్టి స్పష్టమవుతుంది. కుమారుడిని తండ్రి గోత్రంలోకి తీసుకురావడానికి లేదా తండ్రి గోత్రంతో సంబంధాన్ని ఏర్పరచుకోవడానికి యజ్ఞోపవిత్ సంస్కారం చేసిన వాస్తవం ఇది వెల్లడించింది. దీనికి యజ్ఞోపవిత్ ఉపనయన సంస్కారంతో సంబంధం లేదు. ఉపనయనం వేదాలను అధ్యయనం చేయడం కోసం.

ఇది సరైనదని అంగీకరిస్తే, యజ్ఞోపవిత్ మరియు ఉపనయన కర్మలు వేర్వేరుగా ఉన్నాయి, కానీ కాలక్రమేణా అవి ఒకటిగా మారాయి. ఈ ఏకీకరణ కూడా సహజమే. పవిత్రమైన దారం లేకుండా కొడుకు చదువుకోడానికి వెళితే, ఆచార్య తన గోత్రంలో చేర్చుకుంటాడనే భయం ఉండేది. ఈ భయాన్ని పోగొట్టడానికి, ప్రజలు తమ కుమారులను పవిత్రమైన థ్రెడ్ వేడుక చేసిన తర్వాత మాత్రమే వేదాలను అధ్యయనం చేయడానికి పంపేవారు. కాలక్రమేణా ఈ యజ్ఞోపవిత్ మరియు ఉపనయన కర్మలు రెండూ కలిసి జరగడానికి కారణం బహుశా ఇదే. ఏది ఏమైనా ఉపనయనం వేద అధ్యయనానికి సంబంధించినది.

III

నా సిద్ధాంతం యొక్క ఆధారాన్ని నేను పటిష్టంగా భావిస్తున్నాను. అనే సందేహం ప్రజలకు ఇంకా ఉంటుంది. పై ఆలోచనకు సంబంధించి కింది సందేహాలు రావడం సహజం.

1. ఉపనయనం చేయకపోవడం శూద్రత్వానికి సంకేతం కాదా?

2. శూద్రులు ఎప్పుడైనా ఉపనయనానికి అర్హులా?
3. శూద్రుల పతనానికి ఉపనయనం లేకుండా చేయడం ఎలా కారణం?
4. శూద్రుల ఉపనయనాన్ని ఆపడానికి బ్రాహ్మణులకు ఏ హక్కు ఉంది?

సాధ్యమయ్యే ఈ సందేహాలకు పరిష్కారాలను అందించడం నా బాధ్యత.

IV

మొదటి సందేహాన్ని పరిష్కరించడానికి, శూద్రులను గుర్తించడానికి భారతీయ న్యాయస్థానాలు ఏ ప్రమాణాలను నిర్దేశించాయో తెలుసుకోవడం ముఖ్యం. ఈ సందర్భంలో మొదటి ఉదాహరణ 1937లో ఒక కేసులో ప్రివీ కౌన్సిల్ ఇచ్చిన నిర్ణయం (7.18).

ఇందులో ఆ సమయంలో భారతదేశంలో క్షత్రియులు ఉన్నారా అనే అంశాన్ని లేవనెత్తారు. వారు క్షత్రియులని ఒక వైపు, క్షత్రియులు కాదని మరో వైపు వాదించారు. క్షత్రియుల ఉనికిని అంగీకరించని పక్షం యొక్క వాదన బ్రాహ్మణ పరశురాముడు క్షత్రియులను నాశనం చేశాడని బ్రాహ్మణులు ప్రచారం చేసిన సిద్ధాంతం ఆధారంగా మగధ శూద్ర రాజు మహాపాదం నందుడు శిరచ్ఛేదం చేశాడు. అందుకే క్షత్రియులు పూర్తిగా నాశనమయ్యారు. బ్రాహ్మణులు, శూద్రులు మాత్రమే మిగిలారు. ప్రివీ కౌన్సిల్ దీనిని బ్రాహ్మణుల ఊహల కల్పనగా తిరస్కరించింది మరియు క్షత్రియుల ఉనికిని అంగీకరించింది. అయితే, క్షత్రియులు మరియు శూద్రుల ప్రత్యేక ఉనికిని ఏ ప్రాతిపదికన స్థాపించవచ్చో ప్రివీ కౌన్సిల్ ఎటువంటి ప్రమాణాలను ఏర్పాటు చేయలేదు. ఏదేమైనా, ప్రతి కేసు దాని స్వంత వాస్తవాలపై నిర్ణయం తీసుకోవాలని తీర్పు చెప్పింది.

రెండవ కేసు (10 కలకత్తా 688) బీహార్‌లోని కాయస్థులు క్షత్రియులా లేదా శూద్రులా అనే దానికి సంబంధించినది. తమ పరిస్థితి బెంగాల్, ఉత్తరప్రదేశ్ మరియు బనారస్‌ల కాయస్థుల పరిస్థితికి భిన్నంగా ఉందని బీహార్‌లోని కాయస్థులు ప్రార్థించారు. అందుకే వారు క్షత్రియులు. ఉన్నత న్యాయస్థానం అతని వాదనను తిరస్కరించింది మరియు అతన్ని శూద్రుడిగా పరిగణించింది. అలహాబాద్ హైకోర్టు (కేసు నెం. ILR-12 అలహాబాద్ 3283లో) పై నిర్ణయాన్ని నమ్మశక్యం కానిదిగా పేర్కొంది. జడ్జి మహమూద్ తన తీర్పును p. 334లో చెప్పబడింది:-

మనువు తన స్మృతులలో లేదా మరెక్కడైనా పాలించినట్లు ఈ పార్టీలకు చెందిన ఈ ప్రాంతంలోని విద్యావంతులైన కాయస్థ, శూద్రుల వర్గం కిందకు వస్తుందనే అభిప్రాయాన్ని దిగువ కోర్టులు రెండూ వ్యక్తం చేసినట్లు తెలుస్తోంది. ఈ ఆలోచన

యొక్క ప్రామాణికతపై లేవనెత్తిన గణనీయమైన సందేహాలను నేను గమనించాను. ఇది కుల సమస్య అయినందున ఈ ప్రశ్న పరిగణనలోకి తీసుకోవలసిన అవసరం లేదు కానీ ఇది సమాజంలోని ఒక ముఖ్యమైన వర్గంపై హిందూ చట్టాన్ని విధించే ప్రశ్న. శ్రీ నారాయణ్ మిత్ర వర్సెస్ శ్రీ ముక్తికిరణ్, సుందరి దాస్ లేదా మహాశివ శశినాథ్ ఘోష్ వర్సెస్ శ్రీమతి కృష్ణ సుందరి దాస్‌లో ప్రివీ కౌన్సిల్ న్యాయమూర్తుల నిర్ణయాన్ని వర్తింపజేయాలని నేను అనుకోను. దిగువ బెంగాల్‌లోని కాయస్థులను నార్త్-వెస్ట్ ప్రావిన్సులు మరియు అవధ్ వంటి ఎగువ భారతదేశంలోని 12 కాయస్థ కులాల నుండి భిన్నంగా పరిగణించాలని కోరుతూ బెంగాల్ దిగువ కోర్టులో రెండు కేసులు దాఖలయ్యాయి, అలాగే నేను నేర్చుకున్న ప్రధాన న్యాయమూర్తి మరియు నా స్నేహితుడు అని నాకు అర్థం కాలేదు. చౌదరి హజారీ లాల్ వర్సెస్ విష్ణు దయాళ్, 1886లో మొదటి అప్పీల్ నం. 113, జూన్ 15, 1887న నిర్ణయించబడిన కేసులో ఇచ్చిన నిర్ణయాన్ని టైరెల్ అంగీకరించనివ్వండి, అదే ఈ కేసులో ఆమోదించబడిన నిర్ణయం. నేను దానిని తిరస్కరిస్తున్నాను.

మూడవ కేసు (20 కలకత్తా 901 సంవత్సరం 1916) వివాదానికి సంబంధించినది బెంగాల్ కాయస్థులు శూద్ర లేదా క్షత్రియులా? హైకోర్టు అతన్ని శూద్రుడిగా ప్రకటించింది. ఈ నిర్ణయానికి నిరసనగా, ప్రివీ కౌన్సిల్ బెంగాల్‌కు చెందిన కాయస్థుల కేసును అలాగే వదిలేసింది. 1916 నుండి 1926 వరకు కలకత్తా హైకోర్టు తన రెండు నిర్ణయాలలో శూద్రులకు చెందిన తాంతి మరియు దోమ్ కులాలతో వివాహ సంబంధాలను ఏర్పరచుకోవడం ఆధారంగా బెంగాల్‌లోని కాయస్థులను శూద్రులుగా ప్రకటించింది.

పైన పేర్కొన్న న్యాయపరమైన నిర్ణయాలు కాయస్థుల స్థితి క్షీణతకు దారితీశాయి. 1926లో (-6 506), జస్టిస్ జ్వాలా ప్రసాద్ ప్రతి స్మృతి మరియు పురాణాన్ని క్షుణ్ణంగా అధ్యయనం చేశారు, ఇందులో కాయస్థుల వివరణ ఉంది మరియు తన 47 పేజీల తీర్పులో కలకత్తా హైకోర్టు తీర్పుకు భిన్నంగా ఉంది, అతను బీహార్‌లోని కాయస్థులను క్షత్రియులుగా ప్రకటించాడు.

1918లో మరాఠాలు కాయస్థులా లేక శూద్రులా అనే వివాదం తలెత్తడంతో 1918లో మద్రాస్‌లో తంజోర్ స్టేట్ రిసీవర్ ద్వారా మద్రాసు హైకోర్టులో కౌంటర్ దావా 1924లో (48 మద్రాసు - 1) దాఖలు చేయబడింది. మరాఠా సామ్రాజ్య స్థాపకుడు శివాజీ సోదరుడు బెంకోజీ (ఇతని పేరు ఎకోజీ) దీనిని దాఖలు చేశారు. తంజావూరు రాష్ట్ర మహారాజు మరియు అతని తక్షణ వారసులందరూ రక్షణ వైపు ఉన్నారు. 229 పేజీల తీర్పులో, మద్రాసు హైకోర్టు మరాఠాలను శూద్రులుగా పరిగణించింది మరియు క్షత్రియులు కాదని డిఫెన్స్ వాదించింది.

మరాఠాలకు సంబంధించి 1928 (ఐ.ఎల్.ఆర్. 52 బొంబాయి 497) నాటి మరో వివాదం ఉంది. కోర్టు తీర్పు ఇచ్చింది. బాంబే ప్రెసిడెన్సీలో మూడు తరగతుల మరాఠాలు ఉన్నాయి - (1) ఐదు కుటుంబాలు, (2) తొంభై ఆరవ కుటుంబాలు మరియు (3) మొదటి రెండు కుటుంబాలు చట్టబద్ధంగా క్షత్రియులు.

మరాఠాలకు సంబంధించిన చివరి కేసులో (. (1927) 52 మద్రాస్ 492) కోర్టు ఇలా చెప్పింది - బాంబే ప్రెసిడెన్సీలో మరాఠాలు మూడు వర్గాలు ఉన్నాయి (1) ఐదు ఇళ్ళు (2) తొంభై ఆరవ ఇళ్ళు మరియు (3) ఇతరులు వర్గాలు క్షత్రియులకు చెందినవి.

మధురైలోని యాదవులు క్షత్రియులా లేక శూద్రులా అన్నది చివరి సందర్భంలో వివాదం. యాదవులు క్షత్రియులని చెప్పుకున్నారు. మద్రాసు హైకోర్టు దీనిని తిరస్కరించి అతన్ని శూద్రుడిగా ప్రకటించింది.

ఈ కోర్టు ప్రక్రియ ప్రశ్నార్థకమైనది ఎందుకంటే ఇది ఎవరు క్షత్రియుడో మరియు ఎవరు శూద్రుడు అనే విషయంలో తక్కువ ఫలితాలను ఇచ్చింది. బీహార్‌లోని ఎగువ ప్రావిన్స్ (ప్రస్తుతం ఉత్తరప్రదేశ్‌లో ఉంది) మరియు బనారస్‌లు క్షత్రియులు మరియు మద్రాసు హైకోర్టు మరాఠాలందరినీ శూద్రులుగా పరిగణించింది, అయితే బాంబే హైకోర్టు ఐదు కుటుంబాలను మరియు మరాఠాల తొంభై ఆరు కుటుంబాలను క్షత్రియులుగా మరియు ఇతర శూద్రులుగా ప్రకటించింది. . కృష్ణుని వారసులు కావడం వల్ల యాదవ సమాజాన్ని క్షత్రియులుగా పరిగణించారు, అయితే హైకోర్టు వారిని శూద్రులుగా పరిగణించింది.

పై కేసుల్లో తీర్పును ఇచ్చేటప్పుడు కోర్టులు ఏ సాక్ష్యాలు మరియు ప్రమాణాలను దృష్టిలో ఉంచుకున్నాయో చూడడమే మా ప్రధాన లక్ష్యం. ఇవి క్రిందివి:-

1. కేసు సంఖ్య ఆర్. 10 ఈ నిబంధనలు కలకత్తాలో ఆమోదించబడ్డాయి 688:-) దాస్ అనే పదాన్ని ఇంటిపేరుగా ఉపయోగించడం.

   బి) యాగ్యోపవిత్ (జానేయు) ధరించడం.

   (సి) యాగం-హవనం చేసే హక్కు (సామర్థ్యం).

   (డి) అపరిశుభ్రత కాలం.

   (ఇ) చట్టవిరుద్ధమైన కొడుకు వారసుడిగా ఉండాలా వద్దా అనే అర్హత.

2. కేసు సంఖ్య. . ఆర్. పాట్నా 606 ప్రకారం, ప్రజా కీర్తి ప్రధాన ప్రాతిపదికగా పరిగణించబడింది. కీర్తి ఆధారంగా ఒక సంఘం క్షత్రియమైతే అది క్షత్రియగా పరిగణించబడుతుంది.

3. మకాడమ నం. 48 మద్రాస్ - 1లో, వివిధ ప్రమాణాలను పరిగణనలోకి తీసుకున్నారు, అందులో మొదటిది కుల స్పృహ, రెండవది పవిత్రమైన దారాన్ని ధరించడం ద్వారా ఉపనయన సంస్కారం. మూడవ ప్రమాణం ఏమిటంటే, బ్రాహ్మణేతర కులాలందరూ తమను తాము క్షత్రియులుగా లేదా వైశ్యులుగా నిరూపించుకోకపోతే శూద్రులు.
4. కేసు సంఖ్య. ఆర్. బొంబాయి - 497లో, (i) కుల స్పృహ, (ii) ఆచారాలు మరియు (ii) ఇతర కులాల వారు చెప్పిన సెంటిమెంట్‌ను అంగీకరించడం వంటి ప్రమాణాలు అనుసరించబడ్డాయి.

వివిధ న్యాయస్థానాలు ఆమోదించిన నిబంధనలను సముచితంగా అంగీకరించే అంశంతో సంబంధం లేకుండా ఏ పండితుడు అంగీకరించలేడు. అపరిశుభ్రత యొక్క వ్యవధి అసంబద్ధం. యాగం యొక్క అర్హత, సంబంధితంగా ఉన్నప్పటికీ, చెల్లదు. ఉపనయన సంస్కార నియమాలు భిన్నమైనవి కాబట్టి కుల స్పృహ కూడా ఘన ప్రమాణంగా పరిగణించబడదు. కోర్టులకు సరిగ్గా సమర్పించలేదు. కానీ ఉపనయన సంస్కారం సరిగ్గా అర్థం చేసుకుని సక్రమంగా ఉపయోగిస్తే తర్కబద్ధంగా ఉంటుందనడంలో సందేహం లేదు. అనివార్య పరిస్థితుల్లో, ఒక కులం తన మతపరమైన ఆచారాలను చాలా కాలం పాటు నిర్వహించలేకపోతే దాని స్థితిని కోల్పోతుంది. ప్రస్తుత ఆచారాలు మరియు హక్కుల మధ్య తేడా లేకుండా ఉపనయనం గురించి న్యాయస్థానాలు సహేతుకమైన వివరణను చేయలేదు. ఇప్పటికీ ఉపనయనం రుజువు సరైనదే కావచ్చు. పురాతన కాలంలో ఏది సరైనదో అది నేడు కూడా సరైనదని తరచుగా న్యాయస్థానాలు భావించాయి. అందుచేత ఇందులో ఏర్పడిన సంప్రదాయాల వల్ల కొన్ని చోట్ల ఒక కులాన్ని మాత్రమే క్షత్రియుడిగానూ, కొన్ని చోట్ల శూద్రుడిగానూ పరిగణిస్తున్నారు. ఒక నిర్దిష్ట కులం వారు పవిత్రమైన దారాన్ని ధరించారా లేదా అనేది రుజువు కాదు. అలా చేసే హక్కు ఆయనకు ఉందా లేదా అన్నది ప్రశ్న. అందువల్ల, ఉపనయనం చేసే హక్కు నిజమైనదని మరియు దాని నుండి ఫలానా వ్యక్తి శూద్రవా లేదా క్షత్రియుడా అనేది స్పష్టమవుతుందని ధైర్యంగా చెప్పవచ్చు.

V

రెండవ అత్యవసర పరిస్థితి పూర్తిగా నిరాధారమైనది. దాదాపు ప్రతి సమాజం ప్రారంభంలో ఐక్యంగా ఉంటుంది మరియు కాలక్రమేణా అనేక భాగాలుగా విడిపోతుంది. కాబట్టి, ఆర్యులు మొదట్లో కుల ప్రాతిపదికన శూద్రులకు మరియు

స్త్రీలకు ఉపనయనం చేయకుండా చేశారని అనుకోవడం అన్యాయమైన ఊహ. ఈ వాదన

ఇది సంబంధితంగా ఉండవచ్చు, కానీ ఈ విషయంలో, శూద్రులు మరియు మహిళలు కూడా పవిత్రమైన దారాన్ని ధరించడానికి అర్హులు అని పుట్టిన పరిస్థితులు మరియు స్పష్టమైన ఆధారాలు అందుబాటులో ఉన్నాయి. ప్రాచీన సమాజంలో ప్రతి ఒక్కరికీ ఉపనయనం తప్పనిసరి. దీని కోసం ఈ క్రింది విషయాలను గుర్తుంచుకోవాలి: -

మూగ, చెవిటి, మూగ మరియు నపుంసకుడు కూడా పవిత్రమైన దారాన్ని ధరించడానికి అర్హులు. వారి కోసం వేరే ప్రక్రియ ఉంది. మూగ, చెవిటి, మూర్ఖులు ఉపనయన సంస్కారం పొందేందుకు ప్రత్యేక విధానం ఉండేది. ఇది ఇతరులకు భిన్నంగా ఉండేది. మంత్రాలన్నీ ఆచార్య నెమ్మదిగా చదివారు. సమిధ, యాగాలు, బట్టలు, జింక బెరడు ఇవ్వడం, పట్టీ కట్టడం, కర్ర మోయడం లాంటివి మాత్రమే తేడా. బాలుడు తన పేరును పలకలేదు. ఈ పద్ధతి నపుంసకులకు, అంధులకు మరియు మూర్ఛ మరియు కుష్టు రోగులకు ఉపయోగించబడింది.

క్షత్రియులు, వైశ్యులు మరియు రథాకారాలు, అంబస్థులు మొదలైన సంకర కులాల ఉపనయన నియమాలను బట్టి 6 అనులోమ కులాలకు కూడా ఉపనయన హక్కు ఉందని స్పష్టమవుతుంది. పతితసావిత్రికలకు ఉపనయనం చేసే హక్కు ఉండేది. ఉపనయనానికి తగిన వయస్సు బ్రాహ్మణ కుమారునికి ఎనిమిదవ సంవత్సరం, క్షత్రియ కుమారునికి పదకొండవ సంవత్సరం మరియు వైశ్య కుమారునికి 12 సంవత్సరాలు. అయినప్పటికీ, ప్రత్యేక పరిస్థితులలో, ఈ ఆచారాలను వరుసగా 16, 21 మరియు 24 సంవత్సరాలలో నిర్వహించవచ్చు. ఈ వయస్సు వరకు ఉపనయనం చేయకపోతే, ఆ వ్యక్తి గాయత్రీ మంత్రాన్ని పఠించడానికి అనర్హుడని భావించారు. దీనిని పతితసావిత్రిక లేదా సావిత్రి పతిత అని పిలిచేవారు. నియమాల కఠినత కారణంగా, నిర్ణీత వయస్సు వచ్చిన తర్వాత, ఎవరూ అతని ఉపనయనం చేయలేరు, అతనికి వేదాలు నేర్పించలేరు, యాగం చేయలేరు. అతను వారితో సామాజిక సంబంధాలు (వైవాహిక సంబంధాలు మొదలైనవి) కూడా ఏర్పరచుకోలేకపోయాడు. దీని తరువాత కూడా తగిన తపస్సు చేస్తే ఉపనయనం చేయవచ్చు.

బ్రహ్మఘ్న (ఇతని తాత మరియు తండ్రికి ఉపనయనం లేదు) పశ్చాత్తాపం తర్వాత కూడా ఉపనయనం చేయవచ్చు. నిబంధనల ప్రకారం ఎవరి తండ్రులు,

తాతయ్యలకు ఉపనయనం లేకపోతే ఆ మూడు తరాలను బ్రహ్మ హతకులు అంటారు. అతని ఇంట్లో ఎవరూ ఆహారం తీసుకోరు. అప్పుడు, అతని కోరికపై మరియు సరైన తపస్సు చేయడంతో, అతని ఉపనయనం జరిగింది.

అదేవిధంగా, ఒక వ్యక్తి తన తాత కాలం నుండి అతని కుటుంబంలో ఉపనయనం చేయకపోతే, అతను 12 సంవత్సరాలు బ్రహ్మచారి జీవితం గడిపిన తర్వాత ఉపనయనం చేయవచ్చు. అతను వేదాలను అభ్యసించకుండా పోయినప్పటికీ, అతని కుమారుడు పతనమైన సావిత్రిక వలె ఉపనయన సంస్కారం చేయడం ద్వారా ఆర్యుడిగా మారగలడు.

వ్రత్యాల ఉపనయనం కూడా జరిగింది. వ్రాత్యులు ఆర్యులా లేక ఆర్యులేకాదో చెప్పడం చాలా కష్టం. వారు పాపపు జీవితాన్ని గడిపారు. వారు బ్రహ్మచర్యం పాటించలేదు, వ్యవసాయం చేయలేదు. అతనికి తన స్వంత వ్యాపారం కూడా లేదు, అయినప్పటికీ అతను ఆర్య మరియు నాన్-ఆర్యన్ అనే వివాదం లేదు. బ్రాహ్మణులు వారిని ఆర్యులలోకి చేర్చాలనుకున్నారనేది కూడా నిజం. వ్రత్యస్తోమ్ అలా చేస్తే ఉపనయనం చేసి ఉండేవాడు. ప్రత్యష్టం నాలుగు రకాలు. (1) అన్ని వ్రత్యాలకు. (2) ఘోరమైన పాపాలు చేసి, బ్రాహ్మణ జీవితాన్ని గడిపినందుకు శిక్షించబడిన శాపగ్రస్తులకు. (3) నిశ్చల జీవితాన్ని గడుపుతున్న యువకులకు మరియు (4) నిశ్చల జీవితాన్ని గడుపుతున్న వృద్ధులకు. నాలుగు వ్రత్యస్తోమములలో, ప్రతి ఒక్కరూ సోదస్తం చేయవలసి వచ్చింది, దాని వలన వారు ఉన్నత స్థితిని పొందారు. వ్రాత్యస్తోమ యాగం తరువాత, వారి వ్రత్య జీవితం ముగిసిందని మరియు ఆర్యులతో వారి సామాజిక సంబంధాలను ఏర్పరచుకోవచ్చని భావించారు. ఉపనయనం వారికి వేదాలను అధ్యయనం చేసే హక్కును కూడా ఇచ్చింది. వ్రాత్యత్వ శుద్ధి సంగ్రహంలో, నిర్దేశించిన ప్రాయశ్చిత్తం తర్వాత పన్నెండు తరాల తర్వాత కూడా శుద్ధి పొందాలనే నిబంధన ఉంది.

బోధాయన (2.10) ఒక నిర్దిష్ట చెట్టు (అనారోగ్యకరమైన చెట్టు) యొక్క ఉపనయనం గురించి కూడా మాట్లాడాడు. ఇది ఉపనయన సాధన యొక్క ప్రాబల్యాన్ని చూపుతుంది.

ఈ నేపథ్యంలో ఆర్యులు శూద్రులకు, స్త్రీలకు ఉపనయనాన్ని మొదటి నుంచీ దూరం చేశారంటే నమ్మడం కష్టమేనా? ఈ సందర్భంలో, భారతీయ ఇరానియన్ల ఉదాహరణను ఇవ్వడం సముచితం, వారు భారతీయ ఆర్యులతో సాంస్కృతిక మరియు మతపరమైన ప్రాతిపదికన సన్నిహిత సంబంధాలు కలిగి ఉన్నారు.

ఇరానియన్లలో, అన్ని తరగతుల పురుషులు మరియు మహిళలు యజ్ఞోపవీతం ధరించేవారు, అప్పుడు భారతీయ ఆర్యులలో ఈ వ్యత్యాసానికి కారణమేమిటని విమర్శకులు సమాధానం చెప్పాలి?

ఆర్యులలో కూడా స్త్రీలు మరియు శూద్రులకు ఉపనయనం చేసే హక్కు ఉందని ప్రత్యక్ష సాక్ష్యం ఉన్నందున మనం పరిస్థితులపై మరియు ఇతర ఆధారాలపై ఆధారపడవలసిన అవసరం లేదు. హిందూ గ్రంధాల ప్రకారం, స్త్రీల ఉపనయనం జరిగింది. ఆమె వేదాలు చదవడమే కాదు. నిజానికి, వారు వేదాలను అధ్యయనం చేయడానికి పాఠశాలలను కూడా నడిపారు. స్త్రీ పెహ్లే మీమాంసకు వ్యాఖ్యానాలు వ్రాయడానికి కారణం ఇదే.

శూద్రులకు సంబంధించినంత వరకు, దీనికి అనుకూలమైన ఆధారాలు కూడా ఉన్నాయి. సుదాసు రాజు పట్టాభిషేకం వశిష్ఠ మహర్షి ద్వారా జరిగింది. రాజసూయ యాగం చేశాడు. సుదాసు శూద్రుడు. అతను యజ్ఞోపవీతాన్ని ధరించాలి, ఎందుకంటే ఉపనయనం తర్వాత మాత్రమే అతను ఈ సంస్కారాలకు అర్హుడవుతాడు. శూద్రులు కూడా ఉపనయనానికి అర్హులని స్పష్టం చేశారు. మాక్స్ ముల్లర్ ఉదహరించిన సంస్కార గణపతికి శూద్ర ఉపనయనం అధికారం ఉంది.

స్త్రీలు మరియు శూద్రుల విషయంలో ఒకే ఒక తేడా ఉంది. స్త్రీల ఉపనయనం మూసివేయడానికి తార్కిక వివరణ ఉంది. కానీ శూద్రులకు సంబంధించి ఎటువంటి వివరణ లేదు. స్త్రీల ఉపనయనం ఎనిమిదేళ్ల వరకు జరిగేదని, ఆ తర్వాత వివాహ వయస్సు వచ్చిందని, అయితే కాలక్రమంలో వివాహ వయస్సు ఎనిమిదేళ్లకు తగ్గడంతో స్వతంత్రంగా ఉపనయనం జరగలేదని వాదించారు. కానీ వివాహ వేడుకతో కలిసిపోయింది మరియు క్రమంగా అది ముగిసింది. అది తప్పా ఒప్పా అనేది వేరే విషయం అయితే శూద్రులకు ఉపనయనం ఉండేది. వివరణ సరైనదా లేదా తప్పు అనేది వేరే ప్రశ్న. శూద్రుల ఉపనయనం ఎలా ఆగిపోయింది అనేదానిపై స్పష్టమైన సిద్ధాంతం లేదు. అందుబాటులో లేదు.

నా వాదనలను పట్టించుకోకుండా తమ అభ్యంతరాలను కొనసాగించేవారు తమ బలహీనతను గుర్తించవలసి ఉంటుంది. ప్రశ్న ఏమిటంటే శూద్రులకు ఎందుకు హక్కులు లేవు? మొదటినుంచీ ఉపనయనం శూద్రులకు కాదని పొంగపంతులు చెబుతారు. కానీ వారు దీనికి ఎటువంటి కారణం లేదా ఆధారం చెప్పడం లేదు. శూద్రులు ఆర్యులు కాని వారు కాబట్టి ఉపనయనానికి అర్హులు కాదని మాత్రమే

చెప్పారు. శూద్రులు ఆర్యులు, ఆర్యులు కాదని రుజువైంది కాబట్టి, ఈ వాదన నిరాధారమైనది. ఇప్పుడు ప్రశ్న ఏమిటంటే, శూద్రులకు ఉపనయనం చేసే హక్కు మొదటి నుండి లేదని చెప్పడం తర్కం మరియు ప్రామాణికత ఆధారంగా వైదిక సూత్రాలకు విరుద్ధంగా ఉంటే, అది చెల్లదు. ఉపనయనం చేసే హక్కు శూద్రులకు ఉందని, అది తరువాత లాగేసుకున్నదని ఇప్పుడు మనం పరిగణిస్తాం. ఈ హక్కు ఎందుకు మరియు ఎలా తీసివేయబడింది అనేది తరువాత చర్చించబడుతుంది.

VI

మూడవ అభ్యంతరం పనికిరానిది. ఉపనయన సంస్కార జ్ఞానం లేని వాడు మాత్రమే ఇలాంటి అభ్యంతరం చెప్పగలడు. ఆర్యులు తమ ఆచారాలను సంస్కారం అంటారు. గౌతమ ధర్మ సూత్రం (8.14-24) కింది 40 సంస్కారాలను వివరిస్తుంది:

గర్భాధాన్ పుంసవన్, సీమంతోన్నయన్, జాతకర్మ, నామకరణం, అన్నప్రాశన్, కౌల్, ఉపనయనం, నాలుగు వైదిక ఉపవాసాలు, స్నానం లేదా సంవర్తన, వివాహం, ఐదు రోజువారీ మహా యజ్ఞాలు (దేవుడు, పిత్ర, మనిషి, భూత మరియు బ్రహ్మకు) ఏడు పాకయాజ్ఞలు (అష్టక, శ్రాద్ధ, శ్రాద్ధ, శ్రాద్ధ, శ్రావణి, ఆగ్రహాయణి, చైత్రి, (ఆశ్వయుజి) ఏడు హవిర్యజ్ఞాలు (అగ్నియధ్యేయ, అగ్నిహోత్ర, దశపూర్ణమాస, ఆగ్రాయన, చాతుర్మాస్, నిరుద్ధాపసబంధం మరియు సౌత్రు మణి) ఏడు సోమయజ్ఞాలు (అగ్నిస్తోమ, అత్యాగ్నిస్తోమ, ఉక్త్య, అత్యుత్యిజయ్ మరియు సుదాస్).

తరువాత, విలువలు మరియు సంకుచిత భావాలలో తేడా వచ్చింది. నిజానికి యాగానికి సంస్కారమే పేరు. ఇది దాని నిజమైన అర్థంలో వ్రాయబడలేదు మరియు తరువాత పదహారుకి తగ్గించబడింది.

ఆచారాల విషయంలో ఆశ్చర్యం లేదు. ప్రతి సమాజం ఆచారాలను అంగీకరిస్తుంది. క్రైస్తవులు కూడా బాప్టిజం, కన్ఫర్మేషన్, మెట్రోమెనీ, ఎక్స్ట్రీమ్ ఫంక్షన్, యూకారిస్ట్ మొదలైనవి కలిగి ఉంటారు. ఇవి మతపరమైనవి కాని సామాజికమైనవి కావు. ప్రారంభంలో భారతీయ ఆర్యులు మరియు క్రైస్తవుల ఆచారాలు భిన్నంగా ఉంటాయి. క్రైస్తవ విశ్వాసాల ప్రకారం, వారి ఆచారాలు పూర్తిగా మతపరమైనవి, అవి దేవుని దయ యొక్క ఆచారాలు. మొదటి మీమాంస కర్త జైమిని ప్రకారం సంస్కారాలు రెండు రకాలు. వాటి ద్వారా దుష్కర్మలు తగ్గి పుణ్యాలు ఉద్భవిస్తాయి. ఉపనయనం ఇతర ఆచారాల వలె మతపరమైనది. శూద్రుల

ఉపనయనం మూసివేయబడినందున, దాని ప్రాముఖ్యతలో అపూర్వమైన మార్పు వచ్చింది, ఇది సామాజిక ప్రాముఖ్యత కలిగిన అంశంగా మారింది.

ఆర్యన్ లేదా నాన్-ఆర్యన్, అందరూ ఉపనయనం యొక్క పాత్రలు. అతనికి సామాజిక ప్రాధాన్యత లేదు. అందరికీ ఒకే ఆచారం ఉండేది. ఇది కొందరికి దక్కిన ప్రత్యేకత కాదు. శూద్రులు దానిని కోల్పోయినప్పుడు, అది ప్రతిష్టకు చిహ్నంగా మారింది మరియు దాని నిషేధం బానిసత్వానికి చిహ్నంగా మారింది. శూద్రులకు ఉపనయనం లేకుండా చేయడం ద్వారా ఆర్య సమాజానికి కొత్త అధ్యాయం చేరింది. ఈ కారణంగా, శూద్రులు తమ పైన ఉన్న వర్ణాలను ఉన్నతమైనవిగా పరిగణించడం ప్రారంభించారు మరియు ఉన్నత వర్గం శూద్రులను తక్కువ వారిగా పరిగణించడం ప్రారంభించారు. యజ్ఞోపవీతానికి అధికారం లేకపోవడం శూద్రుల పతనానికి ఒక కారణం.

ఉపనయనం గురించి మరికొన్ని విషయాలు ఉన్నాయి. మొదటి మీమాంసను పరిశీలిస్తే అందులో నిర్దేశించబడిన నియమాలు వెల్లడి అవుతాయి, ఒక వ్యక్తికి ఏదైనా ఆస్తిని అందించడం అంటే అతను దానిని యాగానికి ఉపయోగిస్తాడు. మరో మాటలో చెప్పాలంటే, యాగం చేయలేని వ్యక్తికి ఆస్తిపై హక్కు లేదు. యాగం చేయడానికి అర్హత ఉపనయన సంస్కారం. అంటే ఉపనయనానికి అర్హులైన వారికే ఆస్తి ఉంటుంది.

మొదటి మీమాంసలోని రెండవ నియమం ఏమిటంటే, వేదమంత్రాలు పఠించినప్పుడే యాగం చేయవచ్చు. అంటే యాగం చేసే వ్యక్తి వేదపతి అయి ఉండాలి. ఒక వ్యక్తి వేదాలను అధ్యయనం చేయకపోతే అతను యాగం చేయలేడు. ఉపనయన సంస్కారం చేసిన వారు మాత్రమే వేదాలను అధ్యయనం చేయగలరు. మరో మాటలో చెప్పాలంటే, జ్ఞానం మరియు అధ్యయనానికి అర్హత, వేదాల అధ్యయనం ఉపనయనం ద్వారా మాత్రమే సాధ్యమవుతుంది. ఉపనయనం లేకపోతే జ్ఞాన మార్గం మూసుకుపోతుంది. ఉపనయనం కేవలం కర్మ కాదు. ఇది ఆస్తి మరియు జ్ఞానం రెండింటికీ ముఖ్యమైన హక్కు.

ఉపనయనం యొక్క ఆవశ్యకత శూద్రుల సామాజిక ప్రతిష్టను ఎంతగా దెబ్బతీస్తుందో గ్రహించని వారికి పూర్వ మీమాంసలో ఏమి చెప్పబడిందో అర్థం చేసుకోవడంలో ఇబ్బంది ఉండదు. ఉపనయనాన్ని చదువుకు, ఆస్తికి ముడిపెట్టినప్పుడు, శూద్రుల పతనానికి కారణం ఉపనయనం చేయకపోవడమే అని అర్థం చేసుకోవడానికి ఎక్కువ సమయం పట్టదు.

ప్రాచీన ఆర్యులలో ఉపనయనానికి ఎంత ప్రాధాన్యత ఉందో పై చర్చను బట్టి తెలుస్తుంది. ఉపనయనం ద్వారా ఒక వ్యక్తి సామాజిక ప్రతిష్టను మరియు వ్యక్తిగత హక్కులను పొందాడు. బ్రాహ్మణులు శూద్రుల నుండి ఉపనయన హక్కును తొలగించారు మరియు వారికి జ్ఞాన సముపార్జన మరియు సంపదను పోగొట్టారు. అతను సామాజిక అధోకరణానికి గురయ్యాడు. అతను పేదవాడు మరియు అమాయకుడయ్యాడు. శూద్రులపై ప్రతీకారం తీర్చుకోవడానికి బ్రాహ్మణులు శూద్రులపై ఉపనయనం చేసిన నిరసనను భయంకరమైన అణుబాంబుగా మలచుకుని గొయ్యిలోకి నెట్టి శ్మశాన వాటికలా చేశారు.

VII

బ్రాహ్మణులకు నిస్సందేహంగా ఉపనయనాన్ని ఇతరులకు నిరాకరించే శక్తి ఉందనేది నిర్వివాదాంశం. ఈ విషయంలో వ్రాతపూర్వక ఉత్తర్వు లేనప్పటికీ, రెండు వాస్తవాలను దృష్టిలో ఉంచుకోవడం ద్వారా సందేహాన్ని లేవనెత్తవచ్చు. పరిష్కారం ఉంటుంది. ఆర్య సంఘం ఎత్తుగడలు తెలియని వారి మనసులో రెండు విషయాలు ఎప్పటికీ నిలిచిపోతాయి. (1) బ్రాహ్మణులు మాత్రమే ఉపనయనం చేయగలరు మరియు (2) అనధికార ఉపనయనం చేసే ఎవరైనా శిక్షకు గురవుతారు.

బహుశా చాలా పురాతన కాలంలో, తండ్రి తన కొడుకుకు గాయత్రీని బోధించేవాడు మరియు వేదాల అధ్యయనం గాయత్రి నుండి ప్రారంభించబడింది. ఉపనయనం తర్వాత వేదాధ్యయనం ప్రారంభమైంది. అయితే గురువు చాలా కాలం క్రితం ఉపనయనం చేసేవారని నిశ్చయం. ఉపనయనం తర్వాత ఆ పిల్లవాడు ఆచార్యుల ఇంట్లోనే ఉంటూ వేదాలు చదువుకునేవాడు.

ఆచార్య ఎవరు కావచ్చు మరియు అతని అర్హతలు ఏమిటి? ఈ ప్రశ్న పురాతన కాలం నుండి వివాదానికి సంబంధించిన అంశం. ఆచార్య వేద్-విద్ హో. ఒక బ్రాహ్మణ వచనంలో ఇలా చెప్పబడింది:- "విద్యకు దూరమైన గురువు నరకానికి వెళ్తాడు, విద్య లేనివాడు నరక బంధితుడు. వేదాలలో పాండిత్యం ఉన్నవాడే ఆచార్యుడు కాగలడు."

అపస్థంభ ధర్మసూత్రం (1.1.1.12.13) ప్రకారం, వంశపారంపర్యంగా పండితుడు మరియు ప్రశాంతమైన మనస్సు కలిగిన ఆచార్యుడు ఉపనయనం నిర్వహించాలి. అటువంటి ఆచార్యుడు బ్రహ్మచారిగా ఉండే వరకు లేదా మతభ్రష్టుడు అయ్యే వరకు వేదాలను పఠించాలి.

ఆచార్యుడికి ఉన్న మొదటి అర్హత ఏమిటంటే అతను బ్రాహ్మణుడిగా ఉండాలి. బ్రాహ్మణ గురువు అందుబాటులో లేకుంటే, క్షత్రియ లేదా వైశ్య గురువును తీసుకోవాలి. వేదాధ్యయనం మరియు ఉపాధ్యాయుని హక్కులు స్థిరంగా లేనప్పుడు ఈ మినహాయింపు ప్రబలంగా ఉంది, కానీ ఈ వ్యత్యాసం చాలా కాలం క్రితం జరిగింది - వశిష్ఠ మరియు విశ్వామిత్రల మధ్య సందిగ్ధత కొనసాగుతున్నప్పుడు. అప్పుడు ఆచార్య పదవి బ్రాహ్మణులకు రిజర్వ్ చేయబడింది. ఉపనయనం కూడా చేసి ఉండేవాడు. బ్రాహ్మణులు మాత్రమే ఉపనయనం చేస్తారని ఆ ఏర్పాటు నిర్ధారించబడింది. ఎవరైనా ఉపనయనం చేస్తే చెల్లదు.బ్రాహ్మణులు సంఘవిద్రోహ, అంటే బ్రాహ్మణులు ఆమోదించని మతపరమైన కార్యకలాపాలు చేయకూడదని కూడా ఆదేశించబడింది. అలా చేసిన బ్రాహ్మణుడు శిక్షార్హుడయ్యాడు. దీనికి సంబంధించి, పురాతన కోడ్‌లలో అనేక రకాల శిక్షలకు నిబంధనలు ఉన్నాయి. పాత కాలంలో ఇటువంటి వ్యవస్థలు చాలా ఉన్నాయి. నేను మను మరియు పరాశరుల రచనల సందర్భాన్ని మాత్రమే అందిస్తున్నాను: -

మనుస్మృతి (3-150)లో ఏ వర్గం బ్రాహ్మణులు యాగ హవనానికి అర్హులు కాదన్నారు. వారి పేర్లు క్రింది జాబితాలో ఇవ్వబడ్డాయి. మనుస్మృతి: (3-156) “హవాన్ కావ్యాన్ని తీసుకోలేని బ్రాహ్మణులకు నేను చెప్తున్నాను. ఫీజు కోసం బోధించేవాడు మరియు ఫీజు కోసం బోధించేవాడు, శూద్ర విద్యార్థికి బోధించేవాడు మరియు అతని గురువు శూద్రుడు, అతను కఠినమైన మాట్లాడేవాడు, వేశ్య లేదా వితంతువు కుమారుడు."

పరాశరుడు ఇలా చెప్పాడు: ముందుగా, శూద్రునికి దక్షిణ (ఫీజు) కోసం యాగం చేసే బ్రాహ్మణుడు శూద్రుడు అవుతాడు మరియు యాగం చేసే శూద్రుడు బ్రాహ్మణత్వాన్ని పొందుతాడు. మాధవుని ప్రకారం, శూద్రుడు యాగ పుణ్యాన్ని పొందుతాడు మరియు బ్రాహ్మణుడు పాపంలో భాగమవుతాడు. శూద్రులకు ఉపనయనం లేకుండా చేసే హక్కు బ్రాహ్మణులకు ఏముందని ప్రశ్నించే వారు. వారు ఈ రెండు వాస్తవాలను అర్థం చేసుకోవాలి (1) ఉపనయనం కేవలం బ్రాహ్మణుడు మాత్రమే చేయగలడు మరియు (2)

అనధికార బ్రాహ్మణుడి ద్వారా చెల్లని ఉపనయనం చేసిన బ్రాహ్మణుడు శిక్షకు గురయ్యాడు. పై రెండు కారణాల వల్ల బ్రాహ్మణులు నిస్సందేహంగా ఎవరికి వారు ఉపనయనం చేసే హక్కును పొందారు. వాస్తవం ఏమిటంటే ఈ రెండు హక్కులు బ్రాహ్మణుల చేతుల్లో ఉన్నాయి. ఇది స్పష్టంగా వ్రాయబడలేదు కానీ ఇది దాని

దాచిన అర్థం. బ్రాహ్మణులకు తమ బలం గురించి తెలుసు. అందులో ఎలాంటి సందేహం లేదు. అందుబాటులో ఉన్న ఆధారాల ప్రకారం, బ్రాహ్మణులు వివిధ కులాలను ఉపనయనం చేయకుండా హెచ్చరించిన పదహారు ఉదాహరణలు అందుబాటులో ఉన్నాయి. ఇందులో తొమ్మిది కేసుల్లో కాయస్థులకు, నాలుగు కేసుల్లో పాంచాలకు, ఒక కేసులో పలాశలకు హెచ్చరికలు జారీ చేశారు. ఇది మాత్రమే కాదు, క్రీ.శ.556 నుండి 1904 వరకు అతను మరాఠా రాజులను కూడా సవాలు చేశాడు. అతను ఇద్దరు మరాఠా రాజులను హెచ్చరించడం ముఖ్యం. ఈ సంఘటనలు 556 మరియు 1904 ADలో జరిగాయి. ఈ ఉదాహరణలు చాలా పురాతనమైనవి కానప్పటికీ, బ్రాహ్మణులు ఉపనయనం చేయకూడదనే అధికారాన్ని ప్రదర్శించిన ఉదాహరణలుగా ఇప్పటికీ గుర్తుంచుకోబడతాయి. ఈ హక్కు ప్రాచీన కాలం నుండే ఉండాలి. దీనికి ఆధారాలు ఉన్నాయి. పురాతన కాలంలో, సత్యకం జాబాలి ఒక వ్యక్తి యొక్క వర్ణాన్ని అతని లక్షణాలు, మానసిక మరియు లక్షణ ప్రవర్తన ద్వారా గుర్తించబడుతుందని చెప్పారు. అతని పుట్టుకతో కాదు. జాబాలి సందర్భంలో ఇది నిజమే అయితే, బ్రాహ్మణులకు ఉపనయనం నిర్వహించే హక్కు లేదా నిర్వహించకూడదనే హక్కు చాలా కాలం క్రితమే ఉంది.

వాటిలో ఉపనయనం జరిగినట్లు మనకు ఆధారాలు లభిస్తాయి తప్ప అటువంటి ఉదాహరణలను లెక్కించడంలో ప్రాముఖ్యత లేదు. ఇది చేయుటకు, మేము ప్రతి వివరాలను తెలుసుకోవాలి. దురదృష్టవశాత్తు, పై ఉదాహరణలకు సంబంధించి పూర్తి వివరాలు అందుబాటులో లేవు. కొన్ని నిర్ణయాలు మాత్రమే అందుబాటులో ఉంటాయి. అందువల్ల అవి మనకు ఉపయోగపడవు. బ్రాహ్మణ వర్సెస్ శివాజీ యొక్క వివరణాత్మక మరియు పూర్తి వివరణ మాత్రమే అందుబాటులో ఉంది. ఇది ప్రత్యేక ప్రాముఖ్యత కలిగిన విషయం, కాబట్టి మేము దీనిని వివరంగా చర్చిస్తాము. దాని వాస్తవాలు ఆసక్తికరంగా మరియు విద్యాసంబంధమైనవి మరియు పరిశీలనలో ఉన్న అంశంపై తగినంత వెలుగునిస్తాయి.

VIII

పశ్చిమ మహారాష్ట్రలో స్వతంత్ర హిందూ రాజ్యాన్ని స్థాపించిన తర్వాత తన పట్టాభిషేకం జరగాలని శివాజీ భావించిన సంగతి తెలిసిందే. శివాజీ మరియు అతని స్నేహితులు సంప్రోక్షణ వైదిక పద్ధతిలో జరగాలని కోరుకున్నారు, అయితే దీనికి అడ్డంకులు ఉన్నాయి. అన్నింటిలో మొదటిది, వైదిక సంప్రదాయం ప్రకారం,

పవిత్రత బ్రాహ్మణుల కోరికలపై ఆధారపడి ఉంటుంది. ఒక బ్రాహ్మణుడు తప్ప మరెవరూ చేయలేరు. రెండవ కష్టం ఏమిటంటే, శివాజీ క్షత్రియుడని నిరూపించుకుంటే తప్ప, పట్టాభిషేకం అసాధ్యం. ఉపనయనం లేకపోవడంతో పట్టాభిషేకం జరగకపోవడమే మూడో అడ్డంకి. వృత్యాస్తోం చేయగలిగినందున మూడవ అడ్డంకి పెద్దది కాదు.

ఉంది. మొదటి కష్టం శివాజీకి రాయిలాంటిది. ఇది శివాజీ యొక్క సామాజిక స్థితి యొక్క ప్రశ్న, అతను క్షత్రియుడా? ప్రధాన ప్రత్యర్థి అతని ప్రధాన మంత్రి మోరోపంత్ పింగ్లే. దురదృష్టవశాత్తు, శివాజీ పెద్దలు కూడా అతనికి సామాజిక గుర్తింపు ఇవ్వలేదు మరియు అతనిపై ఏకమయ్యారు. ఎందుకంటే అతని ప్రకారం శివాజీ శూద్రుడు. కలియుగంలో క్షత్రియులు లేరని, వారు కేవలం కలియుగంలో నివసిస్తున్నందున వారు క్షత్రియులుగా కూడా మారలేరని బ్రాహ్మణులు అభిప్రాయపడ్డారు. అతని ప్రకారం శివాజీ శూద్రుడు. కలియుగంలో క్షత్రియులు లేరని బ్రాహ్మణులు అభిప్రాయపడ్డారు. క్షత్రియులకు సూచించిన పదకొండేళ్ల వయసులో శివాజీ ఉపనయనం చేయకపోగా, అతన్ని శూద్రుడిగా ప్రకటించడంతో ఈ ఆలోచన మరింత బలపడింది. గఘ్భట్ట అనే పండితుడు అన్ని కష్టాలను తొలగించి, వ్రాత్యస్తోం ఉపనయన వ్రతం చేసి, జూన్ 6, 1674న రాయ్‌ఘర్‌లో శివాజీకి పట్టాభిషేకం చేశాడు.

శివాజీ సంఘటన అనేక కోణాల్లో ముఖ్యమైనది. ఇది ముఖ్యమైనది ఎందుకంటే (1) ఉపనయనం చేసే హక్కు బ్రాహ్మణునికి మాత్రమే ఉంది మరియు అలా చేయమని మరెవరూ అతనిని బలవంతం చేయలేరు. శివాజీ కూడా స్వతంత్ర రాష్ట్రానికి పాలకుడు మరియు అతనిని మహారాజు మరియు ఛత్రపతి అని పిలుస్తారు. చాలా మంది బ్రాహ్మణులు అతని పొరులుగా ఉన్నారు, అయినప్పటికీ అతను తన పట్టాభిషేకానికి వారిని బలవంతం చేయలేకపోయాడు.

ఇది చాలా ముఖ్యమైనది ఎందుకంటే బ్రాహ్మణులు చేసే ఆచారాలు మాత్రమే సమాజంలో ఆమోదించబడతాయని శివాజీకి బాగా తెలుసు. అందుచేత బ్రాహ్మణేతరుని దగ్గర కర్మలు చేయించుకునే ధైర్యం అతనికి లేదు. అలా చేసినా దానికి సామాజిక, ఆధ్యాత్మిక ప్రాధాన్యత ఉండదు. మూడవది, హిందువు యొక్క వర్ణాన్ని నిర్ణయించే హక్కు బ్రాహ్మణునికి మాత్రమే ఉండటం ముఖ్యం. శివాజీని క్షత్రియుడిగా నిరూపించడానికి, అతని ప్రాణ స్నేహితుడు బాలాజీ అంబాజీ మేవార్ నుండి వంశవృక్షాన్ని తీసుకువచ్చాడు, ఇది మేవార్ శిసోడియా రాజవంశంతో

శివాజీకి ఉన్న సంబంధాన్ని రుజువు చేసింది. ఈ వంశవృక్షం నకిలీదని, కేవలం పట్టాభిషేకం సందర్భంగా తయారు చేశారని చెబుతారు. బర్త్ చార్ట్ సరైనదని అంగీకరించినప్పటికీ, శివాజీ క్షత్రియుడని ఎక్కడ రుజువు చేస్తుంది? శివాజీ క్షత్రియుడనే విషయం పక్కన పెడితే, సిసోదియా క్షత్రియ వంశానికి చెందినవాడా అనే ప్రశ్న తలెత్తుతుంది. రాజ్‌పుత్‌లు పురాతన ఆర్యుల మరొక కులమైన క్షత్రియుల వారసులని చాలా సందేహం ఉంది. రాజ్‌పుత్‌లు రాజ్‌పుతానాలో స్థిరపడిన భారతదేశ ఆక్రమణదారులైన హుణ్‌ల వారసులు అని ఒక అభిప్రాయం. మధ్య భారతదేశంలో బౌద్ధమతాన్ని అణిచివేసి నాశనం చేయాలనే లక్ష్యంతో, బ్రాహ్మణులు అగ్ని కర్మ ద్వారా వారికి క్షత్రియ హోదాను ఇచ్చారు. కాబట్టి ఈ అగ్ని వంశాన్ని క్షత్రియుడు అని పిలవాలి. చాలా మంది పరిశోధకులు ఈ ఆలోచనతో ఏకీభవించారు. క్రెసెంట్ స్మిత్ చెప్పారు:-

"రాజపుతానా మరియు గంగా లోయలోని విదేశీ ఆక్రమణదారులు స్థానిక రాజులతో జరిగిన యుద్ధాలలో పూర్తిగా నాశనం కాలేదని మరియు మనుగడలో ఉన్నవారు స్థానిక సమాజంలో విలీనమయ్యారని మరియు వారి పూర్వీకులు, షార్కోలు, హిందూమతం మరియు హిందూమతాన్ని ఆచరిస్తున్నారని నిరూపించబడింది సమాజంలోక పన్నులు 'హిందూ'గా మారాయి. విదేశీ విజేతలను బ్రాహ్మణులు క్షత్రియులు లేదా రాజపుత్రులు అని పిలవడం ద్వారా హిందూ మతంలోకి చేర్చబడ్డారు. ఐదు మరియు ఆరవ శతాబ్దాల నుండి భారతదేశానికి వచ్చిన ఈ కులాల నుండి, ఉత్తర భారతదేశంలో అనేక అనాగరిక కులాలకు చెందిన అనేక ప్రధాన కుటుంబాలు మరియు అనేక ప్రసిద్ధ రాజవంశాలు అభివృద్ధి చెందాయన్నది తిరుగులేని నిజం. వారి సైనికులు ఆది గజర్ల వంటి కులంగా మారారు, వారి స్థితి కొంత తక్కువగా ఉంది. అదేవిధంగా, గోండ్, భర్, ఖర్వా, చండేలా, రాథోడ్, గహర్వాడ్ మరియు దక్షిణాదిలోని ఇతర ప్రసిద్ధ రాజపుత్ర రాజవంశాలుగా మారాయి. వారు సూర్యవంశ్ మరియు చంద్రవంశ్ నుండి తమ వంశాన్ని గుర్తించారు.

విలియం క్రూక్ చెప్పారు:

"ఇటీవలి ఆవిష్కరణలు రాజ్‌పుత్‌ల మూలంపై గణనీయమైన వెలుగునిచ్చాయి. వైదిక క్షత్రియులు మరియు మధ్యయుగ రాజపుత్రుల మధ్య అంతరాన్ని పూడ్చడం అసాధ్యం. క్రీ.శ. 480లో గుప్త సామ్రాజ్యాన్ని నాశనం చేసిన శకాలు మరియు కుషాణులు లేదా శ్వేల హుణుల దండయాత్రతో అనేక రాజపుత్ర రాజవంశాల

మూలం ప్రారంభమైందని నిర్ధారించబడింది. గుర్జర్ కులాలు హిందూమతాన్ని స్వీకరించాయి, దాని నుండి కాలక్రమేణా రాజపుత్ర రాజవంశం ఉద్భవించింది. బ్రాహ్మణుల ఆధిపత్యాన్ని అంగీకరించిన తరువాత, వారు రామాయణ మరియు మహాభారత నాయకులతో ముడిపడి ఉన్నారు. ఈ విధంగా రాజపుత్రుల చరిత్ర సృష్టించబడింది మరియు దాని ఊహాత్మక ప్రారంభ ప్రభావం సూర్యచంద్రులతో ముడిపడి ఉంది. ఈ కొత్త క్షత్రియుల సామాజిక ప్రతిష్ట మరియు ఆధిక్యత కోసం, కొన్ని అనుకూలమైన కథలను సృష్టించడం అవసరం. కథ ప్రకారం, శుద్ధి లేదా ప్రాచీన ఋషుల పిలుపుపై, వైదిక ఆచారాల ద్వారా, నలుగురు అగ్నికుల క్షత్రియులు - పర్మార్, పరిహార్, చాళుక్య మరియు చౌహాన్ జన్మించారు. ఈ అగ్నికుల పయ్యలు మధ్య భారతదేశంలో బౌద్ధమతం మరియు ఇతర ఆలోచనా విధానాలను అణచివేయడంలో బ్రాహ్మణులకు సహాయం చేశారు.

డాక్టర్ డి.ఆర్. భండార్కర్ ప్రకారం, రాజపుత్రులు గుర్జర్ల వారసులు. గుర్జర్లు విదేశీ మూలానికి చెందినవారు.అందుకే రాజపుత్రులు విదేశీయుల వారసులు.రాజపుత్రుల అసలు మూలం గురించి పట్టాభిషేకం చేసిన బ్రాహ్మణులకు తెలియదు. వారికి ఈ విషయం తెలియదని భావించినప్పటికీ, కలియుగంలో క్షత్రియులు లేరనే సిద్ధాంతం వారికి ఖచ్చితంగా తెలుసు.

బ్రాహ్మణులు తమ పూర్తి తీర్పు ఆధారంగా సిసోడియా భాగాన్ని మరియు శివాజీ వాదనను తిరస్కరించినట్లయితే, ఎవరూ వారిని నిందించలేరు. కానీ సంప్రదాయ నిర్ణయం నుండి తప్పుకోవడం బ్రాహ్మణుడి స్వభావం. అవకాశం దొరికినప్పుడల్లా రంగులు మార్చేవాడు. నాల్గవ విషయం ఏమిటంటే, వారి సూత్రాలు మరియు నిర్ణయాలు క్రైస్తవ మతగురువుల మాదిరిగానే అమ్మకానికి సంబంధించినవి. ఘుభట్ట మరియు ఇతర బ్రాహ్మణులకు ఇచ్చిన దక్షిణ ఆధారంగా, ఘుభట్ట యొక్క నిర్ణయం సమర్థించబడుతుందని చెప్పలేము. పట్టాభిషేకం మరియు దక్షిణ కోసం ఎంత ఖర్చు పెట్టారు? వైద్య సార్ మాటలు చూడండి:-

ప్రతి మంత్రికి మూడు లక్షల రూపాయలు, ఏనుగు, గుర్రం, దుస్తులు, నగలు బహుమతులుగా అందజేశారు. వెళ్ళాను. ఈ కార్యక్రమాన్ని నిర్వహించినందుకు గాఘ్‌భట్టకు లక్ష రూపాయల దక్షిణ లభించింది. ఈ సందర్భంగా శివాజీ పలు బహుమతులు పంపిణీ చేశారు. కౌన్సిలర్ తెలిపిన వివరాల ప్రకారం శంకుస్థాపనకు మొత్తం ఖర్చు రూ.1కోటి 42 లక్షలు అంటే రూ.426 లక్షలు.

కౌన్సిలర్ తెలిపిన వివరాల ప్రకారం.. శివాజీ పట్టాభిషేకం సందర్భంగా 50 వేల మంది వైదిక బ్రాహ్మణులు, వేలాది మంది యోగులు, సన్యాసులు తదితరులు

తరలివచ్చారు. వారందరికీ కోట కింద భోజనం పెట్టారు. సమకాలీన పత్రాలు పట్టాభిషేకానికి ముందు, శివాజీని బంగారంతో పాటు ప్రతి ఇతర లోహంతో తూకం వేసేవారు. డచ్ రికార్డ్ . ఎస్. 3 (1685)], ఈవెంట్ యొక్క వివరణాత్మక వర్ణనను ప్రదర్శిస్తూ, శివాజీ బరువు 160 పౌండ్లు అని పేర్కొంది. వాటిని బంగారం, వెండి, రాగి, ఇనుము మొదలైన లోహాలు, కర్పూరం, ఉప్పు, పంచదార, నెయ్యి, తమలపాకులు, పండ్లు మొదలైన వాటితో తూకం వేసి బ్రాహ్మణులకు పంచారు. కానుకగా రెండవ రోజు సంప్రోక్షణలో ప్రతి బ్రాహ్మణునికి మూడు నుండి ఐదు రూపాయలు, ఇతరులకు ఒక రూపాయి దక్షిణ అందించారు. మహిళలు, పిల్లలకు ఒక్కొక్కరికి రెండు రూపాయలు, ఒక రూపాయి చొప్పున దక్షిణ అందించారు. మొత్తం మీద దక్షిణాదికి లక్షన్నర రూపాయలు ఖర్చు చేశారు.

ఆక్సెండెన్ తన డైరీలో (మే 18 నుండి జూన్ 13 వరకు) శివాజీని బంగారంతో తులతూచినట్లు రాసుకున్నాడు. వారి బరువు 16,000 గౌరవనీయులు, ఈ మొత్తాన్ని బ్రాహ్మణులకు దక్షిణగా ఒక లక్ష మందితో పాటు పంచారు.

పై డచ్ రికార్డు ప్రకారం, వ్రాత్య సంస్కార గఘ్భట్టకు 7,000 గౌరవాలు, బ్రాహ్మణులు మరియు ఇతరులకు 17,000 గౌరవాలు లభించాయి. జూన్ 5న శివాజీ గంగాజలంలో స్నానం చేసి అక్కడ ఉన్న ప్రతి బ్రాహ్మణునికి 100 హొరతులు అందజేశారు. గఘ్భట్టకు ఇచ్చిన మొత్తం కేవలం దక్షిణా? గఘ్భట్టకు తగిన రెమ్యూనరేషన్ లభించలేదని అంటున్నారు. మంత్రులకు అంతకంటే ఎక్కువే లభించింది. ఈ విషయంలో గుర్తుంచుకోవలసిన రెండు విషయాలు:- 1. శివాజీ పట్టాభిషేకం సందర్భంగా మంత్రులే స్వయంగా ఆయనకు విలువైన బహుమతులు ఇచ్చారు. ప్రధాన మంత్రి మోరోపంత్ పింగ్లే 7,000 గౌరవాన్ని అందజేయగా, మిగిలిన ఇద్దరు మంత్రులు ఒక్కొక్కరికి 5,000 గౌరవాలను అందజేశారు. మంత్రులకు ఇచ్చే కానుకలను శివాజీకి ఇచ్చే బహుమతులు తీసివేస్తే, మంత్రులకు శివాజీ ఇచ్చే బహుమతులు అంతంత మాత్రమే.

2. శివాజీ మంత్రులు అతన్ని శూద్రుడిగా భావించారు. అందుకే పట్టాభిషేకానికి వ్యతిరేకంగా ఉన్నాడు. నోరు మెదపకుండా ఉండేందుకు శివాజీ తనకు భారీ బహుమతులు ఇచ్చాడని చెప్పినా ఆశ్చర్యం లేదు. అందువల్ల మంత్రులకు శివాజీ ఇచ్చిన డబ్బును ప్రాతిపదికగా తీసుకోలేమని, గఘ్భట్టకు దక్షిణ కంటే ఎక్కువ లభించలేదని చెప్పవచ్చు. వాస్తవం ఏమిటంటే గఘ్భట్ట స్వయంగా చాలా ఉపాయాలు తీసుకున్నాడు, అతనికి ఇచ్చిన దక్షిణను లంచం అని పిలుస్తారు. శివాజీ

పట్టాభిషేకం వద్ద మహారాష్ట్రకు చెందిన కాయస్థుడైన శివాజీ వ్యక్తిగత కార్యదర్శి బాలాజీ

వాయిస్ ప్రధాన పాత్ర పోషించింది. శివాజీ మొదటి కథతో బనారస్ నుండి గాఘ్భట్టను కొనడానికి బాలాజీ మొదట ముగ్గురు బ్రాహ్మణులను పంపాడు. గంగాభట్ట శివాజీని శూద్రుడు, పట్టాభిషేకానికి అనర్హుడని లేఖతో దూతలను వెనక్కి పంపాడు. శివాజీ క్షత్రియుడనే రుజువును సేకరించే పనిలో పడ్డారు బాలాజీ. శివాజీని మేవార్ సిసోడియా పాలకుల వారసుడిగా వర్ణించే వంశావళిని పొందడంలో ఇది విజయవంతమైంది. ఈ రుజువుతో మళ్లీ గంగాభట్ట వద్దకు కాయస్థ దూత పంపబడ్డాడు. గఘ్భట్ట రాయ్‌గఢ్‌కు వచ్చి, శివాజీని శూద్రుడిగా ప్రకటించడం వల్లే తాను ఆధారాలను పరిశీలించానని చెప్పాడు. అందుచేత పట్టాభిషేకానికి హక్కు లేదు.

ఈ విషయంలో గంగాభట్ట కేవలం ఒక ఉపాయం లాగకుండా, మరో విచిత్రమైన రంగును చూపించి, శూద్రుడు శివాజీ స్థానంలో కాయస్థ క్షత్రియుడైన బాలాజీ అవజీకి అభిషేకం చేసేందుకు సిద్ధమని ప్రకటించాడు. ఇది తట్టుకోలేక గగ్భట్ట మరో మలుపు తిరిగింది. శివాజీ క్షత్రియుడని, ఆయనకు పట్టాభిషేకం చేసేందుకు సిద్ధమని ప్రకటించారు. ఇదొక్కటే కాదు, కాయస్థులు మిశ్రమ కులాలు అని గఘ్భట్ట పేరుతో ఒక కథనాన్ని సిద్ధం చేశాడు. ఈ పాలిమార్ఫిజం ద్వారా ఏమి వెల్లడైంది? గఘ్భట్టకు పట్టాభిషేకం అక్కర్లేదు కానీ అతన్ని కొనుగోలు చేశారు. అందుకే శివాజీ క్షత్రియుడనే నిర్ణయాన్ని లంచం తీసుకుని ఇచ్చాడనడంలో సందేహం లేదు.

చివరికి శివాజీకి సంబంధించి మరో విషయం తేల్చాల్సి వచ్చింది. బ్రాహ్మణులు తమ మునుపటి నిర్ణయానికి ఎప్పుడూ కట్టుబడి ఉండరు. వారు ఎప్పుడు కావాలంటే అప్పుడు వారి ఉమ్మిని నొక్కగలరు. ఎంతకాలం తన నిర్ణయాన్ని అనుసరించాడు - శివాజీ క్షత్రియుడా?

శివాజీ తన పట్టాభిషేక దినం అంటే 6 జూన్ 1674 నుండి 'రాజ్యాభిషేక సంవత్' ప్రారంభించాడు. శివాజీ మరియు అతని వారసులు సింహాసనంపై ఉన్నంత కాలం, సంవత్ అభ్యాసం నిలిపివేయబడింది. అతను మొఘల్ చక్రవర్తుల వలె 'పండిన అవిసె'ను ఉపయోగించడం ప్రారంభించాడు. అంతే కాదు, శివాజీ వారసుల క్షత్రియ హోదాను కూడా సవాలు చేశాడు. శివాజీ తన జీవితకాలంలో వైదిక సంప్రదాయం ప్రకారం తన కుమారులు శంభాజీ మరియు రాజారాం

బ్రాహ్మణులకు ఉపనయనం చేశారు. అందువల్ల బ్రాహ్మణులు వారికి హాని చేయలేరు. శివాజీ మనవడు షాహూజీకి కూడా అతను ఎటువంటి హాని చేయలేకపోయాడు ఎందుకంటే అప్పటి వరకు అధికారం బ్రాహ్మణుల చేతుల్లోకి రాలేదు. షాహూజీ బ్రాహ్మణ పీష్వాకు అధికారాన్ని అప్పగించడంతో, బ్రాహ్మణుల రెక్కలు తెరుచుకున్నాయి. షాహూజీ-II కుమారుడు రామ్‌జీ రాజే మరియు పీష్వా రక్షణలో ఉన్న సాహు మైనర్ కుమారుడు పురాణ పద్ధతి ప్రకారం పీష్వా సూచనల మేరకు ఖచ్చితంగా ఉపనయనం చేశారా లేదా అనేదానికి రుజువు అందుబాటులో లేదు. కానీ క్రీ.శ.1777లో, దత్తపుత్రుడిగా మారిన షాహూ-II, పీష్వా సూచనల మేరకు ఈ పౌరాణిక ఆచారాన్ని నిర్వహించి, అతను శూద్ర పీష్వా అయ్యాడని ఖచ్చితమైన ఆధారాలు ఉన్నాయి. షాహూ కొడుకు మహారాజా ప్రతాప్

క్రీ.శ 1808లో, అతను రెండవ షాహూ వారసుడు అయ్యాడు, అతని ఉపనయనం జరిగిందో లేదో తెలియదు మరియు అలా అయితే, అది ఏ పద్ధతిలో జరిగింది. అవును, క్రీ.శ. 1827లో కర్వీర్‌కు చెందిన శంకరాచార్య సాంగ్లీలోని కాయస్థులకు సంబంధించి తన నిర్ణయాన్ని ఇచ్చారని ఒక విషయం ఖచ్చితంగా చెప్పవచ్చు: - కలియుగంలో క్షత్రియులు లేరు.

అతని కార్యాలయ పత్రాల ప్రకారం, శివాజీ, శంభాజీ మరియు షాహూజీ క్షత్రియులు కాదు. అయితే ఇది అసలు నిర్ణయంలో లేదని అంటున్నారు. సాంగ్లీ బ్రాహ్మణ రాజు తర్వాత ప్రధాన నిర్ణయంలో చేర్చారు. ఏది ఏమైనా శివాజీ వారసుడు రాజా ప్రతాప్ సింగ్‌కి ఇది బహిరంగ సవాలు. ప్రతాప్ సింగ్ క్రీ.శ.1830లో బ్రాహ్మణుల సదస్సును నిర్వహించి ఆ అంశాన్ని పరిశీలనకు సమర్పించాడు. సమావేశం ప్రతాప్ సింగ్‌కు అనుకూలంగా నిర్ణయం ఇచ్చి శూద్ర హోదా నుండి కాపాడింది.

శివాజీ యొక్క ఒక వంశ శాఖ నుండి ఓడిపోయిన బ్రాహ్మణులు కొల్హాపూర్‌లోని మరొక శాఖపై దాడి చేయడం ప్రారంభించారు. కొల్హాపూర్ పాలకుడైన బాబా సాహెబ్ మహారాజ్ రాజ పూజారి రఘునాథ్ శాస్త్రి పౌరాణిక పద్ధతి ప్రకారం అన్ని రాచకార్యాలను నిర్వహించడం ప్రారంభించాడు. అలా చేయకుండా అడ్డుకున్నారు. బాబా సాహెబ్ 1886లో మరణించారు. 1886 నుండి 1894 వరకు రాజులందరూ మైనర్లే కావడంతో పరిపాలన బ్రిటిష్ వారి చేతుల్లోకి వచ్చింది. అందువల్ల, రాజ పురోహితుడు ఏ పద్ధతిలో తన కర్మలను నిర్వహించాడో తెలుసుకోవడానికి ప్రత్యక్ష ఆధారాలు కనుగొనబడలేదు. 1902లో, షాహూ మహారాజ్ వేద సంప్రదాయం ప్రకారం అన్ని ఆచారాలను నిర్వహించాలని రాజభవనంలోని రాజ పూజారిని ఆదేశించాడు. కానీ కొల్హాపూర్ పాలకులు

శూద్రులు, క్షత్రియులు కాదని పురోహితులు నిశ్చయించుకున్నారు మరియు పురాణాల పద్ధతి ప్రకారం అన్ని పూజలు చేయాలని పట్టుబట్టారు. ఈ విషయంలో కర్వీరుడు శంకరాచార్యుల పాత్ర ప్రత్యేకంగా చెప్పకోదగినది. వివాద సమయంలో, శంకరాచార్యులు మఠం యొక్క అన్ని హక్కులను తన శిష్యుడైన బ్రాహ్మణాళ్కర్‌కు అప్పగించారు. ప్రారంభంలో, గురువు మరియు శిష్యులు ఇద్దరూ రాజభవనంలోని రాజ పూజారితో సామరస్యంగా ఉన్నారు మరియు మహారాజుకు వ్యతిరేకంగా ఉన్నారు. కానీ కొంతకాలం తర్వాత శిష్యుడు మహారాజు పక్షం వహించి, మహారాజును క్షత్రియుడిగా అంగీకరించాడు. దీంతో విసిగిపోయిన గురువు శిష్యుడిని సాంఘిక బహిష్కరించాడు. మహారాజు తన స్వంత శంకరాచార్యుడిని నియమించాడు. కానీ అతనికి ప్రత్యర్థి కూడా అయ్యాడు.

శివాజీని క్షత్రియుడిగా పరిగణించారు. అందుకే ఈ గౌరవం ఆయనకు వ్యక్తిగతంగానే కాకుండా ఆయన భవిష్యత్ తరాలకు కూడా దక్కింది. దాన్ని మార్చే హక్కు ఎవరికీ లేదు. శివాజీ వారసుడు ఎటువంటి అకృత్యాలు చేయనప్పటికీ, బ్రాహ్మణులు ఇప్పటికీ అతన్ని తక్కువ శూద్రుడిగా పరిగణించారు. హిందువుల కులాన్ని మార్చుకునే స్వేచ్ఛ బ్రాహ్మణులకు ఉన్నందున ఇదంతా జరిగింది. శూద్రులను క్షత్రియులుగానూ, క్షత్రియులను శూద్రులుగానూ మార్చే నేర్పు వారికి ఉంది. కులాన్ని నిర్ణయించడంలో బ్రాహ్మణులకు అనియంత్రిత హక్కులు ఉన్నాయని శివాజీ విషయంలో రుజువైం

ఈ కథ బొంబాయి ప్రెసిడెన్సీ నుండి మాత్రమే ఉటంకించబడింది. కానీ ఈ క్రింది సూత్రాలు అన్ని దేశాలలో ప్రబలంగా ఉన్నాయి. వంటి:-

1. ఉపనయనం బ్రాహ్మణులకు మాత్రమే సంక్రమిస్తుంది. శివాజీ, ప్రతాప్ సింగ్ లేదా కాయస్థ, పాంచల్

లేక పల్షే, ఉపనయనం చేసే ధైర్యం బ్రాహ్మణేతరులెవరూ లేరు. ఒక్కసారి మాత్రమే

కాయస్థులు ఆచారాలను నిర్వహించడానికి ఒక ప్రతిపాదనను ఆమోదించారు, కానీ అది కేవలం ప్రతిపాదనగా మిగిలిపోయింది.

2. ఎవరికైనా ఉపనయనం చేసే హక్కు బ్రాహ్మణుడికి ఉంది. లేదా మరో మాటలో చెప్పాలంటే, ఒక నిర్దిష్ట కులం ఉపనయనానికి అర్హులా కాదా అనే దానిపై బ్రాహ్మణుడు మాత్రమే న్యాయమూర్తి.

3. ఉపనయనానికి సంబంధించి బ్రాహ్మణుని సమ్మతి కోసం నిజాయితీ అవసరం లేదు. పిడికిలిని వేడి చేయడం ద్వారా కూడా చేయవచ్చు. శివాజీ గఘ్భట్ట సంచిలో భారీగా డబ్బు ఇచ్చి ఉపనయనం చేశాడు.

4. బ్రాహ్మణుడు ఉపనయనాన్ని తిరస్కరించడానికి ఆధారం చట్టబద్ధమైనది లేదా మతపరమైనది కాకూడదు. అది రాజకీయ ద్వేషం లేదా కారణం కూడా కావచ్చు. రాజకీయ వైరం కారణంగా బ్రాహ్మణులు కాయస్థుల ఉపనయనాన్ని నిలిపివేశారు.

5. బ్రాహ్మణుడు ఉపనయనం చేస్తే, విద్వత్ పరిషత్కు మాత్రమే విజ్ఞప్తి చేయవచ్చు మరియు విద్వత్ పరిషత్ నాటక బృందంలోని పాత్రలందరూ బ్రాహ్మణులు మాత్రమే కావచ్చు.

పై వాస్తవాలను బట్టి ఉపనయనానికి సంబంధించి బ్రాహ్మణులకు ఆధిపత్యం ఉందని పూర్తిగా స్పష్టమవుతుంది. ఎవరికైనా ఉపనయనం లేకుండా చేయగలిగింది. అందువల్ల శూద్రులను అణిచివేయడానికి ఈ ఆయుధాన్ని స్వేచ్ఛగా ప్రయోగించడంలో ఆశ్చర్యం లేదు

11.

సంధి కథ

ఇప్పటివరకు నేను ఈ క్రింది వాస్తవాలను నిరూపించడానికి ప్రయత్నించాను:-

1. బ్రాహ్మణులు శూద్రుడిని క్షత్రియుల తరగతి నుండి, ఆర్యులలో రెండవ తరగతి నుండి సమాజంలోని నాల్గవ తరగతికి నెట్టారు.
2. శూద్రులను అణచివేయడానికి బ్రాహ్మణులు అనుసరించిన విధానం వారి ఉపనయనాన్ని ఆపడం.
3. బ్రాహ్మణుల ఈ ప్రతిచర్య శూద్ర రాజులు వారిపై చేసిన దౌర్జన్యాలు, వేధింపులు, అవమానాలు, అణచివేత మొదలైన వాటికి కారణం, అంటే ప్రతీకార భావన. ఇవన్నీ నిజం,

అయితే ఈ క్రింది ప్రశ్నలు తలెత్తుతాయి:-

1. బ్రాహ్మణులకు కొంతమంది రాజులపై మాత్రమే శత్రుత్వం ఉంది, అప్పుడు వారందరూ శూద్ర కులానికి శత్రువులుగా మారడానికి కారణం ఏమిటి?
2. ద్వేషం చాలా విషపూరితమైనదా, బ్రాహ్మణులు ద్వేషం నుండి ప్రతీకారం తీర్చుకున్నారా?
3. రెండు పార్టీల మధ్య సయోధ్య కుదరలేదా? ఒకవేళ సయోధ్య జరిగితే, శూద్రుల క్షీణతకు బ్రాహ్మణులకు స్పష్టమైన కారణం లేదు.
4. శూద్రులు ఈ అధోకరణాన్ని ఎలా సహించారు?

ఇవి లోతైన ప్రశ్నలు అని నేను అంగీకరిస్తున్నాను మరియు వాటిని హృదయపూర్వకంగా పరిగణించాలి. ప్రశ్నలు సంబంధితమైనవి కాబట్టి వాటికి సమాధానాలు ఇవ్వాలి.

I

ప్రశ్న ఏమిటంటే, కొంతమంది రాజులతో కలహాల కారణంగా, బ్రాహ్మణులు మొత్తం శూద్ర సమాజంపై ఎందుకు ప్రతీకారం తీర్చుకోవాలని నిర్ణయించుకున్నారు? ఈ ప్రశ్న సమయానుకూలమైనది మాత్రమే కాదు, చాలా నిర్దిష్టమైనది కూడా. ఉంటే రెండు విషయాలను దృష్టిలో ఉంచుకుంటే సమాధానం దొరుకుతుంది.

మొదటిగా, 9వ అధ్యాయంలో వివరించిన బ్రాహ్మణులు మరియు శూద్ర రాజుల మధ్య విభేదాలు వ్యక్తిగత వైరం కాదు. అలా అనిపించినా. మరోవైపు బ్రాహ్మణులు ఏకమయ్యారు. లెఫ్ట్ ఎపిసోడ్ కాకుండా, ఫైట్స్ అన్నీ బ్రాహ్మణులతో మాత్రమే. అదేవిధంగా, బ్రాహ్మణులు పోరాడిన రాణా, అందరూ శూద్ర వంశానికి చెందినవారు మరియు సుదాలతో సంబంధం కలిగి ఉన్నారు.

సుదాస్ విషయానికి వస్తే, ఈ వివాదం బ్రాహ్మణులకు మరియు క్షత్రియులలోని షికి మధ్య జరిగింది. క్రోధభజన్ రాజు క్షత్రియులలో భాగమైన శూద్రులతో కూడా సంబంధం కలిగి ఉన్నాడని మనకు ప్రత్యక్ష ఆధారాలు లేవనడంలో సందేహం లేదు. కానీ వారు సుదాస్ వారసులని నిర్ధారించడానికి మా వద్ద ఆధారాలు ఉన్నాయి. మహాభారతంలోని ఆది పర్వం నుండి ఉల్లేఖించిన వాశ్వాలి చూడదగ్గది. బ్రాహ్మణులతో వారి వివాదంలో వివరించిన రాజుల పరస్పర సంబంధాలపై ఇది ఆసక్తికరమైన వెలుగునిస్తుంది. పురూరవుడు వైవస్వత్ మనువు యొక్క మనవడు మరియు ఇల కుమారుడు. నహుషుడు పురూరవుని మనుమడు. నిమి అనేది మను వైవస్త కుమారుడైన ఇక్ష్వాకు నుండి వచ్చిన ఉత్తరం. ఇక్ష్వాకు 28వ తరంలో త్రిశంకు మరణించాడు. సుదాసు ఇక్ష్వాకు 50వ తరంలో ఉన్నాడు. వేణ్మనుడు వైవస్వత్ కుమారుడు. వీరంతా మనువు వంశస్థులు కాబట్టి సుదాస్‌కు బంధువు అయి ఉండాలి. సుదాసు శూద్రుడు అని ఆధారాలు ఉన్నాయి. దీన్ని బట్టి వారందరూ శూద్రులు అని అర్థమవుతుంది.

మన దగ్గర ప్రత్యక్ష సాక్ష్యాలు లేవు కానీ వైరుధ్యం మొత్తం శూద్ర సమాజానికి చెందినదని మరియు ఒక్క సుదాస్‌తో కాదని అనుకోవడం సమంజసం కాదు. ఆలోచనలు మరియు చర్యల మధ్య ప్రజలు గిరిజనుల మనోభావాలతో నిండిన చాలా పురాతన కాలంలో ఈ ఘర్షణలు జరిగాయని గుర్తుంచుకోవాలి.

వంశావళి

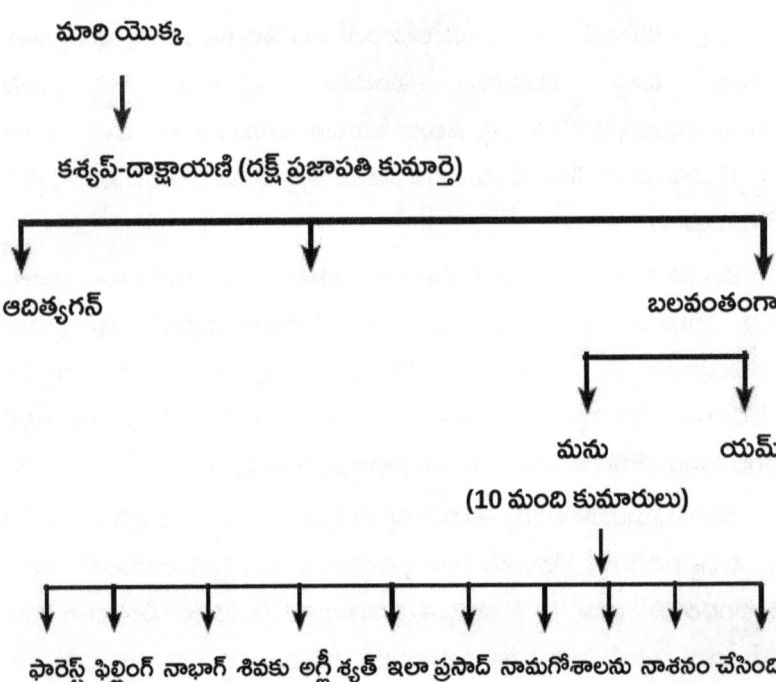

మారి యొక్క
కశ్యప్-దాక్షాయణి (దక్ష్ ప్రజాపతి కుమార్తె)
ఆదిత్యగన్
బలవంతంగా
మను
యమ్
(10 మంది కుమారులు)
ఫారెస్ట్ ఫిల్లింగ్ నాభాగ్ శివకు అగ్లీ శ్యత్ ఇలా ప్రసాద్ నామగోశాలను నాశనం చేసింది

ప్రత్యక్ష సాక్ష్యం లేనప్పటికీ, ఈ వంశం, అన్ని శూద్ర వంశాలతో పాటు, బ్రాహ్మణులతో వివాదానికి పక్షపాతం కావడం సహజం. పురాతన కాలంలో, సంఘర్షణ జరిగినప్పుడు, నాగరికత మరియు సంస్కృతి వారి శైశవదశలో ఉన్నాయి మరియు ఒక వ్యక్తి చేసిన నేరాలు వ్యక్తిగతంగా పరిగణించబడవు

శూద్రుల చరిత్ర ఉంది. అన్ని కులాలు మరియు వంశాలు దీని పర్యవసానాలను భరించవలసి వచ్చింది. కావున బ్రాహ్మణులు తమ శత్రుత్వాన్ని అణచివేసే రాజులకే పరిమితం చేయకుండా మొత్తం శూద్ర కులానికి చెందిన ఉపనయనాన్ని ఆపడం పూర్తిగా సహజం. ఉత్సాహం అంత బలంగా మారిందా అనేది నిర్వివాదాంశం. రెండు వైపులా ఉష్ణోగ్రత పెరిగింది. రెండు పార్టీల మధ్య ద్వేషం తారాస్థాయికి చేరుకుంది. పరిస్థితి పేలుడులా తయారైంది. మరోవైపు, సమాజంలో ఆధిపత్యం మరియు ప్రత్యేక హక్కులు పొందాలనే బ్రాహ్మణుల వాదన కూడా భరించలేనిదిగా మారింది.

బ్రాహ్మణుల దావాల సుదీర్ఘ జాబితాను పరిగణించండి. దీని ప్రకారం, బ్రాహ్మణుల వాదనలు క్రింది విధంగా ఉన్నాయి:-

1. పుట్టుక ఆధారంగా బ్రాహ్మణుడిని అన్ని తరగతులకు గురువుగా పరిగణించాలి.

2. ఇతర తరగతుల విధులు, ప్రవర్తన మరియు జీవనోపాధిని నిర్ణయించే హక్కు బ్రాహ్మణులకు మాత్రమే ఉంది. పాత్రలన్నీ గుడ్డిగా ఫాలో అవుతాయి. బ్రాహ్మణుని సూచనల మేరకు రాజు పరిపాలించాడు.

3. బ్రాహ్మణుడు రాజుకు అధీనంలో లేడు. బ్రాహ్మణులు మినహా అన్ని తరగతులకు రాజు పాలకుడు. 4. బ్రాహ్మణులు ఈ శిక్షల నుండి విముక్తులు - (1) కొరడా, (2) సంకెళ్ళు, (3) ఆర్థిక శిక్ష, (4) బహిష్కరణ, (5) ప్రవేశం, (6) సామాజిక బహిష్కరణ.

4. శ్రోత్రియ బ్రాహ్మణ (వేద-విద్ బ్రాహ్మణుడు) పన్ను రహితం.

5. ఒక బ్రాహ్మణుడు పాతిపెట్టిన డబ్బును పొందినట్లయితే, అతనికి దానిపై పూర్తి హక్కు ఉంటుంది. రాజు అయితే మీకు అది దొరికితే అందులో సగం బ్రాహ్మణుడికి ఇవ్వండి.

6. సంతానం లేకుండా మరణించిన బ్రాహ్మణుని ఆస్తి ఖజానాలో జమ చేయబడదు మరియు శ్రోతలకు మరియు బ్రాహ్మణులకు పంచబడుతుంది. లో పంపిణీ చేయబడుతుంది.

7. రాజు దారిలో శ్రోత్రియుడు లేదా బ్రాహ్మణుడు కలిస్తే, అప్పుడు రాజు వారి కోసం రహదారిని వదిలివేయాలి.

8. ముందుగా బ్రాహ్మణునికి నమస్కరించవలెను.

9. బ్రాహ్మణుడు పవిత్రుడు. హత్యా నేరానికి కూడా అతనికి మరణశిక్ష విధించకూడదు.

10. బెదిరించడం, కొట్టడం, నెట్టడం లేదా బ్రాహ్మణుడి శరీరం నుండి రక్తం తీసుకోవడం నేరం.

11. కొన్ని నేరాలలో, ఇతర తరగతుల కంటే బ్రాహ్మణులకు తక్కువ శిక్ష విధించాలి.

12. వాది బ్రాహ్మణుడు కాకపోతే, రాజు ఆ బ్రాహ్మణుడిని సాక్ష్యం కోసం పిలవకూడదు.

13. ఒక స్త్రీకి పదిమంది బ్రాహ్మణేతర భర్తలు ఉండి, ఒక బ్రాహ్మణుడు ఆమెను వివాహం చేసుకుంటే, ఆమె బ్రాహ్మణునికి భార్య అవుతుంది మరియు ఆమె వివాహం చేసుకున్న రాజన్య లేదా వైశ్యునికి కాదు. బ్రాహ్మణుల ఈ ప్రత్యేక హక్కులను పరిగణనలోకి తీసుకుంటూ, మిస్టర్ కేన్ ఇలా అన్నారు:-

185

బ్రాహ్మణులు ఇతర అధికారాలను కూడా పొందారు. ఉదాహరణకు, భిక్షకు ఎటువంటి ఆంక్షలు లేకుండా ఇతరుల ఇంట్లోకి ప్రవేశించడం, ఇంధనం, పూలు, నీరు మొదలైన వాటిని ఎక్కడి నుండైనా సేకరించడం దొంగతనం కాదు. ఇతర స్త్రీలతో ముక్తకంఠంతో మాట్లాడటం, పన్ను చెల్లించకుండా నది దాటడం, వ్యాపారానికి ఉపయోగించే పడవలకు సుంకం చెల్లించకపోవడం మరియు ప్రయాణంలో అలసిపోయి ఆకలితో ఉన్నప్పుడు ఏదైనా పొలంలోంచి రెండు చెరకు లేదా దుంపలను తీసుకెళ్లడం.

నిస్సందేహంగా, కాలక్రమేణా, ఈ హక్కులు మరింత పెరిగాయి. పోరాట సమయానికి బ్రాహ్మణులు ఎలాంటి సౌకర్యాలు పొందారో చెప్పడం కష్టం. అయితే పైన పేర్కొన్న జాబితాలోని క్రమ సంఖ్యలు 1.2.3.8 మరియు 14 వద్ద ఉన్న హక్కులు ఏదైనా మంచి మరియు ఆత్మగౌరవం కలిగిన వ్యక్తులను కలవరపెట్టడానికి సరిపోతాయని ఖచ్చితంగా చెప్పవచ్చు.క్షత్రియ రాజుల విషయానికొస్తే, వారు ఈ షరతులను ఎలా అంగీకరించగలరు? ఇక్కడ బ్రాహ్మణులతో ఘర్షణ పడిన రాజులలో ఎక్కువ మంది సూర్యవంశీయులేనని మనం మరచిపోకూడదు.

అధ్యయన అహంకారం మరియు వైవాహిక స్వభావంలో చంద్రవంశీ క్షత్రియుల నుండి బలం మరియు ఆత్మగౌరవంనేను భిన్నంగా ఉన్నాను. చంద్రవంశీ బ్రాహ్మణుల ఆధిపత్యాన్ని అంగీకరించి వారి బానిసలుగా మారాడు. సూర్యవంశీ క్షత్రియులు బ్రాహ్మణుల కంటే విద్య మరియు జ్ఞానంలో గొప్పవారు, చాలా మంది రాజర్షి, వేద మంత్రాల సృష్టికర్తలు. బ్రాహ్మణులకు సవాలు విసిరాడు.ఋగ్వేదం యొక్క సూచిక ప్రకారం, క్రింది సూర్యవంశీ రాజులు క్రింది మూల మంత్రాల సృష్టికర్తలు.

"ఋగ్వేదం 6.15: వాతహవ్య (లేదా భరద్వాజ) 10.9: అంబరీష్ కుమారుడు సింధుదీప్ (లేదా త్రిశిరస్, త్వాస్త్రి ఆకు); 10.75 ప్రియమేధ కుమారుడు సింధుక్షిత; 10.133: సుదాస్, పైజవాన్ కుమారుడు; 10.134: యువనాశ్వ కుమారుడు మంధాత్రి; 10.179: శివి, ఉషినార్ కుమారుడు; కాశిరాజ దివోదాసు కుమారుడు ప్రతర్దన మరియు రోహిదా కుమారుడు వసుమనస్; మరియు 10.148 పృథు వెన్"మత్స్య పురాణం ప్రకారం, ఋగ్వేద మంత్రాల స్వరకర్తల పేర్ల జాబితా క్రింది విధంగా ఉంది:- భృగు, కశ్య ప్రచేతస్, ధధీచి, ఆత్మవత్, ఔర్బ, జమదగ్ని, కృపా, శరద్వత్త ఆరష్టీ సేన్, యుద్ధజిత్, వటహవ్య, సువర్చస్, వేన, పృథు, పృథు, ,

బ్రాహ్మణస్వ, గ్రిట్స్, సౌనక, ఇవి 19 మంది భృగులు, వీరు మంత్రాలను రచించారు. అంగీరస్, బేధలు, భరద్వాజ, భలనందన, ఋుత్సబ్ధ, గర్గ, సిసి, సంకృతి, గరుధీర, మాంధాత్రి, అంబరీష్, యవనాస్వ, పారుకాత్స, ప్రద్యమ్న, శ్రవణస్వ, అజమేఘ హర్యస్వ, తక్షప, కవి, పృషదస్వ, వామదేవ, కవి, పృషదాస్వ, వామదేవ, అహత్స్వ వీరు 33 మంది ప్రముఖులు అయిన అంగిరసులు ఇప్పుడు గాధి, విశ్వామిత్రుడు, దేవరాజు, బాల, మధచంద్, ఋుషభుడు, అధ్నమశార్ణి, లోహిత్, అష్టక, భటకిల్, వేదశ్రవ, దేవవ్రత, పర్ణాశ్వ, ధనంజయ, గణాల కుమారులు. క్షత్రియులలో మూడు ప్రధాన మంత్రాలు ఉన్నాయి: మన వైవస్వత, ఇద మరియు పురూర్వ.

91 మంది వైశ్యులు వేద మంత్రాలను రచించారు.

ఈ జాబితా క్షత్రియుల పేర్లు మాత్రమే కాదు, బ్రాహ్మణులతో విభేదాలు ఉన్న చాలా మంది క్షత్రియుల పేర్లు కూడా ఉన్నాయి. వేదమంత్రాల కూర్పులలో క్షత్రియులు ప్రముఖులు. చాలా ప్రసిద్ధ గాయత్రీ మంత్రం క్షత్రియుడైన విశ్వామిత్రుడు స్వరపరిచాడు. ఈ సామర్థ్యం వారికి లేకుంటే క్షత్రియులు బ్రాహ్మణుల సవాలును ఎదుర్కోవడం అసాధ్యం.

బ్రాహ్మణుల కుతంత్రాలు క్షత్రియుల చదువులు మరియు ధైర్యసాహసాల ఆధారంగా వారి గర్వాన్ని దెబ్బతీశాయి. అందువల్ల, అతను బ్రాహ్మణుల సవాలును చాలా ధైర్యంగా స్వీకరించాడు మరియు అణచివేతతో ఈ సవాలుకు ప్రతిస్పందించాడు. బ్రాహ్మణులకు గడ్డు పరిస్థితిని కల్పించాడు. దేవుళ్ల స్థానంలో తనను పూజించమని వెన్ బ్రాహ్మణులను బలవంతం చేశాడు. పురూరవుడు అతని సంపదను దోచుకున్నాడు. నహుషుడు బ్రాహ్మణులను రథంపైకి ఎక్కించి నగరం చుట్టూ తిప్పాడు. నిమి తన పూజారిని తన వంశం యొక్క సాంప్రదాయ ఆచారాలను నిర్వహించకుండా ఆపింది. సుదాస్ మరింత ముందుకు వెళ్లి తన పూర్వపు వంశ పురోహితుడైన వశిష్ఠుని కుమారుడైన శక్తిని సజీవ దహనం చేశాడు. కాబట్టి, శూద్రుల నుండి ప్రతీకారం తీర్చుకోవడానికి బ్రాహ్మణుల మనస్సులో ఇది తప్ప వేరే కారణం ఉండదు.

III

బ్రాహ్మణులు మరియు శూద్రుల మధ్య సయోధ్యకు కొన్ని ఆధారాలు ఉన్నాయి. నేను ఈ సాక్ష్యంపై నా అభిప్రాయాన్ని ఆధారం చేసుకునే ముందు, సాక్ష్యం గురించి సమాచారాన్ని అందించడం చాలా ముఖ్యమైనదిగా నేను భావిస్తున్నాను. మహాభారతం మరియు పురాణాలలో సంధి కథలు చెల్లాచెదురుగా ఉన్నాయి.

మొదటి కథ విశ్వామిత్రునితో కూడిన భరత్ మరియు వశిష్ఠను కలిగి ఉన్న త్రిత్సు అనే రెండు తెగల మధ్య సయోధ్య. భరతుడు తృతీయ శత్రువు. ఇది ఋగ్వేదం (3.53, 24) నుండి స్పష్టంగా ఉంది - "ఓ ఇంద్రా, భారత్

కుమారా, వశిష్ఠుడు రాకుండా ఆపండి."మహాభారతంలోని ఆది పర్వంలో సంధి కథ ఇలా ఉంది:-"మరియు వారి శత్రువులు భరతులను చంపారు. పాంచాలుడు చతురంగిణి సైన్యంపై దాడి చేసి ఓడించాడు. సంవరన్ రాజు తన భార్యలు, కుమారులు, మంత్రులు మరియు స్నేహితులతో పారిపోయి సింధు అడవులలో దాక్కున్నాడు. భరతుడు వెయ్యేళ్లు అక్కడే ఉన్నాడు. వశిష్ఠ మహర్షి రాకతో భరతులు ఆయనకు స్వాగతం పలికారు. మహర్షి ఆసనం తీసుకున్న తర్వాత, రాజు గౌరవంగా అభ్యర్థించాడు - మీరు మా పూజారి అయ్యారు. అప్పుడు మా రాజ్యాన్ని తిరిగి పొందడంలో మాకు సహాయం చేయండి. వశిష్ఠుడు క్షత్రియులందరి సార్వభౌమాధికారాన్ని పురునికి అప్పగించాడు. పోగొట్టుకున్న భరత రాజ్యాన్ని చేజిక్కించుకున్నాడు. అతను ఇతర రాజులందరినీ కూడా లొంగదీసుకున్నాడు.

రెండవ కథ భృగువు మరియు క్షత్రియ రాజు కృతవీర్యుల మధ్య జరిగిన విగ్రహ సంధి. మహాభారతం ఆదిపర్వ కథ ప్రకారం:

కృతవీర్యుడు అనే రాజు ఉండేవాడు. భృగువు తన యాగం చేసి రాజు దగ్గర గోవులను, ధనాన్ని పొందాడు. రాజు మరణానంతరం, అతని ధనవంతులైన భృగులు కొందరు ఆ ధనాన్ని బ్రాహ్మణులకు అందించగా మరికొందరు డబ్బును భూమిలో పాతిపెట్టారు. కొందరు రాజులకు తిరిగి ఇచ్చారు. ఒక క్షత్రియుడు భృగుడి ఇంటిని తవ్వి భూమిలో పాతిపెట్టిన డబ్బును కనుగొన్నాడు. క్షత్రియులందరూ ఈ నిధిని చూసి కోపంతో భృగువులందరినీ చంపారు. పుట్టబోయే బిడ్డలపై కూడా జాలి చూపలేదు. వితంతువులు హిమాలయాల వైపు పారిపోయారు. వారిలో ఒకరు ఆమె గర్భాన్ని కాపాడారు. ఒక బ్రాహ్మణ గూఢచారి నుండి వార్త అందుకున్న తరువాత, అతను అతనిని చంపడానికి వెళ్ళాడు, కానీ ఆ పిండం యొక్క తేజస్సు కారణంగా, అతను అంధుడిని అయ్యాడు మరియు అడవులలో సంచరించడం ప్రారంభించాడు. ఓడిపోయి.. ఆ చిన్నారికి కంటిచూపు వచ్చిందని కొనియాడారు. బిడ్డ తల్లి సలహా మేరకు క్షత్రియులు అప్పడే పుట్టిన బిడ్డ ఔరవ్‌ని మెచ్చుకుని తిరిగి చూపు పొందారు. అతను ఔరవ్ వేదంలో బాగా ప్రావీణ్యం కలవాడని చెబుతారు. భృగువుని చంపినందుకు ప్రతీకారం తీర్చుకోవడానికి, ఔర్వ తీవ్రంగా తపస్సు

చేయడం ప్రారంభించాడు. దేవతలు, రాక్షసులు మరియు మానవులు ఆందోళన చెందారు. ఔరవ్ పూర్వీకులు వెళ్లి అతనికి వివరించారు. "వారు క్షత్రియుల నుండి ప్రతీకారం తీర్చుకోవాలని అనుకోరు. అతనే వృద్ధుడై చనిపోవాలనుకున్నాడు. ఆత్మహత్య చేసుకోకుండా ఉండేందుకు భూమిలో డబ్బు దాచి క్షత్రియులను రెచ్చగొట్టాడు. అవును, కొడుకు! నీ కోపంతో క్షత్రియులను, సప్తద్వీపాలను నాశనం చేయకు. ఔరవ్ బదులిచ్చారు - నా కోపం ఇతరులపై పడకపోతే, అది నన్ను నాశనం చేస్తుంది. తన కోపాన్ని సముద్రంలోకి వెళ్లమని పూర్వీకులు సలహా ఇచ్చారు. అది సముద్రంలోకి వెళ్ళిన వెంటనే, కోపం మంటగా మారింది, అది అగ్నిని చిమ్ముతుంది మరియు నీరు త్రాగుతుంది.

మూడవ కథ హైహయ రాజు కృతవీర్య మరియు బ్రాహ్మణుడైన పరశురాముని కుమారుడు సహస్త్రబాహు అర్జునుడిది. మహాభారతంలోని వనపర్వంలో ఇది ఇలా ఉంది:-

హైహయ రాజు కృతవీర్యుని కుమారుడైన అర్జునుడికి వెయ్యి చేతులు ఉండేవని చెబుతారు. దత్తాత్రేయుని నుండి వాయువేగంతో కూడిన బంగారు రథాన్ని పొంది దేవతలు, యక్షులు, ఋషులు మొదలైన వారందరినీ అణచివేశాడు. దేవతలు మరియు ఋషులు విష్ణువు వద్దకు వెళ్లారు. వారందరూ మరియు ఇంద్రుడు అర్జునుడిచే అవమానించబడ్డాడు. అందుకే అతన్ని చంపాలని ప్లాన్ చేశారు. కన్యాకుబ్జ రాజు గాధి కుమార్తె సత్యవతి, రిచిక్ ఋషితో వివాహం జరిగింది మరియు జమదగ్ని జన్మించాడు. ఋషికి ఐదుగురు కుమారులు ఉన్నారు, వారిలో పరశురాముడు చిన్నవాడు. పరశురాముడు తన తండ్రి ఆజ్ఞతో తన తల్లిని చంపి తన తండ్రి నుండి దీర్ఘాయువు మరియు అజేయమైన వరం పొందాడు. తరువాత, పరశురాముడి కోరికపై, జమదగ్ని రేణుకను తిరిగి బ్రతికించాడు.

ఒకరోజు వేయి బాహువుల అర్జునుడు జమదగ్ని ఆశ్రమానికి వచ్చాడు. ఋషి భార్య అతనికి స్వాగతం పలికింది. తిరిగి వస్తుండగా ఆశ్రమంలోని పండ్ల చెట్లను నరికి, ముని ఆవును, దూడను తీసుకెళ్లాడు.

పరశురాముడికి చాలా కోపం వచ్చింది. అతని వేయి చేతులు నరికి చంపారు. అర్జునుడి కుమారులు పరశురాముని సమక్షంలో జమదగ్నిని చంపారు. పరశురాముడి కోపం రగిలిపోయి, క్షత్రియుల ఉనికిని భూమి నుండి తొలగిస్తానని ప్రతిజ్ఞ చేశాడు. వారు తమ ఆయుధాలతో బయలుదేరారు. అతను అర్జునుడి కుమారులు మరియు మనుమలతో సహా వందలాది మంది హైహయలను

చంపాడు. భూమి రక్తంతో ఎర్రబడింది. క్షత్రియుల క్రూరమైన నిర్మూలన కారణంగా అతని మనస్సు దుఃఖంతో కలత చెందింది. అందుచేత మనసుకు ప్రశాంతత చేకూర్చాలనే లక్ష్యంతో అడవికి వెళ్లి తపస్సు చేశాడు. కొన్ని వేల సంవత్సరాలు గడిచిన తరువాత, విశ్వామిత్రుని మనుమడు మరియు రేభ్య కుమారుడైన పరవాసుడు జనక్‌పూర్‌లో ఒక సభను అవహేళన చేస్తూ ఇలా అన్నాడు: ప్రతర్దనుడు మొదలైన పుణ్యాత్ములు ఈ యయాతి సముద్ర నగరంలో గుమిగూడారు, క్షత్రియులు కాదా?

ఈ సమావేశంలో మీరు ప్రగల్భాలు పలుకుతున్న తాత్రియాచ్చే రద్దుపై మీ ప్రతిజ్ఞ ఏమైంది? ఈ సమయంలో భూమి నిండా వందలాది క్షత్రియుల సంతతి లేదా? అది విన్న పరశురాముడు తన ఆయుధాన్ని తీశాడు. అప్పుడు పరశురాముని కోపం నుండి తప్పించుకుని శక్తిమంతమైన రాజులుగా అవతరించిన వందలాది మంది క్షత్రియులు ఊచకోత కోశారు. భూమి నుండి క్షత్రియులను మరియు గర్భిణీ స్త్రీల కడుపులోని పిండాలను కూడా పూర్తిగా తొలగించిన తరువాత, అశ్వమేధ యాగం పూర్తయిన తర్వాత రాముడు కశ్యపునికి దక్షిణ ఇచ్చాడు.

పోరాట కథ తర్వాత, మహాభారత రచయిత సంధి కథను ఈ క్రింది విధంగా చెప్పారు."జమదగ్ని కుమారుడు పరశురాముడు భూమిపై ఇరవై ఒక్క సార్లు క్షత్రియులను చంపిన తర్వాత మహేంద్ర పర్వతంపై ధ్యానం చేయడం ప్రారంభించాడు. క్షత్రియ వితంతువులు పిల్లలను కనాలని కోరుకున్నారు. ఆమె బ్రాహ్మణుల వద్దకు వచ్చింది. నిస్వార్థులైన బ్రాహ్మణులు వారితో సంభోగించారు. ఆమె గర్భవతి అయింది మరియు కాలక్రమేణా ధైర్యవంతులైన కుమారులు మరియు కుమార్తెలకు జన్మనిచ్చింది. క్షత్రియ వంశం వారి నుండి ప్రారంభమైంది. ఈ విధంగా బ్రాహ్మణ, క్షత్రియుల కలయిక వల్ల క్షత్రియ వంశం పెరిగింది. అప్పటి నుండి బ్రాహ్మణేతర కులాలు ఉద్భవించాయి.

బ్రాహ్మణ క్షత్రియ విగ్రహం మరియు సంధి యొక్క పై కథలలో, ఆ క్షత్రియ రాజులు ఎవరు బ్రాహ్మణుల ప్రత్యేకాధికారాలపై యుద్ధం ప్రకటించే ప్రసక్తే లేదు. మనము ఇప్పుడు వారి సంధి కథలకు తిరిగి వెళ్దాము, తద్వారా విస్మరించకూడదు. మొదటి ఖాతా సుదాస్ కొడుకు కల్మష్‌పాద్. మహాభారతంలోని ఆది పర్వంలో కథలోని ఈ భాగంలో ప్రస్తావించబడిన కల్మషపాద మరియు వశిష్ఠ మధ్య శత్రుత్వం ఇప్పటికే వివరించబడింది. సంధి కథలోని ఈ భాగం క్రింది విధంగా ఉంది:-

"శక్తి యొక్క విధవ భార్య అయిన అవిశానంతి తన మామగారైన వశిష్ఠను అనుసరించి అనేక పర్వతాలు మరియు దేశాలను దాటింది. వశిష్ఠుడు తన గర్భం

నుండి వేదమంత్రాలను వినిపించాడు. అందుచేత వంశాన్ని పెంచుకోవాలంటే చచ్చిపోవాలని అనుకున్నాడు. పరాశరుడు విష్ణంతి గర్భం నుండి జన్మించాడు. ఒకసారి కల్మషపాద రాజు అడవిలో వశిష్ఠ మరియు విశ్వంతిని మింగడానికి విఫల ప్రయత్నం చేసాడు, వశిష్ఠుడు గర్జించడంతో ఆగిపోయాడు. మంత్రాన్ని జపిస్తూ నీటిని చల్లడం ద్వారా రాజును పన్నెండేళ్ల శాపం నుండి విముక్తి చేయండి.

ఇచ్చాడు. శాపవిముక్తుడైన రాజు వశిష్ఠుడిని ప్రార్థించాడు - ఓ మహా ఋషి, నీవు పురోహితునిగా ఉన్న సోదాను నేను. నీ సంతోషం కోసం నేనేం చేయగలను? దయచేసి నాకు సేవ చెప్పండి." వశిష్ఠుడు చెప్పాడు- ఏది జరిగినా దైవశక్తి వల్లనే జరిగింది. కాబట్టి, ఓ రాజా, ఇప్పుడు వెళ్లి నీ రాజ్యానికి బాధ్యత వహించు. కానీ బ్రాహ్మణులను విమర్శించవద్దు. రాజు వాగ్దానం చేశాడు -

"బ్రాహ్మణులను నేను ఏ విధంగానూ తక్కువవారిగా పరిగణించను. నేను మీ ఆజ్ఞను అంగీకరించి, దేవదూతలా ఆయనను గౌరవిస్తాను. ఇప్పుడు దయచేసి నా సంతానం (కొడుకు) నుండి ప్రయోజనాలను పొందాలనే నా కోరికను నెరవేర్చు, తద్వారా నేను ఇక్ష్వాకు వంశ ఋణం నుండి విముక్తి పొందగలను.

వశిష్ఠుడు అతని అభ్యర్థనను అంగీకరించిన తరువాత, అతను అయోధ్యకు తిరిగి వచ్చాడు. పన్నెండు సంవత్సరాల తరువాత, వశిష్ఠుని సంభోగం నుండి సామ్రాజ్ఞి గర్భం దాల్చింది మరియు పన్నెండేళ్ల తర్వాత ఒక కొడుకుకు జన్మనిచ్చింది.

ఇప్పుడు మహాభారతంలోని అనుషాషన్ పర్వ రెండవ ఉదాహరణ చూడండి:-

ఒకసారి ఇక్ష్వాకు వంశానికి చెందిన వాగ్ధాటి రాజు సుదాసు తన వంశ పురోహితుడు, అవినాశి సాధువు, సమస్త ప్రపంచాన్ని కదిలించగల ఉత్తమ ఋషి మరియు దివ్య జ్ఞాన భాండాగారమైన వశిష్ఠుడిని గౌరవంగా పలకరించి, గౌరవనీయమైన అమాయక ఋషిని అడిగాడు, కానీ విచిత్రమైన విషయం ఏమిటి? ముగ్గురిలో ఎవరిని నిరంతరం పూజిస్తారు? దానికి సమాధానంగా, వశిష్ఠుడు గోవు యొక్క గుణాలను, వాటి ఉపయోగాన్ని వివరంగా వివరిస్తూ దాని ప్రాముఖ్యతను వివరించాడు. ఆ జితేంద్రియ రాజు ఋషి సలహాకు ముగ్ధుడై బ్రాహ్మణులకు గోవుల రూపంలో గణనీయమైన సంపదను ఇచ్చాడు. దీని కారణంగా అతను సాధువుగా కీర్తి పొందాడు.

సుదాస్ వారసులకు సంబంధించిన సంధి యొక్క మూడవ కథ కూడా మహాభారతంలోని శాంతి పర్వంలో ఉంది: - కశ్యపుడు భూమిని జయించి బ్రాహ్మణులను స్థిరపరచి తాను అడవికి వెళ్ళాడు. శూద్రులు మరియు వైశ్యులు బ్రాహ్మణ స్త్రీలను వేధించడం ప్రారంభించారు. బలవంతుడు బలహీనులను వేధించడం ప్రారంభించాడు. ఆస్తిపై ఎవరికీ నియంత్రణ లేదు. క్షత్రియుల కోసం

కేటాయించిన భూమి పాతాళం వైపు పయనించడం ప్రారంభించింది. కశ్యప్ తొడపై వేసుకున్నాడు. అందుకే భూమిని ఉర్వి అని పిలిచారు, అప్పుడు భూమి తన రక్షణ కోసం కశ్యపుని రాజును కోరింది. హైహయ వంశపు వితంతువుల నుండి పుట్టిన చాలా మంది క్షత్రియులను నేను రక్షించాను అన్నాడు పృథ్వీ. వారిలో ఋక్షవత్ పర్వతం మీద ఎలుగుబంట్లు పెంచిన పురువంశీ విద్వారథుని కుమారుడు కూడా ఉన్నాడు. అతను నాకు రక్షకుడిగా మారాలని నేను కోరుకుంటున్నాను. అదేవిధంగా, మహిమాన్వితమైన ఋషి పరాశరుడు సుదాసుల వంశస్థుడైన సర్వకర్మను రక్షించాడు. ఇతర రాజుల వారసులు దేశంలోని వివిధ ప్రాంతాల్లో వ్యాపారులుగా, స్వర్ణకారులుగా సురక్షితంగా ఉన్నారు. అతని తాత మరియు తండ్రి నా కోసం పరాక్రమవంతులైన పరశురామునిచే చంపబడ్డారు. కాబట్టి వారి ప్రయోజనాలను కాపాడటం ద్వారా ప్రతీకారం తీర్చుకోవాలనుకుంటున్నాను. అసాధారణమైన గొప్ప వ్యక్తి నన్ను రక్షించడం నాకు ఇష్టం లేదు. నా తృప్తిని సాధారణ పాలకుడు కూడా తీర్చగలడు, కాబట్టి మీరు ఈ లోపాన్ని త్వరగా తీర్చాలి. "కశ్యపుడు పృథ్వీ చెప్పిన క్షత్రియులను పిలిచి రాజులుగా స్థాపించాడు."

ఈ సాక్ష్యాన్ని ఎవరైనా నమ్మగలరా? నా స్వంత అభిప్రాయం ప్రకారం, అలాంటి ఏడింటిని అంగీకరించకుండా, దాని గురించి జాగ్రత్తగా ఉండవలసిన అవసరం ఉంది ఎందుకంటే మొదట మొత్తం ఒప్పందం-

క్షత్రియుల ధిక్కారాన్ని చూపించే శాంతిలో కథలు ముగుస్తాయి. ప్రతి కథలోనూ క్షత్రియుల ఓటమి చిత్రీకరించబడింది. భరతుడు వశిష్ఠుని కుమారుడు. అతని రాజ్యంలో కరువు ఉంది. వారు దేశం విడిచి వెళ్లిపోతారు. అందుచేత అతని రాజ్యం లాగేసుకుంటుంది. వారు తమ పురాతన శత్రువైన వశిష్ఠను తమ పూజారి కావాలని మరియు దుర్భిక్ష్ కష్టాల నుండి తమను రక్షించమని విజ్ఞప్తి చేస్తారు. భృగువు, క్షత్రియులు, సోదాలు మరియు కల్మషపాదుల ఖాతాలలో, క్షత్రియులు తమ భార్యలను ఇచ్చి విజేతలైన బ్రాహ్మణులతో సంధి చేసుకున్నారని చెప్పబడింది. ఈ కథలు బ్రాహ్మణులను కీర్తించడానికి మరియు క్షత్రియులను తృణీకరించడానికి కల్పితం. ఇటువంటి అవినీతి, అసభ్యకరమైన మరియు ఖండించదగిన కథనాలను చారిత్రక సత్యంగా పరిగణించలేము. బ్రాహ్మణవాదం మద్దతుదారులు మాత్రమే దీనిని సరైనదిగా అంగీకరించగలరు.

సూదాల వారసులైన బ్రాహ్మణులు మరియు శూద్రుల మధ్య జరిగిన సంఘర్షణ విషయానికొస్తే, వారి మధ్య సయోధ్య కుదరలేదనడానికి తగిన ఆధారాలు అందుబాటులో ఉన్నాయి. వశిష్ఠుని మనుమడు మరియు శక్తి కుమారుడైన పరాశరుడు తన తండ్రిని సజీవ దహనం చేసాడు అని సుదాసు తెలుసుకున్నప్పుడు, అతను శూద్రులను ఊచకోత కోస్తానని శపథం చేసాడు. సుదాసు వారసుల పట్ల

వశిష్ఠుడు ఇదే విధమైన ప్రక్రియను చేశాడు. మహాభారతంలో నిస్సందేహంగా వశిష్ఠుడు పరాశరుని పగ తీర్చుకోమని ఒప్పించాడు మరియు ఈ విషయంలో అతను భృగువు మరియు క్షత్రియుల మధ్య సంఘర్షణను ప్రస్తావించాడు మరియు భృగువు హింసా మార్గాన్ని అవలంబించకుండా క్షత్రియులను ఎలా ఓడించాడో వివరిస్తాడు. ఈ కథనం నిజం కాదు కానీ కల్పితం, ఎందుకంటే ఇది బ్రాహ్మణుల ఔన్నత్యాన్ని నిరూపించే ప్రయత్నం.

బ్రాహ్మణులు, శూద్రుల మధ్య సఖ్యత లేకపోవడానికి బలమైన సాక్ష్యం శూద్రులకు వ్యతిరేకంగా బ్రాహ్మణులు చేసిన చట్టాలు. వారి పెరుగుదల, మూలం మరియు అసాధారణత ఇప్పటికే వివరించబడ్డాయి. ఈ నల్ల చట్టాల నేపథ్యంలో, రాజీ లేదా సయోధ్య ప్రతిపాదన స్వయంచాలకంగా ఉంటుంది. ఇది పనికిరానిదిగా మారుతుంది. బ్రాహ్మణులు శూద్రుల నుండి ప్రతీకారం తీర్చుకోవడమే కాదు, ప్రతీకార స్ఫూర్తితో, వారు నిర్దాక్షిణ్యంగా మరియు కఠినంగా శూద్రుల పిల్లలను శాశ్వతంగా ఈ నల్ల చట్టాల పట్టులో ఉంచారు. కాబట్టి, చండాల మరియు నిషాదుల గురించి సమాచారం ఇవ్వడం మంచిది.

చందల్ మరియు నిషాద్ మిశ్రమ (కులాంతర వివాహం నుండి జన్మించిన) సంతానం. నిషాదు అనులోమ్ మరియు చండాలు ప్రతిలోమ. అనులోముడు ఉపనయనానికి అర్హుడు, కానీ బ్రాహ్మణ తండ్రి మరియు శూద్ర తల్లి యొక్క బిడ్డ అయిన నిషాదుడు అనులోముడైనప్పటికీ, అతను ఉపనయనానికి అనర్హుడని ప్రకటించాడు. బ్రాహ్మణుల పిల్లలను వారి శత్రువుల (శూద్ర స్త్రీలు) పిల్లలతో మార్పిడి చేయడమే దీనికి సమాధానం.

స్ఫూర్తితో చేసిన సంధి ఇది.

1. మనుస్మృతి ప్రకారం చూడండి:-

పట్టికలో ఆరు ప్రస్తారణలు ఉన్నాయి:

తండ్రి	**తల్లి**	**బ్రాహ్మణుడు**
బ్రాహ్మణుడు	క్షత్రియుడు	పిల్లల పేరు
బ్రాహ్మణుడు	మూర్ధవిసిక్త	నిషాద్
బ్రాహ్మణుడు	వైశ్యుడు	శూద్రుడు
అంబాష్ట్	నిషాద్	వైశ్యుడు
శూద్రుడు	శూద్రుడు	మహిష్య
కరణ్	క్షత్రియుడు	వైశ్యుడు

ఇప్పుడు మనం విలోమాన్ని పరిశీలిద్దాం. మనువు వాటిని నీచమైనవిగా వర్ణించినప్పటికీ, అవన్నీ అసహ్యకరమైనవి కావు. ఆయోగవ్ మరియు క్షత్తర్ హక్కులు మరియు సౌకర్యాలకు సంబంధించి ప్రత్యేక సడలింపు ఇవ్వబడింది. అయితే చండాలునికి కఠిన శిక్ష విధించే ఏర్పాటు చేశారు. ఈ విషయంలో మనుస్మృతి

ఇక్కడ కోట్స్ ఉన్నాయి:-

మనుస్మతి (10.48): అయిగవ వృత్తి వడ్రంగి అవుతుంది.

మనుస్మతి (10,49) బొరియలలో నివసించే జంతువులను పట్టుకుని చంపడమే క్షత్తర్ యొక్క జీవనోపాధి. క్రింద వెంచర్ చేయమని మాత్రమే వారికి చెప్పబడింది. మనం ఇప్పుడు చండాల సమస్యను మనుస్మృతితో పోల్చి చూద్దాం. బ్రాహ్మణుడు చండాలుడిని, పందిని, కోడిని, కుక్కను, రుతుక్రమంలో ఉన్న స్త్రీని, నపుంసకుడిని తినడం చూడకండి. (మనుస్మృతి - 3.239)

నిమ్న కులాలు, చండాలు, పులకలు, మూర్ఖులు, అహంకారాలు, నీచులు మరియు వ్యాపారస్తులతో ఏ వ్యక్తి జీవించకూడదు. (4-79)

చండాలుడిని, దేవాదాయ స్త్రీని, పడిపోయిన వ్యక్తిని, మృత దేహాన్ని లేదా వారిని తాకిన వ్యక్తిని తాకి స్నానం చేయడం వల్ల శరీరం శుద్ధి అవుతుంది. (5-85)

కుక్కలచే చంపబడిన వన్యప్రాణుల మాంసం, చండాలు వంటి దొంగల మాంసం మరియు ఏదైనా మాంసాహార జంతువు యొక్క మాంసం పవిత్రమైనదని మనువు ఆదేశించాడు. (5.131)

ఒక సంవత్సరం వ్యవధిలో మళ్లీ నేరం చేస్తే శిక్ష వ్రత్య లేదా చండాల స్త్రీకి రెట్టింపు అవుతుంది. లైంగిక సంపర్కానికి ఇది శిక్ష (8.373)

ఒక వ్యక్తి మూర్ఖంగా వేరే కులానికి చెందిన వృద్ధురాలితో సంబంధం కలిగి ఉంటే, అతను చండాల వలె ద్వేషించబడాలి (9.87)

చందాల్ మరియు షుపచా తప్పనిసరిగా గ్రామం వెలుపల నివసించడానికి అనర్హులుగా ఉండాలి. కుక్కలు మరియు గాడిదలు మాత్రమే వారి ఆస్తి (10.51)

మంచి చెడుల జ్ఞానం ఉన్నప్పటికీ, ఆకలితో విలవిలలాడిన విశ్వామిత్రుడు చండాలుడు ఇచ్చిన కుక్క మాంసం తిన్నాడు (10.108).

ఒక బ్రాహ్మణుడు యాగం చేయడానికి శూద్రుడిని ఎప్పుడూ డబ్బు అడగకూడదు ఎందుకంటే అలాంటి బ్రాహ్మణులు చనిపోయిన తర్వాత చండాల ఇంట్లో జన్మిస్తారు. (11.24)

ఒక బ్రాహ్మణుడు తెలియకుండా చండాలు లేదా తక్కువ కుల స్త్రీతో లైంగిక సంబంధం కలిగి ఉంటే లేదా ఆమె ఆహారం తింటే లేదా ఆమె దక్షిణను స్వీకరించినట్లయితే, అతను అపవిత్రుడు అవుతాడు. అని తెలిసిన తర్వాత అలా చేయడం వల్ల. ఒకే కులానికి చెందినవాడు - (11.175)

'బ్రాహ్మణుని చంపినవాడు కుక్క, పంది, గాడిద, ఒంటె, ఆవు, మేక, గొర్రె, జింక, పక్షి, చండాల, పక్కల జీవితంలో పుడతాడు. (12.55)'

అయిగవ, చండాలు మరియు క్షతర్ అన్నీ వ్యతిరేకమైనవి. అలాంటప్పుడు చండాలు మాత్రమే ఎందుకు అపఖ్యాతి పాలైనట్లు లేదా కళంకితుడిగా పరిగణించబడ్డారు? కేవలం అతను బ్రాహ్మణుల ద్వారా ఒక శూద్ర స్త్రీ కుమారుడు కాబట్టి. ఇది ప్రతీకార భావన. బ్రాహ్మణులు మరియు శూద్రుల మధ్య సయోధ్య ఎప్పుడూ లేదని ఇది నిస్సందేహంగా రుజువు చేస్తుంది.

IV

అంతిమ ప్రశ్న ఏమిటంటే శూద్రులు అధోకరణాన్ని ఎలా సహించారు? పురాతన ఆర్యులలో శూద్రుల సంఖ్య చాలా ఎక్కువగా ఉందనే ఆలోచన ఈ ప్రశ్నకు మూలం. అందుచేత, ఇందులో ఆశ్చర్యం లేకపోవచ్చు, కానీ అత్యధిక జనాభా కలిగిన మైనారిటీ బ్రాహ్మణులు ఉపనయనం విరమించడాన్ని సహించటానికి ఇష్టపడటం ఖచ్చితంగా విచిత్రమే. ఈ ఆలోచన బహుశా హిందువులలోని శూద్రుల సంఖ్యను దృష్టిలో ఉంచుకుని నిర్ణయించబడి ఉండవచ్చు. ఇది అర్ధంలేనిది. హిందూ సమాజంలోని శూద్రులు ప్రాచీన ఆర్యుల శూద్రుల వారసులు కాదు.

భారతీయ ఆర్యులు ఆధునిక హిందూ సమాజంలోని శూద్రునికి మరియు శూద్రునికి అర్థాన్ని వేరు చేయలేకపోవటం వల్ల ఈ గందరగోళం ఏర్పడింది. ఆర్యులలో, ఇది ఒక నిర్దిష్ట కులం (వంశం లేదా వంశం) పేరు. కానీ శూద్ర అనే పదం హిందూ సమాజంలో సహజమైన పేరు కాదు. ఇది తక్కువ లేదా నాగరికత లేని మానవ తరగతి అని పిలవబడే గుణాత్మక నామవాచకం. ఈ మానవ తరగతి సాధారణంగా అనేక కులాలు, వంశాలు, వంశాలు మరియు తెగల సమూహం, వీరి జీవనశైలి, ఆహారపు అలవాట్లు, ఆచారాలు మొదలైనవి విభిన్నమైనవి మరియు విభిన్నమైనవి. ఒకే ఒక సారూప్యత ఉంది, మరియు వారు అందరూ హిందువులు మరియు హిందూ సంస్కృతి యొక్క విమానంలో వారు అత్యల్పంగా ఉన్నారు.

వారిని శూద్రులు అనడం అన్యాయం. బ్రాహ్మణులను అణగదొక్కిన ఆర్యుల శూద్రులతో వారికి ఎలాంటి సంబంధం లేదు. ఆధునిక కాలంలో అమాయకులు, సామాజికంగా వెనుకబడిన వారిని అసలు ఆర్యులతో ముడిపెట్టి శిక్షార్హులుగా చేసి నిస్సహాయులుగా మార్చడం బాధాకరమైన విషయం. భారతీయ ఆర్యన్ సమాజంలోని శూద్రులకు మరియు ఆధునిక శూద్రులకు మధ్య వ్యత్యాసం ఉంది. మత వ్యాఖ్యాతలకు రెండు రకాల శూద్రుల మధ్య తేడా బాగా తెలుసు. కాకపోతే వారు సచ్ఛుద్రను నాగరిక శూద్రునిగానూ, అసచ్ఛుద్ర అంటే నాగరికత లేని శూద్రునిగానూ తీసుకోరు. బహిష్కృత శూద్రుడు అంటే గ్రామంలో నివసించే శూద్రుడు. అనిర్విసిత్ శూద్రుడు అంటే ఊరి బయట నివసించే శూద్రుడు. వాస్తవం ఏమిటంటే స్వచ్ఛమైన మరియు బహిష్కరించబడినది

శూద్రులు ఆర్య శూద్రులు అయితే అసచ్ఛుద్ర మరియు బహిష్కృత శూద్రులు హిందూ శూద్రులు. హిందూ సమాజం శూద్రులతో సంబంధం లేని ఆర్యుల శూద్రుల గురించి మన పరిశీలనలో ఉంది. కాబట్టి, హిందువులలో శూద్రుల సంఖ్య ఎక్కువగా ఉంటే, ఆర్యులలో శూద్రుల జనాభా కూడా ఎక్కువగా ఉందని భావించలేము, ఈ వాదన వాస్తవాలపై ఆధారపడదు కాబట్టి మన అభిప్రాయానికి ప్రాతిపదికగా మారదు. శూద్రులు ఆర్యుల కులం, వంశం లేదా కుటుంబ సమూహం అని మనకు ఖచ్చితంగా తెలియదు. ఒకవేళ చేసినా వారి సంఖ్య కొన్ని వేలకు మించి ఉండేది కాదు. (ఋగ్వేదం) 7.33.6) భరతుల సంఖ్య తక్కువగా ఉన్నట్లు స్పష్టంగా చెప్పబడింది. శతపత్ బ్రాహ్మణుడి ప్రకారం, పాంచాల రాజు సన్ సత్రసహ యొక్క అశ్వమేధ యాగాన్ని వివరిస్తూ, ఇలా చెప్పబడింది - సత్రసహుడు అశ్వమేధ యాగం చేసినప్పుడు, ఆరువేల ఆరువందల ముప్పై మంది సాయుధ తుర్వాలు నిరసనగా లేచి నిలబడ్డారు.

శూద్రులు తమ బాధల నుండి విముక్తి పొందడానికి ఏమి చేసారు? అతను ఇబ్బందులకు గురిచేసిన కొంతమంది బ్రాహ్మణులు అతని ఉపనయనం చేయడానికి నిరాకరించారు, మరియు అతను ఇతర బ్రాహ్మణుల నుండి సహకారం తీసుకోలేకపోయాడు, వారికి అతను ఏ ఇబ్బంది కూడా కలిగించలేదు. ఈ అవకాశం పరిస్థితులపై ఆధారపడి ఉంటుంది. అన్నింటిలో మొదటిది, బ్రాహ్మణులను సమీకరించినట్లు వారికి తెలియదు. ఈ కుట్ర గురించి వారికి తెలియదు. లేకుంటే ఈ కన్సాలిడేషన్ విచ్ఛిన్నమై ఉండేది. కానీ ఋగ్వేద కాలంలోనే బ్రాహ్మణులు ఒక వర్గంగా లేదా కులంగా మారారని, వారిలో కులతత్వ భావన కూడా

చొచ్చుకుపోయిందని స్పష్టమవుతోంది. అటువంటి పరిస్థితిలో, బ్రాహ్మణుల కష్టమైన కూటమిని అణిచివేయడం శూద్రులకు ఎందుకు కష్టమైంది? రెండవ ఉపనయనం చేయడం కుటుంబ పూజారి హక్కుగా మారింది. నిమి రాజు కథను బట్టి ఈ విషయం స్పష్టమైంది. ఈ మూలాధారాలన్నింటినీ కలిపితే, శూద్రులు తమకు వ్యతిరేకంగా బ్రాహ్మణులు ఏర్పాటు చేసిన ఐక్య పోరాటాన్ని వ్యతిరేకించలేకపోయారు.

మరొక అవకాశం ఏమిటంటే, క్షత్రియులందరూ కలిసి ఒక సమూహంగా ఏర్పడి ఉండవచ్చు, దాని కారణంగా బ్రాహ్మణుల వ్యతిరేకత పనికిరానిది. ఈ అవకాశం కేవలం ఊహ మాత్రమే ఎందుకంటే ఉపనయనాన్ని ఆపడం వల్ల వచ్చే పరిణామాలు ఏమిటో శూద్రులకు మొదట అర్థం కాలేదు. రెండవది, క్షత్రియులు వ్యవస్థీకృతంగా లేరని మరియు శూద్ర క్షత్రియులు మరియు శూద్ర క్షత్రియుల మధ్య ప్రేమ లేదా మర్యాద మిగిలి లేదని ఋగ్వేదంలో వివరించిన దాసరాగ్య యుద్ధం నుండి ఇది స్పష్టమవుతుంది. కావున, పై పరిస్థితుల నేపథ్యంలో శూద్రులు, బ్రాహ్మణుల ఈ మాటను అంగీకరించారనే గందరగోళం లేదు. వారు ఉపనయనానికి అర్హులు కాదని అంగీకరించారు.

12.

సిద్ధాంతాన్ని పరీక్షించండి

I

శూద్రుల మూలం మరియు వారి క్షీణతకు కారణాలను కనుగొనడం ఈ పరిశోధన యొక్క లక్ష్యం. పురాతన మరియు ఆధునిక పరిశోధకుల చారిత్రక సంఘటనలు మరియు సిద్ధాంతాల ఆధారంగా, నేను ఒక కొత్త ఆలోచనను ప్రతిపాదించాను. ఈ ఆలోచన గత అధ్యాయాలలో ప్రత్యేక అధ్యాయాలతో వ్యక్తీకరించబడింది. మనం ఇప్పుడు ఈ విశ్లేషించబడిన మెటీరియల్‌ని సేకరిద్దాం మరియు పరిశోధనకు సంబంధించి పూర్తి మరియు పరిణతి చెందిన సమాచారాన్ని పొందండి. ఇది క్లుప్తంగా క్రింది విధంగా ఉంది:

1. శూద్రులు సూర్యవంశీ ఆర్యన్ కులాల వంశం లేదా వంశం.

2. భారతీయ ఆర్య సంఘంలో, శూద్ర స్థాయి క్షత్రియ వర్ణం.

3. ఒకప్పుడు ఆర్యులలో బ్రాహ్మణ, క్షత్రియ మరియు వైశ్య అనే మూడు కులాలు మాత్రమే ఉండేవి. శూద్రుడు ప్రత్యేక కులం కాదు, క్షత్రియ కులంలో భాగం.

4. శూద్ర రాజులు మరియు బ్రాహ్మణుల మధ్య నిరంతర సంఘర్షణ జరిగింది, దాని కారణంగా బ్రాహ్మణులు దౌర్జన్యాలు, అణచివేత మరియు అవమానాలను అనుభవించవలసి వచ్చింది. శూద్రుల దౌర్జన్యాలు, అణచివేతలతో కలత చెందిన బ్రాహ్మణులు ప్రతీకారంతో అతని ఉపనయనాన్ని ఆపేశారు. ఉపనయనం (యజ్ఞోపవీతం)పై నిషేధం శూద్రుల సామాజిక అధోకరణానికి దారితీసింది మరియు వారు వైశ్యుల కంటే తక్కువ స్థానానికి వచ్చారు. వారి స్థితి వైశ్యుల కంటే తక్కువగా మారింది. ఫలితంగా, వారు సమాజంలో నాల్గవ వర్ణంగా మార్చబడ్డారు.

ఇప్పుడు సిద్ధాంతం యొక్క ఖచ్చితత్వం మూల్యాంకనం చేయవలసి ఉంది. నేను దానిని నేర్చుకున్న పరిశోధకులు మరియు ఇతర విద్వాంసులు లేదా పాఠకుల విచక్షణకు వదిలివేస్తున్నాను. నేను దీని నుండి దూరంగా వెళ్లి సిద్ధాంతాన్ని

పరీక్షించడం మంచిదని నేను భావిస్తున్నాను ఎందుకంటే ఇది నా సిద్ధాంతాన్ని ధృవీకరించడానికి నాకు పూర్తి అవకాశాన్ని ఇస్తుంది.

II

నా ప్రకటన మహాభారతం యొక్క కథ ఆధారంగా ఉందని నా విమర్శకులు చెప్పవచ్చని నాకు తెలుసు. పైజ్వాన్‌ను శూద్రుడు అని పిలిచే ఏకైక సందర్భం ఆధారంగా ఇది రూపొందించబడింది. పైజ్వాన్ మరియు సుదాస్ మధ్య సంబంధం కూడా సందేహాస్పదంగా ఉంది. పైజ్వాన్ శూద్రుని వర్ణన మహాభారతంలో ఒక్క చోట తప్ప మరెక్కడా కనిపించదు. అటువంటి బలహీనమైన తర్కంపై స్థాపించబడిన సిద్ధాంతాన్ని ఎలా అంగీకరించాలి? వారు దానిని గొలుసులోని బలహీనమైన లింక్ అని పిలుస్తారు. కానీ నా పనిని అంత తేలిగ్గా తృణీకరించలేమని నేను నమ్ముతున్నాను.

మొదటిగా, కేవలం సాక్ష్యం ఆధారంగా ఎలాంటి అభిప్రాయాన్ని ఏర్పరచలేమనే ఆలోచనతో నేను ఏకీభవించను. చట్టం యొక్క తిరుగులేని సూత్రం ఏమిటంటే, సాక్ష్యం యొక్క ప్రాముఖ్యతను పరిగణించాలి మరియు పరిమాణం కాదు. అప్పుడు మహాభారత రచయితకు స్పష్టమైన కారణం లేకపోలేదు, దానివల్ల అతను అసత్యాన్ని చెప్పాడు. రచన సృష్టించినప్పటి నుండి నేటి వరకు, రచయితపై పక్షపాతం మొదలైన ఆరోపణలు లేవు.

కావున, 'పైజ్వాన్ శూద్రుడు' అన్న మాటను అనుమానించాల్సిన పనిలేదు. రచయిత సంప్రదాయ హక్కును ప్రతిపాదిస్తున్నారనేది కాదనలేని ముగింపు.

ఋగ్వేదంలో పైజవాన్‌ను శూద్రుడిగా వర్ణించలేదని చెప్పడం మహాభారత ప్రకటనకు విరుద్ధంగా లేదు. ఋగ్వేదంలో పైజ్వాన్ వర్ణనలో శూద్ర పదాన్ని పట్టించుకోనందుకు చాలా ఉదాహరణలు ఇవ్వవచ్చు. అన్నింటిలో మొదటిది, ఋగ్వేదం ఒక మత గ్రంథం. కావున శూద్రుని వర్ణన ఇందులో ఆశించలేము. అలాంటి ప్రస్తావన అసంబద్ధం అవుతుంది. మహాభారతం ఒక చారిత్రక రచన. పైజ్వాన్ ఏ వర్ణం లేదా వంశానికి చెందినవాడో స్పష్టం చేయడం అవసరం.

సుదాస్‌కు శూద్ర అనే పదాన్ని అప్పుడప్పుడు ఉపయోగించాలనే వాదనకు సంబంధించినంతవరకు, నేను దానిని అనవసరంగా భావిస్తున్నాను. వంశం,

వంశం, కులం మొదలైన వాటి వర్ణన వాస్తవానికి వ్యక్తిత్వాన్ని నిర్ణయించే లక్ష్యంతో చేయబడుతుంది. ప్రసిద్ధ పురుషులకు ఇది అవసరం. సుదాస్ తన కాలంలోని ప్రముఖ వ్యక్తి అనడంలో సందేహం లేదు. అందువల్ల, వ్యక్తిత్వాన్ని నిర్ణయించే ఉద్దేశ్యంతో, అతన్ని శూద్ర అని పిలవవలసిన అవసరం లేదు. ఇది ఊహ మాత్రమే కాదు. ఈ విషయంలో అనేక సాహిత్య ఉదాహరణలు ఇవ్వవచ్చు. చూడండి, బుద్ధుని కాలంలో బింబసార్ మరియు ప్రసేన్‌జిత్ అనే ఇద్దరు రాజులు ఉండేవారు. అతని సమకాలీన రాజులందరూ సమకాలీన సాహిత్యంలో సహజీవులుగా వర్ణించబడ్డారు, అయితే బింబిసార మరియు ప్రసేన్‌జిత్‌లు వివిధ వ్యక్తిగత పేర్లతో మాత్రమే ప్రస్తావించబడ్డారు. ప్రొ. ఓల్డెన్‌బర్గ్ రాజులు ఇద్దరూ ప్రసిద్ధులేనని దీనికి కారణం చెప్పారు. అందువల్ల, వారి సంబంధిత వివరాలు అవసరం లేదు.

III

మహాభారతంలోని ఒక్క పేరాలో పేర్కొన్న పైజ్వాన్ మరియు సుదాస్ ఒకే వ్యక్తి అనే సందర్భంలో మాత్రమే నా సిద్ధాంతం ఆధారపడి ఉంటుందని భావించడం అన్యాయం. నిజానికి కాదు. ఋగ్వేదంలో సుదాస్ మరియు పైజ్వాన్ శూద్రునిగా వర్ణించబడిన సందర్భం ఈ గొలుసులోని ఒక లింక్ మాత్రమే కాదు. పైజ్వాన్ మరియు సుదాస్ ఒకే వ్యక్తి యొక్క రెండు పేర్లు. నా అభిప్రాయానికి ఒకే ఒక్క ఆధారం లేదు. ఇతర

ఆధారాలు కూడా ఉన్నాయి. అన్నింటిలో మొదటిది, శతపథ బ్రాహ్మణ మరియు తైత్తిరీయ బ్రాహ్మణ గ్రంథాలలో మూడు వర్ణాలు మాత్రమే ఉన్నాయని మరియు శూద్రులకు ప్రత్యేక వర్ణం లేదని స్పష్టంగా వివరించబడింది. రెండవది, శూద్రులు రాజులు మరియు మంత్రులు మరియు మూడవది, పురాతన కాలంలో, శూద్రులకు ఉపనయనం చేసే హక్కు ఉంది. ఇవన్నీ ఖచ్చితమైన ఉదాహరణలు కాదా?

సాక్ష్యాల విషయానికొస్తే, నా అభిప్రాయానికి మద్దతుగా నేను నిర్దిష్ట వాదనలు చేయను కానీ ప్రత్యక్ష మరియు సందర్భోచిత సాక్ష్యం దానికి అనుకూలంగా ఉంది.

IV

ఏదైనా సిద్ధాంతం యొక్క విశ్వసనీయతను నిరూపించడానికి, అది కేవలం విషయం యొక్క ప్రాతినిధ్యం వైపు చూపడం ముఖ్యం. సమస్యను

పరిష్కరించడానికి, దాచిన అన్ని రహస్యాలకు ప్రామాణికమైన మరియు వాస్తవిక పరిష్కారాలను కూడా అందించండి. l

నేను శూద్రులకు సంబంధించిన రహస్య ప్రశ్నలను సంకలనం చేసి వివరించాలనుకుంటున్నాను.

కొన్ని ముఖ్యమైన వాస్తవాలు క్రింది విధంగా ఉన్నాయి:-

1. శూద్రులు ఆర్యులు కాని వారు మరియు ఆర్యులను వ్యతిరేకించేవారు. ఆర్యులు వారిని ఓడించి తమ బానిసలుగా చేసుకున్నారు. ఇదే నిజమైతే యజుర్వేదాన్ని, అథర్వవేదాన్ని సృష్టించిన ఋషులు శూద్రులను కీర్తించడానికి కారణం ఏమిటి? ఆయన శూద్రుల ఆదరాభిమానాలు ఎందుకు పొందాలనుకున్నాడు?

2. శూద్రులకు వేదాలను అధ్యయనం చేసే హక్కు లేదని కూడా అంటారు. ఆ పరిస్థితిలో శూద్ర సుదాస్ ఋగ్వేద మంత్రాలను ఎలా రచించారు?

3. శూద్రులు యాగానికి అర్హులు కానందున వారు యాగం చేయలేకపోయారని అంటారు. అప్పుడు సుదాసు అశ్వమేధ యాగం ఎలా చేశాడు? అది అలా ఉన్నప్పటికీ, శతపథ బ్రాహ్మణంలో యాగం చేస్తున్న శూద్రుడిని సంబోధించే విధానం గురించి ఎందుకు వివరించబడింది? శూద్రులకు ఉపనయనం చేసే హక్కు లేదని అంటారు. ప్రాచీన కాలం నుండి శూద్రులకు ఈ హక్కు లేకపోతే వివాదం ఎందుకు? ఉపనయనానికి అర్హులని బద్రి, సంస్కార గణపతిలో ఎందుకు పేర్కొన్నారు?

5. శూద్రులకు ఆస్తులు కూడబెట్టే అర్హత లేదని కూడా అంటారు. ఇది నిజమని అంగీకరించినప్పటికీ, కథక్ సంహితలలో శూద్రులను ధనవంతులుగా మరియు సంపన్నులుగా ఎలా వర్ణించారు?

6. శూద్రులు పాలకులు కావడానికి అనర్హులుగా ప్రకటించారు. అలాంటప్పుడు మహాభారతంలో శూద్ర మంత్రుల ప్రస్తావన ఎందుకు వచ్చింది?

7. శూద్రుల కర్తవ్యం బ్రాహ్మణ, క్షత్రియులు మరియు వైశ్యులకు మూడు సంవత్సరాలు సేవ చేయడం. ఈ దశాలో శూద్రుడు ఎలా రాజు అయ్యాడు? సాయనాచార్యుడు సుదాస్ మరియు అనేక ఇతర శూద్ర రాజులను ఎందుకు ప్రస్తావించాడు?

201

8. శూద్రులకు వేదాలు, ఉపనయనం మరియు యాగాలు అధ్యయనం చేసే హక్కు లేకపోతే, వారికి ఈ హక్కులు ఎందుకు ఇవ్వలేదు?

9. ఉపనయనం చేసే హక్కు, వేదాలు బోధించే హక్కు, యాగం చేసే హక్కు బ్రాహ్మణులకు మాత్రమే ఉంది. ఉపనయనం, వేదాల అధ్యయనం మరియు శూద్రుల యాగాలు బ్రాహ్మణులకు ఖచ్చితంగా ఆదాయ వనరులు. వారు సదుద్దేశంతో పనిచేసి శూద్రులకు ఈ హక్కులు, అవకాశాలు కల్పించి ఉంటే వారికి తగిన దక్షిణ లభించేది. ఇలా చేయడం వల్ల వారికి ఎలాంటి నష్టం ఉండదు. దాంతో పాటు వారి ఆదాయం కూడా పెరుగుతుంది. అయినప్పటికీ, శూద్రులను క్షమించకూడదని బ్రాహ్మణులు ఎందుకు తీర్మానించారు?

10. అప్పుడు శూద్రులకు ఉపనయనం, వేదపఠనం మరియు యాగం చేసే హక్కు లేకుంటే, బ్రాహ్మణులు వారి ప్రత్యేకాధికారాల ఆధారంగా ఈ హక్కును ఇవ్వడానికి అంగీకరించవచ్చు. కాబట్టి, ఈ ఎంపికను బ్రాహ్మణుల వ్యక్తిగత ఇష్టానికి ఎందుకు వదిలిపెట్టలేదు?

ఈ పజిల్స్/అనోమలీస్‌కి అసలు సమాధానం ఏమిటి? ప్రాచీన హిందువులు ఈ ప్రశ్నలకు సమాధానమివ్వడానికి ప్రయత్నించలేదు లేదా ఆధునిక పరిశోధకులు మరియు పండితులు వాటిపై దృష్టి పెట్టలేదు. వాస్తవం ఏమిటంటే, ఈ మురికి వ్యాపారాల ఉనికి గురించి కూడా వారికి తెలియదు. శూద్రుడు పురుషుని (దేవుడు) పాదాల నుండి ఉద్భవించాడని పురుష సూక్త బ్రహ్మ వాక్యంతో ప్రాచీన హిందువులు సంతృప్తి చెందారు. అందుకే అతను దాని గురించి ఆలోచించడు. మరోవైపు, శూద్రులు ఆర్యులు కాని వారు అనే ఊహతో ఆధునిక పరిశోధకులు సంతృప్తి చెందారు, వారి కోసం ప్రత్యేక చట్టాలు రూపొందించబడ్డాయి. ఈ పరిశోధకులలో ఏ బృందం కూడా శూద్రుల సమస్యకు సంబంధించిన ఈ పజిల్స్‌ను పరిష్కరించడానికి అవసరమైన పరిశోధనా పనిని చేయకపోవడం లేదా శూద్రుల మూలాన్ని మరియు వారి క్షీణతను వివరించే ఏ సిద్ధాంతాన్ని ప్రతిపాదించకపోవడం విచారకరం.

ఈ ప్రశ్నలన్నింటికీ సమాధానమే నా సూత్రప్రాయ అభిప్రాయం. పై వాస్తవాలలో, 1 నుండి 4 వరకు ఉన్న వాస్తవాలు శూద్రులు రాజులు మరియు మంత్రులుగా ఉండవచ్చని పేర్కొంటున్నాయి. ఋషులు అతనిని స్తుతించటానికి

మరియు అతని ఆరాధకులుగా ఉండటానికి ఇష్టపడటానికి ఇదే కారణం. చట్టం చేయడం ద్వారా శూద్రులకు ఉపనయనం చేసే హక్కు లేకుండా చేశారని వాస్తవం సంఖ్య 5 మరియు 6లో స్పష్టం చేశారు. ఈ విధంగా, నా ప్రవచనంలో ఎవరి పరిష్కారం కనుగొనబడలేదనే సందేహం లేదు, కాబట్టి శూద్రుల పుట్టుక మరియు పతనానికి సంబంధించిన నా ఆలోచన స్వచ్ఛమైనది, తప్పులు లేనిది మరియు తార్కికమైనది అని చెప్పడానికి నాకు పూర్తి హక్కు ఉంది. ఈ విషయంపై ఇంతకంటే గొప్ప రచన మరొకటి ఉండదని నేను చెప్తున్నాను

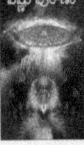

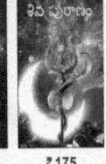

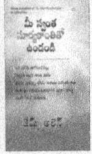

TELUGU BOOKS
₹200
₹175
₹175
₹200
₹175
₹175
₹200
LEARN TELUGU THROUGH ENGLISH IN 30 DAYS

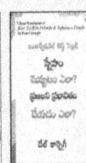